நிஜங்கள்
நிழலாகும்போது...

முதற்பதிப்பு: 2023

First Edition: 2023

Nijangal Nizhalahumpothu...

நிஜங்கள் நிழலாகும்போது...

Vaasanthi

வாஸந்தி

ISBN: 978-93-5695-505-9

Pustaka
EBooks | Audiobooks | Paperback

Pustaka Digital Media Pvt. Ltd.
#7-002, Mantri Residency,
Bannerghatta Main Road, Bengaluru - 560 076
Karnataka, India
+91 7418555884

நிஜங்கள் நிழலாகும்போது...

வாஸந்தி

Pustaka
EBooks | Audiobooks | Paperback

முன்னுரை

நாவல்கள், குறுநாவல் தொகுப்புகள், சிறுகதைத் தொகுப்புகள், பயணக் கட்டுரை நூல்கள் என்று ஐம்பதுக்கும் மேலான நூல்கள் பதிப்பிக்கப் பெற்றுள்ளன.

தவிர, பத்திரிகையாளரும், குறிப்பிடத் தகுந்த சினிமா விமர்சகரும் கூட.

கலாச்சார பரிவர்த்தனைத் திட்டத்தின் கீழ் உலக எழுத்தாளர் மாநாட்டுக்காக, சொற்பொழிவுகளுக்காக குறிப்பான பிரச்சினைகளை ஆராயும் பொருட்டு - என்று இதுவரை இவர் சென்று வந்திருக்கும் சில நாடுகள்: நார்வே, மலேசியா, ஆஸ்திரேலியா, சிங்கப்பூர், இலங்கை, தாய்லாந்து, செக்கோஸ்வேகியா.

பீடி தயாரிப்புத் தொழிலில் ஈடுபடுத்தப்பட்டிருக்கும் தமிழ்நாட்டுப் பெண் தொழிலாளிகளைப் பற்றிய ஓர் ஆய்வறிக்கையை (மத்திய அரசுக்காக) அளித்திருக்கிறார்.

'மாறி வரும் நவீன சூழலில் இந்தியப் பெண்ணின் இடம் பங்கு' என்பதற்கான இவரது ஒரு ஆய்வுக்கட்டுரையை ஆஸ்லோ பல்கலைக் கழகம் ஏற்றிருக்கிறது.

ஆங்கிலம், இந்தி, மலையாளம், செக், வங்காள மொழிகளில் இவரது கதைகள் மொழி பெயர்க்கப் பெற்றுள்ளன. சில திரைப்படமாக்கப் பெற்றுள்ளன.

திருமதி வாஸந்தி

———

அத்தியாயம்

1

நந்தலாலா பொறுமையாக நின்றான், தடிமனான அகன்ற வெற்றிலையைக் கையில் இலாவகமாக விரித்து அதன் ஈரத்தைச் சாவகாசமாகச் சமன்லால் ஒரு பழைய கந்தைத் துணியால் துடைத்தான். இடையில் நந்தலாலாவைப் பார்த்த அரைப் பார்வையில், இதழ்க் கோடியில் விரிந்த சின்னச் சிரிப்பில் லேசாகப் பரிகாசம் தெரிந்தது. அவன் முன்னால் வரிசையாக வைத்திருந்த ப்ளாஸ்டிக் டப்பாக்களிலிருந்து பலதரப்பட்ட வாசனைப் பொருள்களை மிக மிக நாசூக்காக விரல் நுனியில் தொட்டு, சிட்டிகை எடுத்து வெற்றிலையில் வைத்தான்.

“காரசாரமாக்கி விடாதே சமன்லால் என் நெஞ்சுக்குத் தாங்காது. மீட்டா பான் தான் வேணும்!”

சமன்லால் பகபகவென்று சிரித்தான்.

“அரே, நந்தலாலா! இங்கேயெல்லாம் வருபவனுக்கு நெஞ்சு திடமாக இருக்க வேண்டாமா? நாட்டியக்காரி மாதிரி தித்திக்க வெற்றிலை போட்டுக்கொண்டு என்ன செய்யப் போகிறாய்?”

“காரமாய் வெற்றிலை போட்டுக் கொண்டால் நாக்குத் தடித்துப் போகிறது, சமன்லால். வார்த்தைகள் ஸ்பஷ்டமாய் வருவதில்லை.”

சமன்லால் மறுபடியும் பகபகவென்று சிரித்தான்.

"உன் பேச்சைக் கேட்க இங்கே யார் தயாராயிருக்கிறார்கள்? உன் சட்டைப் பைகள் ஊமையாக இல்லை என்பதுதான் முக்கியம்."

நந்தலாலாவுக்கு முகம் லேசாகச் சிவந்தது. அதை மறைக்கப் பார்வையை வெளியில் திருப்பினான்.

சரசரவென்று இருள் விரிய ஆரம்பித்து விட்டது. சற்றுத் தொலைவில் ஜும்மா மஸ்ஜீத்தின் உச்சியில் வெள்ளை வெளேரென்று புறாக்கள், மாலைப் பிரார்த்தனைக்கு நேரமாகி விட்டது என்று உணர்ந்தாற்போல் அடைக்கலம் தேடிப் பறந்தன.

ஆயிற்று; சற்று நேரத்தில் மசூதியிலிருந்து பக்தர்களுக்குத் தீனமான உயர்ந்த குரலில் அழைப்புக் கேட்கும், இந்தப் பழைய தில்லியின் புழுதிக்கு மேல் ஒரு மேம்பட்ட இடம் இருப்பதன் ஞாபகப்படுத்தலாய்.

"அல்லாஹோ அக்பர்..."

"இந்தச் சாந்தினி சௌக்கையும், கடைகளில் தொங்கும் ஜிகினாப் பளபளப்பையும், இலட்சியமில்லாமல் பணத்தை அள்ளி விளையாடும் ஜனக்கும்பலையும் பார்க்கும் போது அந்த அழைப்புக்குப் பணிந்து மண்டியிடும் ஒரு கும்பல் இங்கு இன்னும் இருப்பதை நினைத்து நந்தலாலாவுக்கு ஆச்சரியமாக இருந்தது".

மிக நீசத்தனமான, கொடூரமான லௌகீகத்தின் விளிம்பில் ஓர் ஆன்மிக ரேகை; அந்த விளிம்பைப் பல சுயநலக் காரணங்களுக்காகக் கெட்டியாகப் பிடித்துக் கொள்ளும் பரதேசிகள், சாந்தினி சௌக்கின் மிகப் பெரிய உஸ்தாத்தும் அந்த 'அல்லாஹ் அக்பர்' முன் மண்டியிடும்போது ஒரு பரதேசி.

"என்ன நந்தலாலா? பான் பீடா உள்ளே போவதற்கு முன்பே முகத்திலே சிரிப்பு? இந்தா! நூர்ஜஹானுக்குத் தயாரித்த 'பானுக்குச் சமம் இந்த பீடா!' ரொம்ப உசத்தியான சாமான்கள் சேர்த்திருக்கிறேன். காஷ்மீரில் இந்த பீடா ஒன்றுக்கு விலை ரூபாய் நூறு!"

“நல்ல வேளை, இது காஷ்மீர் இல்லை, பழைய தில்லியிலே ரொம்பப் பழைய சாந்தினி சௌக்.”

“இந்தச் சமன்லாலுடைய கடையும் ரொம்பப் பழசு, அதனாலே மவுசும் ஜாஸ்தி. இங்கே பீடாவை வாங்கி மென்றபடி குலாபியுடைய முஜ்ராவுக்குப் போன நாட்டியக்காரிகளைத் தேடிக்கொண்டு நீ அலைய வேண்டாம். உன்னைத் தேடிக் கொண்டு அவர்கள் வருவார்கள்.” நந்தலாலாவின் முகம் மறுபடியும் சிவந்தது. “உன் பீடாவுடைய பிரதாபம் இருக்கட்டும். என்ன விலை, சொல்லு.”

“பத்து ரூபாய்”

“அடேயப்பா! இது காஷ்மீர் இல்லை.”

“அதனால் தான் குறைத்துச் சொன்னேன். ஒரு முஜ்ராவைப் பார்க்க பார்க்க மட்டுமே, நினைவில் வைத்துக்கொள் நூறு ரூபாய் கொடுக்கப் போகிறாய்! வீர்யமில்லாதவனுக்கு வீர்யத்தைக் கொடுக்கக்கூடிய பீடாவுக்குப் பத்து ரூபாய் கொடுப்பது அதிகமா?”

சமன்லால் கை தேர்ந்த வியாபாரி என்று தெரிந்தது. மெல்ல மெல்ல குரல் உயர்ந்தது. உணர்ச்சிவசப்பட்டாற் போல் வார்த்தைக்கு வார்த்தை அபிநயித்து விரல்களில் போலி வைரங்கள் மினுமினுத்தன. சிவந்த முகம், அவன் எதிரில் வெற்றிலையைக் கழுவ வைத்திருந்த பித்தளைச் செம்பைப் போல் பளபளத்தது.

மாலை மங்கி ஒவ்வொன்றாக விளக்கு வெளிச்சம் பளிச்சிட ஆரம்பித்ததுமே விழித்துக்கொண்டுவிட்ட சாந்தினி சௌக், சமன்லால் போட ஆரம்பித்த சத்தத்தில் நந்தலாலாவைக் கவனிக்கத் துவங்கியது.

முஜ்ரா பொது மகளிர் நடத்தும் பாட்டுக்கச்சேரி நடனமும் ஆடுவதுண்டு.

நந்தலாலா சமாதானமாகப் புன்னகை செய்தான்.

“உன்னைத் தாண்டிக்கொண்டு யாரும் இந்த ஏரியாவுக்குள் நுழைய முடியாது என்று நான் கேள்விப்பட்டிருக்கிறேன். அதற்குத்தான் இந்த கட்டணம், எனக்குத் தெரியும். இந்தா.”

பத்து ரூபாய் நோட்டொன்றை நீட்டியபடி நந்தலாலா மெல்லிய குரலில் கேட்டான்.

“அந்த குலாபி யார்? எந்த மாநிலத்தைச் சேர்ந்தவள்? மிகப் பிரபலமாக விளங்குகிறாளே! நீ அவளுக்கு ஏஜெண்டா?”

“ராம் ராம்! குலாபிக்கு ஏஜெண்ட் எதற்கு? ஐம்பது வருஷங்களாக அவள்தான் இங்கு ராணி.”

“ஐயையோ, ஐம்பது வருஷங்களாக வா? அப்படி என்றால் அவளுக்கு என்ன வயது இப்போது?”

“ஆ, அது ஒரு கஷ்டமான கேள்வி. யாராலும் பதில் சொல்ல முடியாது. காலம் ஓடுகிற ஓட்டத்தில் நமக்கெல்லாம் கீறல்களைப் போட்டு விட்டுடும். ஆனால், குலாபி என்று ஒருத்தி இருக்கிற ஞாபகமே அதற்கு இல்லை என்று ஜி.பி. ரோட்காரர்கள் சொல்வார்கள்.”

“ஆச்சரியமாயிருக்கிறது, சமன்லால், நீ அவளைப் பார்த்திருக்கிறாயா?”

சமன்லாலின் கண்கள் கனவில் மிதந்தன.

“பார்த்திருக்கிறேனா? எவ்வளவு முறை என்னுடைய பீடா ஒன்றுக்கே...”

“எப்படி இருப்பாள்?” என்று நந்தலாலா இடை வெட்டினான்.

“அஹ் அவள் எல்லாம் மிகப் பெரிய இடம், அவள் அழகையெல்லாம் ஒப்பிட்டுச் சொல்லவே முடியாது. எத்தனை ராஜாக்கள், எத்தனை கோடீசுவரர்கள் அவளுடைய தரிசனத்துக்காகத் தவம் இருந்திருப்பார்கள் தெரியுமா?”

நந்தலாலா கூச்சத்துடன் சிரித்தான். “எனக்கு ஒரு சந்தர்ப்பம் கிடைக்குமா?”

சமன்லால் அவனைப் புதிதாக மேலிருந்து கீழ் எடை போடுபவன் போல் பார்த்தான்.

"போயிட்டு வா, பாதகமில்லை. இந்த உயிர் முடியறதுக்குள்ளே உலகத்திலே சில விஷயங்களைப் பார்த்தே ஆகணும். அதிலே குலாபியும் ஒண்ணு."

நந்தலாலா சிரித்தான்.

"நீ அவளுக்கு ஏஜெண்ட் இல்லேன்னா நான் நம்ப மாட்டேன்."

சமன்லால் பலமாகத் தலையாட்டினான். "அவளைப் பத்தி அப்படிப் பேச யாரும் ஏஜெண்டாய் இருக்க வேண்டியதில்லை."

"என்னுடைய ஆர்வத்தை மிகவும் கிளப்பி விட்டுவிட்டாய், சமன்லால்!"

சமன்லால் மறுபடி அவனை ஏற இறங்கப் பார்த்தான்.

"பார்த்தா, இந்தக் காலத்துக்குச் சம்பந்தமேயில்லாத ஒரு சாதுவாத் தெரியரே. நந்தலாலான்னு அது என்ன பெயர்? ஆனால் ஒரு வேடிக்கை குலாபிக்குப் பிடிச்சாலும் பிடிச்சுப் போகும் உன்னை."

சமன்லால் நந்தலாலாவைப் பார்த்துத் தனக்குள் ஒரு வேடிக்கையை ரசிப்பவன் போல் தலையசைத்துச் சிரித்தான்.

"நந்தலாலா! பெயர் உச்சரிக்க நன்றாகத்தான் இருக்கிறது. உன்னைப் பார்த்தா ஜிபி. ரோட்டுக்குப் போற மாதிரி தெரியல்லே. கோவிலுக்கோ கல்லூரிக்கோ போற மாதிரி இருக்கு. ஆனா, ஓ, மறந்தே போனேன்! குலாபியையன்னா பார்க்கப் போகிறதாச் சொன்னே? அவளைப் பார்த்தியானா இந்த இரண்டு இடத்துக்கும் போன மாதிரிதான்."

"கிண்டல் பண்ணுகிறாய், சமன்லால்!"

"கிண்டல் இல்லை, சத்தியம். இந்த ஜி.பி. ரோட்டில் அவள் ஐம்பது வருஷங்களாக (நூறு வருஷங்களாகக் கூட இருக்கலாம்) இருக்கிறாள், அதோட அழுக்குக் கொஞ்சமும் படியாதவள் மகா பரிசுத்தம்!"

நந்தலாலாவுக்குச் சிரிப்பு வந்தது.

“வாடிக்கைக்காரர்களுக்குக் கொடுக்க வேண்டிய பீடாவை நீயே சாப்பிட்டுவிட்டாய் போலிருக்கிறது, சமன்லால்!”

அவன் பீடாவை ஜாக்கிரதையாக அதன் வெள்ளி ஜரிகைக் காகிதத்துடன் வாய்க்குள் திணித்துக் கொண்டான்.

வார்த்தைகளைச் சொல்ல முடியாமல் புன்னகையுடன் ‘வருகிறேன்’ என்று பொருள்படத் தலையை ஆட்டிவிட்டு நகர்ந்தான்.

“குலாபிக்கு என் அன்பைத் தெரிவி, நந்தலாலா! என் கடை பீடா வேண்டுமானால் நானே நேரில் கொண்டு தருகிறேன் என்று சொல்லு.”

நந்தலாலா சிரித்துக் கொண்டே நடந்தான்.

சாந்தினி சௌக்கின் சின்னத் தெருக்களில் ஒரு குதூகலக் கலகலப்புத் தெரிந்தது. மொகலாய ஆட்சியின் மிச்சமாய்த் திகழும் இதன் கலாசாரம் எத்தனை சுவாரசியமானது என்று நந்தலாலா வியந்தான். பகல் நேரக் கொள்ளைகளும் கொலைகளும் சகஜமாக நடக்கும் இந்தத் தெருக்களில், அவையும் வாழ்வின் ஓர் அங்கம் என்று சமாதானமாகிப் போனது போல் இங்கு வியாபாரிகளும் வாங்குபவர்களும் எத்தனை உற்சாகமாக இருக்கிறார்கள்! நிச்சிந்தையாய்ச் சிரிக்கிறார்கள். இறைவனின் மேல் எல்லாப் பாரத்தையும் போட்டு விட்டாற் போல்! “ஆயியே! ஆயியே! தஷ்ரீஃப்லாயியே!”

சின்னக் கடைகளிலிருந்து வரும் ராஜோபசாரம். ஒரு சின்னக் கைக்குட்டை வாங்கினாலும் ரத்தினக் கம்பளம் வாங்கினாற் போல் உபசரிப்பு. ‘எத்தனை மரியாதையான பாஷை இவர்களுடையது!’ என்று அவர்களது பேச்சை ரசித்தபடியே சென்ற நந்தலாலா வியந்தான். மற்றவனைக் கவிழ்க்கும் நேரத்திலும் புரிய தவறாதவர்கள்.

குலாபியை 'மகா பரிசுத்தம்' என்று சமன்லால் சொன்னது நினைவுக்கு வந்தது. அந்த மாதிரி ஒரு பட்டத்தை, ஜி.பி. சாலையில் ஐம்பது வருஷங்களாக வாழ்பவள், சமன்லாலைப் போன்று ஓர் எத்தனிடம் வாங்க வேண்டுமானால், அவள் ஓர் அசாதாரணப் பெண்ணாக இருக்க வேண்டும் என்று தோன்றிற்று.

அப்படிப்பட்ட மனுஷியாக இல்லாவிட்டால் வேலை மெனக்கெட்டு ஜூனியர் எடிட்டர் சாவ்லா அவனை இங்கு ஒரு கவர் ஸ்டோரிக்கு அனுப்ப மாட்டார்...

அவன் கும்பலில் விரைந்துகொண்டே கண்களால் துழாவினான். சற்றுத் தொலைவில் சாதாரண உடையில் போலீஸ் ஆட்கள் தொடர்ந்து வருவது தெரிந்தது.

'இனிமேல் போக வேண்டியதுதான்' என்பது போல் ஒருவர் தலையாட்டினார்.

அவனும் ஒப்புதலுக்குத் தலையாட்டிவிட்டு விரைந்து நடந்து அவர்களுடன் சேர்ந்து கொண்டான். தோளில் தொங்கிய பையிலிருந்த காமிராவை எடுத்துச் சாந்தினி செளக்கின் ஜிகினாப் பளபளப்பை இரண்டு சுலர்ப் படங்கள் எடுத்தான்.

"ஜி.பி. சாலையில் நுழையும்போது உன் சாமான்கள் பத்திரம்!" என்று பத்திரிகை நண்பர்கள் எச்சரித்திருந்தார்கள். "போலீஸ் துணையில்லாமல் போனாயானால் வகையாக மாட்டிக் கொள்வாய்!" என்றார்கள்.

பத்திரிகை நிருபன் என்கிற அடையாளச் சீட்டினால் போலீஸ் துணை சுலபமாகக் கிடைத்தது.

"ஒரு காலடி வைத்தாலே நூறு ரூபாய் வைக்க வேண்டும்."

அதுவும் தயாராக இருந்தது - சட்டையின் உள்பையில், சட்டைக்கு மேல் அடக்கமாய் ஸ்வெட்டர் மறைத்தது.

"சால்வையைப் போர்த்திக் கொண்டு போகாதே. பிடுங்கிக்கொண்டு விடுவார்கள்."

எப்படியெல்லாம் எச்சரிப்புகள் கிளம்புகிற சமயத்தில் துணை ஆசிரியர் ரஹ்மான் அரைக் கெஞ்சலாய்க் கேட்டான்:

“ஆசிரியரிடம் சொல்லு, நானும் உன்னுடன் வருகிறேன், நந்தலாலா!”

“அந்த வட்டாரத்தில் உருது தான் பேசுவார்கள். நான் முஸ்லிம் என்ற காரணத்தால் பல விதத்தில் உனக்கு உதவியாக இருப்பேன். வருகிறேனே ப்ளீஸ். எனக்கு ரொம்ப ஆசை, ‘உம்ராவ்ஜான்’ படத்தைப் பார்த்ததிலிருந்து!”

“லக்னோவில் தான் அப்படிப்பட்ட இடங்களைப் பார்க்க முடியும், ரஹ்மான்.”

“இல்லை இல்லை. இங்கேயும் அபூர்வமாக உண்டு. நீ பார்க்கப் போகிற குலாபி மொகலாயப் பரம்பரையில் தான் தன் தொழிலை நடத்துகிறாளாம். அவர்கள் எல்லாம் முதலில் கலைஞர்கள். பிறகுதான் வேசிகள்.”

“வாஹ் வாஹ்”

“நிஜத்தைத்தான் சொல்லுகிறேன், நந்தலால் குவாபியிடம் கிளுகிளுப்பை எதிர்பார்த்தாயானால் ஏமாந்து போவாய்!”

“அட! பின் வேறு எதைத்தான் எதிர்பார்ப்பது?”

ரஹ்மான் மழுப்பினான்.

“எதிர்பார்க்கிற மாதிரி அவள் இருக்கமாட்டாள். அவ்வளவுதான் எனக்குச் சொல்லத் தெரியும்.”

“பார்த்திருக்கிறாயா?”

“இல்லை, கேள்விப்பட்டிருக்கிறேன்.”

இப்படித்தான் எல்லாரும் சொன்னார்கள். இந்தக் கேள்வி ஞானமே ஆர்வத்தை விநாடிக்கு விநாடி அதிகரித்தது.

கடைசியில் ரஹ்மான் வேறு எங்கோ போக வேண்டி வந்துவிட்டது. முகத்தைத் தூக்கி வைத்துக் கொண்டு அவன்

போனதை நினைத்துச் சிரிப்பு வந்தது. மிகப் பெரிய அந்தஸ்துக்குத் தன்னை ஆசிரியர் உயர்த்தி விட்டாற்போல் பிரமை ஏற்பட்டது.

ஜி.பி. சாலையில் சாந்தினி சௌக்கின் ஜிகினாப் பளபளப்பைக் காணோம். பவுடரின் பளபளப்பு அங்கங்கே திறந்த ஜன்னல்களில், திறந்த வாயில்களில் தெரிந்தது. தெருவில் மங்கலாய் விளக்கு அழுது வடிந்தது.

நந்தலாலா தோளில் தொங்கிய பையை இறுக்கிப் பிடித்தபடி மெள்ள மெள்ள அதிகமாகத் தெரிந்த பவுடர் முகங்களை ஒரு சுவாரசியத்துடன் பார்த்துக் கொண்டு நடந்தான். முகங்களை வெளியாட்களுக்கு 'ப்ரொஜெக்ட்' செய்கிற மாதிரி தலைக்கு மேல் நிர்வாண நூறுவாட் பல்பு, அந்தப் பாதையில் நடப்பவர்களுக்கு ஒரே ஓர் எண்ணத்தான் இருக்கும் என்கிற உறுதியில் மையிட்ட பஞ்சடைந்த விழிகள் சஞ்சலத்துடன் அலைந்தன. கருஞ் சிவப்புச் சாய மிட்ட உதடுகள் அழைப்பில் விரிந்து சிரித்தன, மார்பை மிகைப்படுத்திக் காட்டும் கச்சை அணிந்து, சின்னப் பாவாடை, சின்னச் சட்டை மட்டுமே அணிந்து கிளர்ச்சி ஊட்டும் வகையில் நிற்கும் பெண்கள். மெல்லிய நைட் கவுனை மட்டுமே அணிந்து 'நான் உன்னிடமிருந்து எதையும் மறைக்க வில்லை' என்று போதை தரும் குமரிகள்.

"ஆயியே ஸாப்"

"தஷ்ரீஃப் லாயியே!"

"கம் ஆன் மிஸ்டர்"

நந்தலாலா சட்டென்று ஒரு சோகம் மனசைக் கவ்வத் தலையைக் குனிந்துகொண்டு விரைந்தான். குளிரில் கை விரல்களும், காது நுனியும் ஜில் விட்டுப் போயிருந்தன, இவர்கள் எப்படி இப்படி அரை நிர்வாணமாக நிற்கிறார்கள்? ஜுரம் வந்து படுத்தால் என்ன செய்வார்கள்?

திடீரென்று யாரோ கையைப் பற்றி இழுத்தார்கள்.

"திரும்பிப் பார்க்காமலே போனால் எப்படி?"

அவன் அதிர்ந்து திரும்பினான். மகா மட்டமான ஸெண்ட் வாசனை அடித்தது. அவள் முகத்தின் அருகே ஒரு கரிய முகம் பௌடரின் அப்பலில் சாம்பல் பூத்துத் தெரிந்தது. தடித்த உதடுகளில் அழுத்தமான சாயமும் சிறிய கண்களில் மையும். அவன் அருவெறுப்புடன் கையை உதறிக் கொண்டு நகர்ந்தான்.

அவள் ஏதோ அசிங்கமாகத் திட்ட ஆரம்பித்தாள், கூட வந்த போலீஸ்காரர்கள் அவளிடம் எதையோ சொல்ல, அவள் முணுமுணுத்தபடி விலகிச் சென்றாள்.

வழி நெடுக குறுக்கே வந்து விழுந்தவர்களை விலக்கிக் கொண்டு செல்லும்போது நந்தலாலா இரண்டொரு படம் எடுத்தான்.

“எங்கள் அனுமதி இல்லாமல் எப்படி எடுத்தாய்? காசு கொடுக்காமல் நீ போய் விட முடியாது!” என்று சண்டைக்கு வந்த இரண்டு பேரைப் போலீஸ்காரர் விலக்கினார்.

இந்த அரைமணி நேரத்திற்குள்ளேயே நந்தலாலா சோர்ந்து போனான். இப்படிப்பட்ட ஓர் இடத்தில் குலாபி மட்டும் எப்படி வித்தியாசமாக இருக்கப் போகிறாள் என்ற ஆயாசம் அதிகமாகியது.

கூட வந்த போலீஸ்காரர்கள் ஒரு சந்தில் திரும்பினார்கள். “இங்கேதான் இருக்கிறது குலாபியின் வீடு.”

தெரு அதிக வெளிச்சம் இல்லாமலே இருந்தது.

சட்டென்று ஒரு வீட்டின் பெரிய நடுக்கூடம் தெரிந்தது. சாரங்கியின் நாதமும் தபலாவின் ஓசையும் மிக மெல்லியதாகக் கேட்டன.

நந்தலாலாவின் நாடி நரம்புகள் எல்லாம் புதிய இரத்தம் ஊர்ந்தாற்போல் சிலிர்த்துக் கொண்டன.

வீடு வந்துவிட்டது. வாத்திய இசை தெளிவாகக் கேட்க ஆரம்பித்தது.

பத்து பதினைந்து செருப்புக்கள் வெளி வராந்தாவில் அவிழ்க்கப்பட்டிருந்தன. நந்தலாலா செருப்பை அவிழ்த்துத் தனியாக உள்ளே நுழைந்தான்.

விஸ்தாரமான அறையில் தரை முழுவதும் பாரசீகக் கம்பளம் விரிக்கப்பட்டிருந்தது. கம்பளம் மிகப் பழையது என்று தெரிந்தது. கூரையிலிருந்து பல ஷாண்ட்லியர்கள் தொங்கின. ஒன்றிரண்டு மட்டுமே பல்பு போட்டு எரிந்தன.

ஐம்பது வருஷங்களுக்கு முன் இங்கு அமர்க்களமாக இருந்திருக்க வேண்டும் என்று அவன் நினைத்துக் கொண்டான்.

வாத்தியக்காரர்கள் மட்டுமே அமர்ந்திருந்தார்கள்.

ஒரு பக்கமாகச் சில வாடிக்கைக்காரர்கள் திண்டில் சாய்ந்திருந்தார்கள்.

அவன் வாத்தியக்காரர்களிடமிருந்து விலகி ஒதுக்குப் புறமாய்ச் சுவர் மேல் சாய்ந்தபடி அமர்ந்தான்.

அவன் சாய்ந்து அமர்ந்த சுவருக்கு மறுபக்கத்திலிருந்து பேச்சுக் குரல் கேட்டது, உருதுவில்.

“அம்மா ஜான், நான் போக மாட்டேன், இன்று, என்னைத் தயவுசெய்து வற்புறுத்தாதீர்கள்.”

“நான் இதுவரை யாரையும் வற்புறுத்தினதில்லை என்று உனக்குத் தெரியும். உனக்கு இஷ்டமில்லாத காரியத்தை நான் செய்யச் சொல்ல மாட்டேன்.”

“என்னை மன்னித்து விடுங்கள், அம்மா ஜான்!”

“பரவாயில்லை, மகளே. சாந்தி! நீ தயாராகு. இன்று ஒரு முக்கியப்பட்டவர் வரப்போகிறார் என்று எனக்குத் தகவல் கிடைத்தது.”

“இங்கு வருபவர்கள் எல்லோருமே முக்கியப்பட்டவர்கள் அம்மா ஜான்!”

அம்மா ஜானின் கலகலச் சிரிப்பு சுதாதமாக ஒலித்தது.

"ரொம்பச் சரியாகச் சொன்னாய். முக்கியப்பட்டவர்களை நன்றாகக் கவனி. நான் முதலில் போகிறேன்."

நந்தலாலா நிமிர்ந்து உட்கார்ந்தான். அறை வெயிலை மறைத்த மெல்லிய திரையைத் தந்தம் போன்ற வளையல்கள் அணிந்த கை ஒன்று விலக்கியது.

ரோஜா நிற கரார்ரா கம்மீஸும் துப்பட்டாவும் அணிந்த ஒரு பெண் நுழைந்தாள்.

நந்தலாலாவுக்குத் திகைப்பேற்பட்டது. 'இவளா குலாபி ஐம்பது வருஷங்களாக இங்கே தொழில் நடத்துபவளா? அந்தச் சமன்லால் நிச்சயம் ஏதோ சரடு விடுகிறான்' என்று தோன்றிற்று. முப்பது முப்பத்தைந்துக்கு மேல் நிச்சயம் ஒரு நாள்கூடச் சேர்த்துச் சொல்ல முடியாது என்று தோன்றிற்று. முகத்தின் சருமம் சுருக்கமே இல்லாமல் இழுத்துக் கட்டினாற் போல் பளபளத்தது. சின்னப் பெண்ணைப் போல் இடை சிறுத்திருந்தது. அகன்ற அழகிய விழிகளை அவள் அங்கு அமர்ந்திருந்தவர்களின் மேல் சிநேகிதமாய்ப் பாத்திக் குனிந்து வணங்கினாள்.

சட்டென்று ஒதுக்குப்புறமாய் அமர்ந்திருந்த அவன் மேல் பார்வை பதிந்தது. பளிச்சென முகம் மலர்ந்தது.

"வாருங்கள்! உங்கள் வரவால் இந்த இல்லம் பாக்கியம் பெற்றது."

அவளைப் பார்த்த விநாடியிலிருந்து ஏற்பட்ட பிரமிப்பு விசுவரூபமாய் அவனுள் எழுந்தது. அவள் அவனைத் தீர்க்கமாய்ப் பார்த்து மிக மெல்லிய குரலில் சொன்னாள்:

"குதாவின் திருவிளையாட்டை என்னவென்று சொல்வது."

——

அத்தியாயம்

2

மிக மெல்லியதாக இழைத்த சாரங்கியின் நாதத்தில் சோகம் நிழலாடியது போல நந்தலாலாவுக்குப் பிரமை ஏற்பட்டது. இந்தச் சோகம் இந்தச் சூழலின் பிரிக்க முடியாத அங்கம் என்ற ஆமோதிப்பாய், இதமான வருடலாய்த் தபேலா ஒலித்தது. உள்ளேயிருந்து வந்தமர்ந்து பாட ஆரம்பித்திருந்த பெண்ணும் விரகத்தில் கரைந்து போனவள் போல் ஏதோ ஒரு கஜலை மெல்லப் பாடிக் கொண்டிருந்தாள்.

நந்தலாலாவின் உள் மனமும் கவனமும் அவன் எதிரில் சற்றுத் தூரத்தில் அமர்ந்திருந்த குலாபியின் மேல் பதிந்திருந்தன. அவள் வெகு உன்னிப்பாய்ப் பாடும் பெண்ணைக் கவனித்துக் கொண்டிருந்தாள். இடையில் “வாஹ், வாஹ்” என்று ரசித்து அவன் பக்கம் திரும்பிப் புன்னகை செய்தாள்.

பாட்டைக் கவனிக்கிற மாதிரி அவள் உட்கார்ந்திருந்தாலும் அவனைப் பற்றிய கணிப்பில் அவள் இருக்கிறாள் என்று அவனுக்குத் தோன்றிற்று.

அவனைப் பார்த்ததும், அவள் சொன்ன வார்த்தைகளுக்கு என்ன அர்த்தம் இருக்கும் என்று யோசனை ஏற்பட்டது.

‘குதாவின் திருவிளையாட்டை என்னவென்று சொல்வது!’

தன்னையறியாமல் வெளிப்பட்ட வார்த்தைகள் போல் தோன்றின. அவள் சட்டென்று தன்னைச் சமாளித்துக் கொண்டு,

அவனைப் பார்த்துப் புன்னகை செய்து, "முஜ்ராவை ரசிக்க வந்ததாக அறிகிறேன்" என்றாள் மிருதுவாக.

"கலையழகு மிக்க முஜ்ராக்களை ரசிக்க இப்பொழுது ஜனங்களே இல்லை ஸாப், ரசனையுள்ள உங்களைப் போன்றவர்களைச் சந்திப்பது எனக்கு மிகவும் சந்தோஷத்தைக் கொடுக்கிறது. ஒரு பெரிய சாக்கடையைத் தாண்டி இங்கே களைத்து வந்திருக்கும் நீங்கள் இந்த இடத்தின் வித்தியாசத்தை தெரிந்து கொண்டிருப்பீர்கள்."

புன்னகை தவழ்ந்த முகத்தின் ஒவ்வொரு தசை அசைவிலும் ஒரு சுவாரஸ்யம் தெரிந்தது, பேச்சுக்கலையை அவள் மிக நுணுக்கமாய்ப் பயின்று பழகியவள் என்று தெரிந்தது.

"மகா வித்தியாசம்!" என்று அவன் ஆமோதித்தான்.

"நீங்கள் சாக்கடை என்று குறிப்பிட்டீர்கள். நான் நரகம் என்று நினைத்தேன்."

அவள் முகத்தில் சட்டென்று ஒரு விசனம் படர்ந்தது. பார்வை தாழ்ந்தது.

"சரியாகச் சொன்னீர்கள் ஸாஹப்"

அவள் தலை நிமிர்ந்து அவனைப் பார்த்துப் புன்னகை செய்தாள், கண்களில் மெல்லிய நீர்த்திரை தெரிந்தது.

"மிகவும் பரிதாபம், மகாராஜ்! அந்தத் தெருவில் இருக்கும் சகோதரிகளுக்காக நான் வருந்தாத நேரம் இல்லை. விமோசனம் இல்லாத நரகம் அது."

அவன் வியப்புடன் அவளைப் பார்த்தான். எப்படி இவள் இத்தனை விட்டேற்றியாகப் பேசுகிறாள்? அதே மாதிரியான தொழிலைப் பரம்பரையாக நடத்தி வருபவளின் வார்த்தைகளா இவை? அதையே நாகரிகமாக நடத்துகிறான் என்பதால் தன்னை மேம்பட்டவள் என்று நினைக்கிறாளா?

'நீ இருப்பது மட்டும் நரகம் இல்லையா? உனக்கு மட்டும் விமோசனம் உண்டா?'

ஆயிரம் கேள்விகள் மனதைக் குடைந்தன. அவள் முகத்தைப் பார்க்கையில் கேள்விகள் பொங்கிப் பொங்கி எழுந்த வேகத்தில் மெல்ல அடங்கிப் போயின. மென்மையும் காருண்யமும் சோகமுமாய்க் குழைந்த அந்த முகத்தை இந்தக் கேள்விகள் புண்படுத்தும் என்று அவனுள் ஒரு நாகரிக எண்ணம் அதாவசியமாய்ப் புகுந்தது. உண்மையில் அவள் பற்றற்றுத் தெரிந்தாள், இந்த உலகத்தில் வாழும் எனக்கும் இதற்கும் சம்பந்தம் இல்லை என்பது போல்; இருந்தும் இல்லாதவள் போல், ஒட்டியும் ஒட்டாமல்...

இப்படிப்பட்ட ஞானம் இவளுக்கு இருக்குமா? இப்படி ஒரு பிரமையை என்னுள் இவள் தோற்றுவிப்பதிலிருந்து இவள் ஒரு கைதேர்ந்த நடிகை என்று தெரியவில்லையா? நடிப்பு, இவர்கள் அவசியமாகத் தெரிந்து கொள்ள வேண்டிய கலை. இல்லாவிட்டால் அத்தனை பிரமுக வாடிக்கையாளர்களிடமும் ஒரே சமயத்தில் சுமுகமாக இருக்க முடியாது.

இவளுடைய உள் மனத்தைக் குடைகிற மாதிரி, இவளுடைய வேஷத்தைக் கலைக்கிற மாதிரி, இவளைக் கேள்வி கேட்டு விஷயத்தைக் கிரகிக்காமல் போனால், இவளைப் பற்றி என்ன எழுத முடியும் என்று எண்ணினான். தன் கேள்விகள் அவளைப் புண்படுத்தும் என்கிற உணர்வில் தன்னையே சமாதானப்படுத்திக் கொண்டான்.

அவள் சில விநாடிகள் அவன் இருப்பதையே மறந்து போனவள் போல் நாட்டியத்தையே கவனித்துக் கொண்டிருந்தாள். பொறுக்கினாற் போல் அங்கே உட்கார்ந்திருந்த பத்துப் பதினைந்து ஆண்களும் இடையிடையே 'வாஹ், வாஹ்' என்ற பாராட்டைத் தவிர, "எந்த விதமான கேலிப் பேச்சையும் பேசாமல், ஏதோ பண்பட்ட கச்சேரியைக் கேட்க வந்தவர்கள் மாதிரி கண்ணியமாக உட்கார்ந்திருந்தது அவனுக்கு வியப்பாக இருந்தது."

“அவர்கள் முதலில் கலைஞர்கள்; பிறகுதான் வேசிகள்!”

ரஜ்மான் சொன்னது உண்மையாகத்தான் இருக்க வேண்டும் என்று அவன் நினைத்துக் கொண்டான். மட்டமான கிளுகிளுப்பை எதிர்பார்க்கும் வாடிக்கைக்காரர்களுக்கு இங்கே இடம் இல்லை என்று அவனுக்குத் தோன்றிற்று. இங்கு வருவதற்கு அனுமதி பெற அவனுடைய ஜாதகத்தையே கொடுக்க வேண்டியிருந்தது. பத்திரிகையிலிருந்து அவன் வருவதும் அவளுக்குத் தெரிந்திருக்கும் என்று அவன் நினைத்துக் கொண்டான்.

“அடுத்த தெருவில் நடக்கும் ‘முஜ்ரா’ எதையாவது நீங்கள் பார்த்திருக்கிறீர்களா?” என்று அவள் திடீரென்று கேட்டாள். தெருவின் பெயரைச் சொல்லக்கூடக் கூச்சப் படுபவள் போல் அடுத்தத் தெரு என்றது அவனுக்கு வேடிக்கையாக இருந்தது.

“நான் பார்த்ததில்லை. கேள்விப்பட்டிருக்கிறேன்.”

“அங்கே எல்லாம் போகாதீர்கள் ஸாஹப், உங்களைப் போன்ற கண்ணியமானவர்களுக்கு ஏற்ற இடம் இல்லை அவை.”

அவனுக்குச் சிரிப்பு வந்தது. கண்ணியத்தைப் பற்றிப் பேசிக் கொண்டே இவள் வியாபாரம் எப்படி நடத்துகிறாள்?

இரண்டு பாட்டுக்கள் முடிந்ததும் பாடிய பெண் எழுந்தாள். அங்கிருந்த ஆண்களைப் பார்த்துச் சலாம் செய்தாள். எல்லாரும் அவர்கள் முன்னால் விரிக்கப்பட்டிருந்த தரையின் வெள்ளை விரிப்பில் ரூபாய் நோட்டுக்களை வைத்தார்கள்.

ஒரு முஜ்ராவைப் பார்ப்பதற்கே நூறு ரூபாய் கொடுக்க வேண்டும் என்று அவனுடைய நண்பர்களும் சமன்லாலும் சொன்ன ஞாபகத்தில் நந்தலாலா தன் சட்டைப் பையிலிருந்து பணத்தை எடுத்தான்.

சட்டென்று குலாபி அவனுடைய கையைப் பற்றினாள், தடுப்பது போல்.

“வேண்டாம் ஸாஹப் நீங்கள் கொடுக்க வேண்டிய அவசியம் இல்லை.”

"ஏன்?"

"உங்களிடமிருந்து நான் வாங்க மாட்டேன்."

"நானும் முஜ்ராவைப் பார்க்க வந்தவன் தானே?"

பளிச் சென்ற தன் வரிசைப் பற்கள் தெரிய அவள் மெல்லச் சிரித்தாள்.

"நீங்கள் முஜ்ராவை மட்டும் பார்க்க வரவில்லை என்று உங்களைப் பார்த்த உடனேயே நான் தெரிந்து கொண்டேன்."

நந்தலாலா தன் வியப்பைக் காட்டாமல் சமாளித்துக் கொண்டு சிரித்தான்.

"என் முகம் என்ன, கண்ணாடி மாதிரி இருக்கிறதா என்ன?"

"சரியாகச் சொன்னீர்கள், ஸாஹப். உள்ளத்தில் மாசு இருந்தால் முகத்தில் தெரியும், உங்கள் முகத்தில் ஒரு பள்ளிச் சிறுவனின் ஆர்வந்தான் தெரிந்தது."

"நான் நினைத்ததைவிட, கேட்டு அறிவதைவிட, நீங்கள் கெட்டிக்காரியாக இருக்கிறீர்கள், குலாபி ஸாயிபா!"

குலாபி அழகாகச் சிரித்தாள். "நன்றி, ஸாஹப். பெரிய பிரமுகர்கள் வந்து போன இடம் இது. பண்டிதர்கள் வந்து இளைப்பாறிய இடம் இது. வெறும் உடல் சுகத்துக்காக யாரும் இங்கு வந்ததில்லை, அவர்களுடைய ருசிக்கு ஏற்ப என்னைத் தயார்ப்படுத்திக் கொண்டவள் நான்."

அவள் ஒரே ஒரு விநாடி அவனைத் தீர்க்கமாகப் பார்த்தாள்.

"எனக்குக் கொஞ்சம் அதிக ஞாபக சக்தி உண்டு, ஸாஹப். மோங்கியா என்கிற பெயர் அபூர்வமானது என்று எனக்குத் தெரியும், நந்தலாலா மோங்கியா என்பது உங்கள் பெயர் அல்லவா?"

அவன் திடுக்கிட்டு அவளைப் பார்த்தான்.

"உங்களுக்கு மோங்கியா என்கிற யாரையாவது தெரியுமா?" என்று கேட்கக் கூச்சமாக இருந்தது. இவள் வேண்டுமென்றே

தன்னை எடை போடுவதற்காக இப்படியெல்லாம் பேசுகிறாளா என்று தோன்றிற்று. இவள் நம்மைத் தவறாக எடை போடுவதற்கு முன் நாம் உண்மையைச் சொல்வதில் தவறு ஏதும் இல்லை என்று அவன் நினைத்துக் கொண்டான்.

அந்தப் பெண் மீண்டும் ஏதோ ஒரு கஜலை உருக்கத்துடன் பாடிக் கொண்டிருந்தாள். இருந்த பதினைந்து பேர்களில் இப்பொழுது ஐந்து பேர்கள் குறைந்திருந்தார்கள்.

"ஆமாம், நீங்கள் நினைத்தது சரிதான்!" என்றான்.

சற்று அவள் முகத்தைக் கூர்ந்து பார்த்துவிட்டு, "நான் வெறும் முஜ்ராவைப் பார்க்க மட்டும் வரவில்லை, ஆனால் நான் எதற்காக வந்திருக்கிறேன் என்று சொன்னால், நீங்கள் என்னைத் தொடர்ந்து இங்கே உட்கார அனுமதிப்பீர்களோ என்று எனக்குச் சந்தேகமாக இருக்கிறது."

சட்டென்று அவள் நிமிர்ந்து உட்கார்ந்தாள். உடம்பில் மிக லேசான விரைப்புத் தெரிந்தது.

"எனக்கு நீங்கள் என்ன சொல்கிறீர்கள் என்று விளங்கவில்லை. பல வருஷங்களாக நான் இங்கே அமைதியுடன் வாழ்ந்து வருகிறேன்."

அவன் கூர்ந்து அவளைப் பார்த்து இடைவெட்டினான், மெல்லிய குரலில்:

"இந்த 'அமைதி' உண்மையானதா அல்லது உங்கள் கற்பனையா என்று தெரிந்துகொள்ள ஆசைப்படுகிறேன்."

அவள் பளீரென்று அவனைத் திரும்பிப் பார்த்தாள்.

"என் தொழிலிலும் நான் ஒரு தர்மத்தைக் கடைப் பிடிக்கிறேன். அதனால் அமைதியாகத்தான் இருக்கிறேன்."

அவள் தலையைக் குனிந்தபடி தொடர்ந்தாள்: "என் அமைதியைப் பற்றி யாரும் இதுவரை விசாரித்ததில்லை. உங்களுக்கு என்ன கவலை!?"

அவன் தயக்கத்துடன் சொன்னான்.

"நான் ஒரு பத்திரிகைக்காரன், உங்களைப் பற்றி நேரிடையாகத் தெரிந்து கொண்டு போகலாம் என்று வந்தேன்."

அவள், அவனை நம்ப முடியாதவள் போல் பார்த்து விட்டு, அவனுக்கு மட்டும் கேட்கிறாற் போல் மெல்லச் சிரித்தாள்.

"என்ன கேள்விப்பட்டீர்கள், என்னைப் பற்றி ஒரு பாவப்பட்ட ஜன்மத்தைப் பற்றி உங்களுக்கு இன்னும் வேறு என்ன தெரிந்துகொள்ள வேண்டியிருக்கிறது?"

"என்னை நீங்கள் தவறாக நினைக்கக் கூடாது. உங்களைப் பற்றி நான் மிக உயர்வாகக் கேள்விப்பட்டிருக்கிறேன். உங்களுடைய நாகரிகத்தைப் பற்றியும், குணத்தைப் பற்றியும் மரியாதையுடன் மற்றவர் பேசிக் கேட்டிருக்கிறேன்."

அவள் மறுபடியும் சிரித்தாள்.

"ஒரு வேசிக்கு இப்படிப்பட்ட குணங்களா என்று ஆச்சரியப்பட்டுக் கொண்டு, பார்க்க வந்துவிட்டீர்கள், அல்லவா?"

"நீங்கள் தவறாக...!"

"ஓ, ஸாஹப்!" என்று அவள் அலட்சியத்துடன் கையமர்த்தினாள்.

"எனக்கு உங்களையெல்லாம் தெரியும், உயர்வாகக் கேள்விப்பட்டதாகச் சொல்கிறீர்கள். அதனால் என்னைக் கோபுரத்தில் உட்கார வைத்துவிடுவீர்களா? என்னைப் பற்றி மேலெழுந்த வாரியாக எழுதி நான் இருக்கும் புழுதியைத்தானே எல்லாருக்கும் ஞாபகப்படுத்துவீர்கள்?"

அவன் அவசரமாகக் குறுக்கிட்டான் "இல்லை, இல்லை. நீங்கள் தவறாக..."

"உங்களுக்கெல்லாம் நாங்கள் வெறும் காட்சிப் பொருள்கள். மானம்கெட்டஜன்மங்கள் ஏதோ மரியாதையான வாழ்க்கை கிடைத்தும் அதை வேண்டுமென்றே விட்டு வந்தாற்போல!"

குலாபியின் முகம் பெயருக்கேற்பச் சிவந்து போயிருந்தது. உணர்ச்சிவசப்பட்டு மெல்லிய உதடுகள் லேசாகத் துடித்தன.

இந்த நிலையிலும் அவள் குரலை உயர்த்தாமல் பேசியது அவனுக்கு வியப்பைத் தந்தது. அவனை ஏறிட்டுப் பார்த்த கண்களில் நீர் நிறைந்திருந்தது.

நம்முடைய வார்த்தைகள் ஏதும் இவளை இப்பொழுது சமாதானப்படுத்தாது என்கிற சங்கடத்துடன் அவன் தலையைக் குனிந்து கொண்டான்.

“நந்தலால் ஸாஹப்! நீங்களே சொல்லுங்கள். உங்கள் அம்மாவைப் போல், தங்கைனயப் போல், நல்ல வாழ்க்கை அமைந்திருந்தால், நாங்கள் இப்படிக் கண்டவர்கள் முன்னிலையில் பாடவும் ஆடவும் வேண்டியிருக்குமா?”

“உங்கள் நிலை எனக்குப் புரியாமல் இல்லை, குலாபி ஸாஹிபா. நான் வேடிக்கை பார்க்கும் எண்ணத்துடன் வரவில்லை. என்னை நீங்கள் நம்ப வேண்டும்.”

“நீங்கள் எந்த விதப்பான எண்ணத்துடன் இங்கு வந்திருந்தாலும் என் நிலையை அது மாற்றப் போவதில்லை, என்னைப் பற்றி நீங்கள் எழுதுவதால், ஜனங்கள் என்னைப் புரிந்து கொண்டு விடப் போவதில்லை. என் போட்டோவையும் போட்டு என்னை ஒரு காட்சிப் பொருளாக்கி என் வாழ்க்கையை நீங்கள் மேலும் கொச்சைப்படுத்துவதை நான் விரும்பமாட்டேன். தயவுசெய்து நீங்கள் கிளம்பிப் போய்விடுங்கள், ஸாஹப்.”

“நான் சத்தியமாகக் கொச்சைப்படுத்த மாட்டேன்.”

மெல்ல அவளுடைய முகம் பழைய சாந்தத்தை அடைந்தது. மென்மையான புன்னகைகூட மலர்ந்தது.

“என்னுடைய வாழ்க்கையை நீங்கள் பகிரங்கப்படுத்துவதே என்னை கொச்சைப்படுத்துவது போல்தான், கறைபட்டுப் போன இந்த ஜீவனைப் பற்றி எழுதி உங்களுக்கு என்ன ஆகப் போகிறது? வேண்டாம் ஸாஹப். உங்களுக்கு எழுதுவதற்கு

நல்ல விஷயங்கள் நிறைய இருக்கின்றன, அவற்றைப் பற்றி எழுதினால் யாரும் முகம் சுளிக்க மாட்டார்கள். தயவுசெய்து நல்ல குடும்பத்துப் பெண்களைப் பற்றி எழுதுங்கள். எங்களுடைய அவல வாழ்க்கை, ஸாஹப் அவலங்களைப் பற்றித் தெரிந்து கொள்ள யாருக்கும் விருப்பமும் இல்லை, நேரமும் இல்லை."

நைந்து போன ரத்தினக் கம்பளத்தை அவள் சற்று நேரம் வெற்றுப் பார்வை பார்த்தாள். பிறகு அவனை நிமிர்ந்து பார்த்து மிக மிருதுவாகச் சொன்னாள்:

"தெரிய வேண்டிய அவசியமும் இல்லை."

பாட்டு முடிந்துவிட்டது. சாரங்கியரின் நாதமும் தபேலா வாத்தியமும் மெள்ளத் தேய்ந்து அடங்கிப்போயின.

அமர்ந்திருந்தவர்கள் எல்லாரும், கச்சேரி கேட்க வந்தவர்கள், முடிந்ததும் கிளம்பிப் போகிற மாதிரி எழுந்து சென்று விட்டார்கள்.

'நீயும் கிளம்ப வேண்டியதுதான்' என்கிற குலாபியின் பார்வையைப் புரிந்து கொண்டவனாய் நந்தலாலா ஏமாற்றத்துடன் எழுந்தான்.

"என்னை மன்னித்துக் கொள்ளுங்கள்!" என்றாள் குலாபி, நளினமாக எழுந்து கொண்டு.

"என்னுடைய உலகம் ரொம்ப வித்தியாசமானது. உங்களால் எல்லாம் புரிந்துகொள்ளவே முடியாது. இந்த உலகத்துக்குள் பதுங்கியிருப்பதுதான் எனக்குப் பாதுகாப்பு. நீங்கள் வெளிச்சம் போட்டு என்னை வெளியில் காட்டி விட்டீர்களானால் அது எனக்கு ஆபத்தாகத்தான் முடியும். அப்படிச் செய்வது நான் இப்போது அநுபவிக்கும் நிம்மதியைக் கெடுத்ததாகும்."

"உங்கள் பெயரையும் போடமாட்டேன் புகைப்படமும் வெளியிடமாட்டேன். அச்சுக்குப் போவதற்குமுன் நான் எழுதியதை உங்களுக்கு நிச்சயம் படித்துக் காண்பிக்கிறேன், உங்கள் சம்மதம் பெற்று வெளியிடுகிறேன்."

குலாபி தோற்றுப் போனவள் போல் மென்மையாகப் புன்னகை செய்தாள்.

“மிகவும் பிடிவாதம் உங்களுக்கு ஸாஹப். மோங்கியா ரத்தத்தின் பிடிவாதம் அடுத்த வெள்ளியன்று வாருங்கள், பேசலாம். எனக்குக் கொஞ்சம் அவசரமாகக் கவனிக்க வேண்டிய வேலை இருக்கிறது. இன்றைக்கு என் மனநிலையும் சரியில்லை. நல்ல பரம்பரையைச் சேர்ந்த பிரமுகர்கள் வற்புறுத்த மாட்டார்கள், ஸாஹப்!”

இந்த அளவுக்கு அவள் இறங்கி வந்ததே பெரிய சலுகை என்கிற திருப்தியுடன் அவன் மெல்லச் சிரித்தபடி சொன்னான்:

“என் பரம்பரையைப் பற்றி எனக்கு ரொம்ப உயர்வான அபிப்பிராயம் இல்லை ஸாஹிபா, ஆனால் நான் வற்புறுத்த மாட்டேன்.” என்றான்.

“அடுத்த வெள்ளிக்கிழமை வருகிறேன், உங்களுடன் பேச.”

அவளுடைய கவனம் வேறு எங்கோ போயிருப்பது அவளுடைய தூரப் பார்வையில் தெரிந்தது. திடீரென்று ஒரு பெண் உள்ளே அழுவது கேட்டது. குலாபியின் முகத்தில் சின்னக் கலவரம் தெரிந்தது. அவனிடம் எதுவும் பேசாமலே விசுக்கென்று உள் நோக்கி விரைந்து நடந்தாள்.

“வேண்டாம், வேண்டாம். என்னை விட்டு விடுங்கள். நான் போக மாட்டேன்.” என்ற குரல் கேட்டது.

“மனநிலை இன்று சரியில்லை” என்று குலாபி சொன்னதற்கும் இதற்கும் ஏதோ சம்பந்தம் இருக்க வேண்டும். ஆர்வத்துடன் தன்னைக் கட்டுப்படுத்திக் கொள்ள இயலாமல் அவர்களது அறைக்கு வெளியே நின்றான். அறை வாயிலை மெல்லிய மஸ்லின் படுதா மறைத்தது.

“உள்ளே நிழலுருவமாய் ஒரு பெண் கீழே அமர்ந்து முழங்காலில் முகத்தைப் புதைத்துக்கொண்டு அழுவது தெரிந்தது. பக்கத்தில் திடமான ஒரு கிழவன் நின்றிருந்தான்.”

கிடுகிடுவென்று உள்ளே நுழைந்த குலாபி அவனிடம் இரைந்தாள்:

“கோவிந்த் மாமா, என்ன செய்கிறீர்கள் நீங்கள் ஏன் இவள் அழுகிறாள்?”

கோவிந்த் மாமா கோபத்துடன் குலாபியின் பக்கம் திரும்பினான்.

“எல்லாம் நீ கொடுக்கும் இடம், குலாபி. பெரிய கௌரவம் பார்க்கிறாள், இவள் இருக்கிற பவிசுக்கு! ஒரு வேளைச் சாப்பாட்டுக்கு வழியில்லை. சொன்ன வேலையைச் செய்ய வேண்டியதுதானே?”

குலாபி அந்தப் பெண்ணையும் கோவிந்த் மாமாவையும் திரும்பிப் பார்த்தாள்.

“அவளுக்கு விருப்பம் இல்லாத வேலையை அவள் செய்ய வேண்டியதில்லை, மாமா. போக வேண்டாம் என்று நான்தான் சொன்னேன்!!”

திடுக்கிட்டவன் போல் கோவிந்த் அவளை ஏற இறங்கப் பார்த்தான்.

“உனக்கு என்ன நேர்ந்து விட்டது, குலாபி? இந்தப் பெண்களை இங்கு ஏன் வைத்துக் கொண்டிருக்கிறாய்? தர்மச் சத்திரம் நடத்துகிறாயா? முன் போல் முஜ்ராவைப் பார்க்க ஜனங்கள் வருவதில்லை. அரசர்களும், ஜமீன்தார்களும் மறைந்து போன இடம் தெரியவில்லை, கூடத்துல் விரித்திருக்கும் கம்பள விரிப்பைப் பார்த்தாயா? அதன் பொத்தல்கள் காலில் மாட்டி எங்கே விழுந்து விடுவேனோ? என்ற பயத்தில் நான் நடக்கிறேன். முன்பு இதே இடம் எப்படி இருந்தது என்று மறந்துவிட்டதா உனக்கு?”

“எனக்கு எதுவும் மறக்கவில்லை, மாமா! எதுவும் சாசுவதமில்லை என்பது அந்தக் காரணத்தினாலேயே புரிகிறது. விருப்பம் இல்லாத ஒரு காரியத்தைச் செய்வது எத்தனை கஷ்டம் என்றும் புரிகிறது.”

“அதைவிடப் பணக் கஷ்டத்தைச் சகித்துக் கொள்வது பயங்கரம். ஞாபகம் வைத்துக்கொள்.”

“கோவிந்த் மாமா, கையில் இருக்கும் பணத்தை வைத்துக்கொண்டு நான் இருக்கும் வரை இந்தப் பெண்களுக்குச் சாப்பாடு போடுகிறேன்; கவலைப்படாதீர்கள். இந்தப் பெண் அறியாதவள். பாவம், அவளை வற்புறுத்தாதீர்கள்.”

கோவிந்த் குலாபியை நிஷ்டூரத்துடன் பார்த்தான்.

“நாற்பது வருஷங்களாக நீ இங்கேயிருந்தும் உனக்கு உன் பூர்வோத்தரம் மறக்கவில்லை. இந்தப் பெண் மதராசிப் பெண். உன் தாய் பாஷை பேசுபவள். அந்தக் காரணத்தாலேயே அவளுக்குச் சலுகை காண்பிக்கிறாய், இல்லையா சுபத்திரா?”

முழங்கால்களில் முகத்தைப் புதைத்து உட்கார்ந்திருந்த பெண் சட்டென்று வியப்புடன் நிமிர்ந்தாள்.

குலாபியின் முகத்தில் ஓர் அசாதாரண மென்மை வந்தமர்ந்தது.

“எனக்கு எதுவுமே நினைவு இல்லை, கோவிந்த் மாமா அந்தப் பெயர்கூட ஞாபகம் இல்லை. பூர்வ ஜன்மம் போல் தோன்றுகிறது, அந்த நினைவுகள் எனக்கு இன்னும் இருந்தால் நான் இந்த அளவுக்கு உற்சாகத்துடன் வளைய வர மாட்டேன். எனக்கு மொத்தத்தில் இந்த வாழ்க்கை அலுத்துவிட்டது. பணம் இரண்டாம் பட்சமாகப் போய் விட்டபோது, எத்தனையோ கேள்விகள் மனதில் தோன்ற ஆரம்பித்திருக்கின்றன.”

“எனக்குப் புரிகிறது, குலாபி! உனக்குக் கௌரவமாக வாழ வேண்டுமென்று ஆசை வந்துவிட்டது. பிள்ளைகள் படித்து நல்ல உத்தியோகத்தில் இருக்கிறார்கள் என்கிற விஷயம் உனக்குள் பல ஆசைகளைத் தோற்றுவித்திருக்க வேண்டும். எத்தனை பெரிய பைத்தியக்காரி நீ உன் பிள்ளைகள் உன்னைத் தங்கள் உலகத்துக்குக் கூப்பிட்டு உன்னைக் கௌரவிப்பார்கள் என்று நினைக்கிறாயா? நீயே இவ்வளவு சுயகௌரவம் பார்க்கும்போது உன் பிள்ளைகள் பார்க்க மாட்டார்களா?”

கோவிந்த் மாமா சொல்லச் சொல்லக் குலாபி திடீரென்று முகத்தைப் பொத்திக் கொண்டு விசும்ப ஆரம்பித்தாள்.

"போதும் போதும், பேசாதீர்கள் அதற்குத்தான் சொல்கிறேன், என் நிலைமை இந்தப் பெண்ணுக்கும் வர வேண்டாம் என்று. அறியாத பெண், பாவம்."

அதற்குமேல் அங்கே நிற்க முடியாதவனாய் நந்தலாலா மௌனமாகத் தன் ஜோடுகளை அணிந்து கொண்டு வெளியில் வந்தான். டிசம்பர் மாதத்தின் டில்லிக் குளிர் எலும்பைத் துளைக்கையில் அவன் எழுத வேண்டிய 'கவர் ஸ்டோரி'க்கான ஆரம்பம் கற்பனையில் விரிந்து கதகதப்பை ஏற்படுத்தியது.

——

அத்தியாயம்

3

அமுக்கி வைத்திருந்த துயரமெல்லாம் வடிகாலைத் தேடிப் பாய்ந்தாற் போல் அழுகையாய் வெடித்தது. பெருகிய கண்ணீரில் பல ஜன்மங்களின் நினைவுகளும், ஏக்கங்களும், தாபங்களும் நுரையாய் நுரைத்துப் பொங்கி எழுந்தன. அதில் அவள் அமுங்கிப் போய்விட்ட கையாலாகாத்தனத்துடன் வெகுநேரம் அமர்ந்திருந்தாள்.

சுபத்ரா!

வீணையின் ஸப்த ஸ்வரங்களையும் ஒரே சமயத்தில் மீட்டினாற் போல் நாடி நரம்புகள் எல்லாம் சிலிர்த்துக் கொண்டு எழுந்தன, கற்பனைப் பிரதேசமாய்ப் போய் விட்ட ஞாபகங்களுக்குப் பாலம் கட்டப் பார்த்தன.

எந்த ஜன்மத்துப் பெயர் அது? இன்றைய நிலையில் பிரக்ஞை ஏற்படுத்திய சுய பச்சாதாபத்தில், சென்ற பிறவியின் ஞாபகப்படுத்தலில், பொங்கியிருந்த கண்ணீர் பிரவாகம் மெல்ல மெல்ல அடங்கி அதன் விளிம்பில் அவள் மூன்றாம் மனுஷி போல் நின்றாள். குலாபியையும் சுபத்ராவையும் ஒரு சுவாரஸ்யத்துடன் கணிக்கப் பார்க்கும் மூன்றாம் மனுஷி.

வாஸ்தவத்தில் இந்த நாற்பது வருஷங்களாகச் சுபத்ரா எங்கேயும் போய்விட்வில்லை. குலாபிக்குள் ஓர் அங்கமாய் இயங்கிக் கொண்டிருப்பவள்தான் என்று இப்பொழுது கோவிந்த்

மாமா மண்டையில் அடித்தாற்போல் ஞாபகப்படுத்தியதில் சட்டென்று புரிந்தது.

கோவிந்த் மாமாவுக்கு இன்னமும் அந்தப் பெயர் ஞாபகம் இருப்பது ஆச்சரியமான விஷயம்.

சுபத்ரா எழுந்தாள். அறையின் நான்கு பக்கமும் இருந்த கண்ணாடியில் கண்ணீர்க் கோடிட்ட முகம் பயங்கரமாகத் தெரிந்தது. கோட்டின் கீழ் உருண்டுவிட்ட ஐம்பது வருஷங்கள் எட்டிப் பார்த்தன. காதிலும் கழுத்திலும் கயிலும் பளபளத்த நகைகள் அவற்றுடன் ஒட்டாமல் போலியாய்ச் சிரித்தன.

அவள் முகத்தை அவசரமாகத் துடைத்துக் கொண்டு, நகைகளைக் கழற்றி அலமாரியில் வைத்துப் பூட்டினாள்.

"அந்தப் பெண் மதராஸிப் பெண்; உன் தாய் பாஷை பேசுபவள்; அந்தக் காரணத்தாலேயே அவளுக்குச் சலுகை காண்பிக்கிறாய்!"

கோவிந்த் மாமாவின் குற்றச்சாட்டை நினைத்துச் சிரிப்பு வந்தது.

தாய்ப் பாஷையை மறந்து எத்தனை காலமாயிற்று! அந்தப் பெண் தன் இனத்தைச் சேர்ந்தவள் என்கிற எண்ணந்தான் சலுகைக்குக் காரணம் என்று ஏன் மாமாவுக்குப் புரியவில்லை?

பெண்ணே பெண்ணுக்கு விரோதியாகிப் போன கொடூரத்தினால்தான் இன்று நான் ஒரு விநாடி நேர ஞாபகப்படுத்தலில் கரைந்து போய் நிற்கிறேன். குலாபிக்கும் சுபத்ராவுக்கும் இடையே மூன்றாம் மனுஷியாய் நின்று பரிதவிக்கிறேன்.

அறையின் மூலையில் முழங்கால்களைக் கட்டிக் கொண்டு அமர்ந்த நிலையில் அவளது அசைவுகளை உன்னிப்பாய் அந்தப் பெண் கவனித்துக் கொண்டிருந்தாள்.

மாநிறமான முகத்தில் விசாலமான கண்களும், தர்க்கமான மூக்கும், நல்ல பாதையிலிருந்து 'வழி தவறி வந்தவள்' என்ற

செய்தியைத் தந்தன. அலை பாய்ந்த பார்வையில் ஒரு பரிதவிப்புத் தெரிந்தது. அவள் பார்ப்பதை உணர்ந்து அந்தப் பெண் சட்டென்று கேட்டாள்.

"நீங்க தமிழ் பேசறவங்களா?"

அந்தப் பாஷையில் கோவையாகப் பதில் சொல்ல வருமா என்கிற தயக்கத்துடன் சுபத்ரா சிரித்தாள்.

"அதுதான் என் தாய்ப் பாஷை. ஆனால், அதைப் பேசிக் கிட்டதட்ட நாற்பது வருஷங்கள் ஆகிவிட்டன. சரியாக ஞாபகமில்லை" என்றாள் ஹிந்தியில்.

"பேசினாப் புரிஞ்சுக்குவீங்க் இல்லே"

"ம்ம்!"

அந்தப் பெண் சரேலென்று எழுந்து அவளருகில் வந்து அவளுடைய கைகளைப் பிடித்துக்கொண்டாள். மளமளவென்று சாகரக் கண்களிலிருந்து நீர் வழியக் கொஞ்சும் குரலில் சொன்னாள்:

"தெரியாத்தனமாக இங்கே வந்து மாட்டிக்கிட்டேன், தயவுசெஞ்சு என்னை ஊருக்கு அனுப்பிச்சுடுங்க, நீங்க நல்லவங்களாத் தெரியறீங்க. ரெயிலேத்தி மதுரைக்கு அனுப்பிச்சுடுங்க!"

நினைவுப் பெட்டகம் படீரென்று ஆக்ரோஷத்துடன் திறந்தது.

"மதுரையா?"

"ஆமாங்க, அதுதான் எங்க ஊரு. ஒரு படுபாவிப் பயலை நம்பி மோசம் போயிட்டேங்க."

கண்ணீர் இப்பொழுது பிரவாகமாய்ப் பெருகிற்று. அதை அடக்க முயன்றவள் போல் அவள் இருகைகளாலும் முகத்தைப் பொத்திக்கொண்டு விசும்ப ஆரம்பித்தாள். அந்த இளம் தோளும் மார்பும் விம்மிக் குலுங்குவதைக் காணச் சகிக்காமல் சுபத்ரா சற்று விலகி ஜன்னல் கட்டையில் அமர்ந்து கொண்டாள்.

"அப்பாவையும் அம்மாவையும் விரோதிச்சிக்கிட்டு, அந்தப் பாவியுடைய பசப்புப் பேச்சை நம்பி, வீட்டை விட்டுக் கிளம்பித்

திருநீர்மலையிலே கல்யாணம் கட்டிக்கப் போறோம்னு நகையோடு புறப்பட்டு..."

அவள் கண்ணீர் மல்கிய கண்களுடன் நிமிர்ந்தாள்.

"எல்லாத்தையும் அவன் பறிச்சுக்கிட்டு உங்க ஆளுக்கு வித்துடுவான்னு நான் சத்தியமா நினைக்கல்லீங்க."

சுபத்ராவுக்குத் திடீரென்று கோபம் வந்தது.

"பார்த்தால் நல்ல குடும்பத்தைப் சேர்ந்த பொண்ணாத் தெரியரே இப்படி ஆகும்னு எதிர்பார்க்கவில்லையானாலும் எந்தத் திமிரில் நீ அதிகம் தெரியாத ஒரு போக்கிரியுடன் கிளம்பத் தீர்மானித்தாய்? உன் அப்பா போட்ட நகையைப் போட்டுண்டு கம்பி நீட்ட உனக்கு என்ன உரிமையிருந்தது? திருடன் மாதிரியல்லவா போயிருக்கிறாய்?"

அந்தப் பெண் இன்னும் பலமாக அழுதாள்.

"அமாங்க. நான் செஞ்சது தப்புத்தாங்க. புத்தி பேதலிச்சுப் போயிட்டேங்க."

"உன் அப்பா என்ன செய்கிறார்?"

"பள்ளிக்கூடத்திலே வாத்தியாருங்க. அம்மாவும் டீச்சர் வேலை பார்க்கறாங்க."

"அவர்களுக்குத் தெரியாமே. நீ இந்த வேலை செஞ்சிருக்கே என்ன வயசு உனக்கு?"

"பதினேழுங்க! ஸேவன்டீன்!"

சுபத்ரா மிதமிஞ்சிய பரிதாபத்துடன், லேசான கோபம் தலை தூக்கச் சொன்னாள்.

"உன் மாதிரி நெறைய அசட்டுப் பெண்கள் அடுத்த தெருவில் இருக்கிறார்கள். திரும்பிப் போகும் மார்க்கமே இல்லாம, நாய் ஜன்மத்தைவிடக் கேவலமா ஒரு வாழ்க்கை வாழ்ந்துகொண்டு. உன்னைப் போல் திமிர் பிடித்து வீட்டை விட்டு ஓடி வருகிற

பெண்களிடம் எனக்கு ஏதும் இரக்கம் ஏற்படுவதில்லை. என்ன பெயர் சொன்னாய்?"

"சண்பகம்! சம்பான்னு கூப்பிடுவாங்க. தயவுசெஞ்சு நீங்க இரக்கம் காண்பிக்கணும். நான் கௌரவமான குடும்பத்தைச் சேர்ந்தவ"

"கௌரவமான குடும்பத்துப் பெண் செய்ர வேலையா நீ செஞ்சது?"

"ஐயோ, அதைத்தான் சொல்றேனுங்க, நான் செஞ்சது தப்புன்னு."

சம்பா மேலும் விசித்தது அவளுள் எரிச்சலை அதிகப்படுத்திற்று.

"சாதாரணத் தப்பில்லை அது. மகளே! கௌரவமான, பாதுகாப்பான வாழ்க்கையுடைய மதிப்பு இந்த மாதிரி ஒரு இக்கட்டிலே மாட்டிக் கொள்ளும்போது தான் தெரியும். இந்த முனைக்கு வந்துவிட்டால் வேறு திருப்புமுனையே கிடையாது. விமோசனமும் கிடையாது. உன்னை மறுபடி அந்தச் சமூகம் ஏற்கும் என்று நினைக்கிறாயா?"

சண்பகம் சரேலென்று அவளுடைய கைகளைப் பற்றிக் கொண்டாள்.

"அதனால்தான் என்னை உடனே அனுப்பச் சொல்றேன். இன்னிக்குக் காலையிலேதானே நான் இங்கே கொண்டு வரப்பட்டேன்."

"வீட்டை விட்டு வந்து எத்தனை நாட்கள் ஆயின?"

"பதினைஞ்சு நாளாச்சு."

"உன்னுடைய காதல் விவகாரம் உன் பெற்றோர்களுக்குத் தெரியுமா?"

சம்பா தலையைக் குனிந்து கொண்டாள். "நான் இந்த ஆளை அடிக்கடி சந்திக்கரேன்னு அவங்களுக்குச் சந்தேகம்

வந்ததும் ரொம்பக் கண்டிச்சாங்க. வேற இடத்திலே கல்யாணம் செஞ்சு வைக்க முயற்சி பண்ணிக்கிட்டிருந்தாங்க. அவங்க முடிவெடுக்கறதுக்குள்ள நான் கிளம்பிட்டேன்."

சுபத்ரா யோசனையுடன் அவளைப் பார்த்தாள்.

"அவர்கள் இப்பொழுது உன்னை வீட்டில் சேர்த்துக் கொள்வார்களா?"

சண்பகம் திடுக்கிட்டு நிமிர்ந்து பார்த்தாள், பார்வையில் லேசான குழப்பம் தெரிந்தது.

"சேர்த்துக்குவாங்கன்னுதான் நெனைக்கறேன்."

'எத்தனை அசட்டுப் பெண் நீ' என்கிற பார்வையுடன் சுபத்ரா மென்மையாகச் சிரித்தாள்.

"டில்லியில் யாராவது உனக்கு உறவுக்காரர்கள் இருக்கிறார்களா?"

"இல்லைங்க. இருந்தாலும் நான் எந்த மொகத்தை வெச்சிக்கிட்டு அவங்க வீட்டுக்குப் போவேன் என்னை மதுரைக்கு ரெயிலேத்தி அனுப்பிச்சுடுங்க."

சுபத்ரா வெகு தீவிரத்துடன் ஜன்னலுக்கு வெளியே தெரிந்த கரிய வானத்தை வெரித்துப் பார்த்தாள்.

பிறகு சண்பகத்தைப் பார்த்து மெல்லிய குரலில் சொன்னாள்.

"உன்னை அவ்வளவு தொலைவு தனியாக அனுப்ப மாட்டேன். நீ ஓர் அசட்டுப் பெண்ணாய் இருக்கிறாய். உன் அப்பாவுக்கு ஒரு கடிதம் எழுது. அவர் வந்து அழைத்துப் போகட்டும். எந்த இடத்துக்கு வந்து உன்னைக் கூட்டிப் போகவேண்டும் என்கிற விலாசம் தருகிறேன். இங்கு அவர் வர வேண்டியதில்லை."

சண்பகம் கலவரத்துடன் அவளைப் பார்த்தாள்.

"அதுக்கு ரொம்ப நாளாயிடுங்க. அதுவரைக்கும் நான் இங்கு என்ன செய்வேன்?"

“உனக்கு எந்தத் தொந்தரவும் வராமல் நான் பார்த்துக் கொள்கிறேன். நாளைக் காலைத் தபாலுக்கு ஒரு கடிதம் எழுதிப் போடு உன் தந்தைக்கு. அவர் என்ன எழுதுகிறார் என்று பார்ப்போம்.”

சண்பகம் தலையைக் குனிந்தபடி சற்று நேரம் மௌனமாக இருந்தாள்.

லேசாக மிரள விழித்தபடி, “எனக்கு இந்த இடத்திலே இருக்கவே பயமாயிருக்குங்க!” என்றாள்.

சுபத்ராவுக்குப் பொறுமை சுத்தமாகப் போயிற்று.

“அந்தப் போக்கிரியுடன் கிளம்பும்போது பயம் இருக்கவில்லையா? நல்ல வீட்டை விட்டு, நல்ல வாழ்க்கையை உதறிவிட்டு, நீங்கள் எல்லாம் ஓடி வந்திருக்கிறீர்கள் பாருங்கள். உங்களுக்கெல்லாம் கருணை காட்டுவதே தவறு! கோவிந்த் மாமா சொன்னமாதிரி, நீ தமிழ்ப் பெண் என்றவுடன் சலுகை காட்டலாம் என்று நினைத்தேன். ஜி.பி. ரோட்டுக்கு அனுப்ப எனக்கு அதிக நேரம் ஆகாது. ஆயுசு முழுவதும் ஜன்னல் அருகில் நின்று வாடிக்கைக்காக வலை விரித்துக் கொண்டிருப்பாய். “நரகம்” என்பது என்ன என்று உயிருள்ள போதே உணர்வாய்!”

சண்பகம் இப்பொழுது பதில் சொல்லாமல் முகத்தை மூடிக்கொண்டு அழ ஆரம்பித்தாள்.

சில விநாடிகள் அந்தப் பரிதாப உருவத்தைப் பார்த்து விட்டு, சுபத்ரா மறுபடி ஜன்னலுக்கு வெளியே கரிய வானில் பார்வையைப் பதித்தாள்.

இந்த அசட்டுப் பெண்ணின் மீது ஏன் நமக்குக் கோபமும் எரிச்சலும் ஏற்படுகின்றன என்று திகைப்பேற்பட்டது.

நட்சத்திரக் கண் சிமிட்டல் கூட இல்லாத அந்த மௌனக் கருமை அவளுள் மீண்டும் ஒரு சலனத்தை ஏற்படுத்தியது. சற்றுமுன் இவளுடன் பேசுகையில் காரணம் புரியாமல் படபடக்க ஆரம்பித்திருந்த மார்பு இன்னமும் படபடத்துக் கொண்டிருந்தது.

நடுங்கும் குளிரிலும் சூடேறியிருந்த கன்னங்களை அவள் தனது சில்லிட்ட விரல்களால் சிமிழைப் போல் மூடிக்கொண்டாள். அடி மனத்திலிருந்து கிளம்பியிருந்த ஆத்திரம் கண்களைக் கூர்மையாக்கியிருந்தது.

"என்ன நேர்ந்துவிட்டது நமக்கு மதுரை என்கிற மந்திரச் சொல் ஏற்படுத்தியதன் விளைவா?"

"குலாபி குலாபி" அவள் சட்டென்று சுயநினைவுக்கு வந்தாள்.

கோவிந்த் மாமாவின் அவசரக் குரலும் அதிலிருந்த எச்சரிக்கையும் பழக்க தோஷத்தில் உணர்வலைகளுக்குச் செய்தியை அனுப்பின.

அவள் விருக்கென்று ஜன்னல் திட்டிலிருந்து கீழே இறங்கினாள்.

சண்பகத்தின் தோளைப் பற்றி மெல்லிய குரலில், "சம்பா, இந்தத் தடுப்புக்குள் சற்று நேரம் ஒளிந்து கொள். நான் பிறகு உன்னை வெளியில் கூப்பிடுகிறேன்" என்றாள்.

அவள் குரலிலிருந்த அவசரத்தைக் கண்டு பயந்து குழம்பி அவள் காண்பித்த அலமாரி போல் திறந்த, உள் பக்கம் ஒரு சிறிய அறையைக்கொண்ட ஒரு தடுப்புக்குள் சம்பா நுழைந்தாள்.

"நீ அறைக் கதவைத் தாழ் போட்டுக் கொள். அலமாரியைச் சோதனை செய்தாலும் நீ இருப்பது தெரியாது."

கோவிந்த் அறை வாசலில் நின்றார். சற்றே பெரிய குரலில், "குலாபி, இரண்டு போலீஸ்காரர்கள் வந்திருக்கிறார்கள். யாரோ பெண்ணொருத்தியைக் கடத்தி இங்கே ஒளித்து வைத்திருக்கிறோமாம்!" என்றார்.

"ஏ ஆண்டவனே அந்த மாதிரிக் காரியமெல்லாம் குலாபி செய்கிற வழக்கம் இல்லை என்று சொல்லுங்கள்."

"சொல்லிப் பிரயோசனமில்லை. வீட்டைச் சோதனை போடுவோம் என்கிறார்கள்."

அறைக்கு வெளியில் வந்தபடியே குலாபி இனிமையான குரலில் சொன்னாள்.

“இந்த வட்டாரத்துப் போலீஸ்காரர்கள் மிக நல்லவர்கள் கோவிந்த் மாமா, நீங்கள் அவர்களிடம் ஏதும் முரட்டுத் தனமாகப் பேசவில்லையே?”

தன்னுடைய பேச்சு அவர்களுக்குக் கேட்டிருக்க வேண்டும் என்கிற நிச்சயத்துடன் கூடத்தில் நின்றிருந்த போலீஸ் காரர்களைப் பார்த்து அவள் மொகலாயப் பாணியில் ஸலாம் செய்தாள்.

“வாருங்கள் ஜனாப், படுக்கப் போகும் நேரத்தில் நீங்கள் வந்திருப்பது ஆச்சரியம் அளிக்கிறது. எந்தத் துர்ப்பாக்கியவதியைத் தேடி வந்தீர்கள், ஜனாப்?”

போலீஸ்காரர்களின் முகத்தின் கடுமை மாறாவிட்டாலும், குலாபியின் உருவமும் அழகிய பேச்சும் அவர்கள் கண்ணில் ஒரு சுவாரசியத்தை ஏற்படுத்தின.

“உங்கள் வீட்டில் ஒரு பெண்ணைக் கடத்தி வந்திருப்பதாகத் தகவல் கிடைத்திருக்கிறது.”

குலாபி வியப்புடன் புருவங்களை உயர்த்தினாள், லேசான கோபம் தொனிக்கச் சொன்னாள்.

“அந்த மாதிரி ஒரு ஈனச் செயலை நான் இதுவரை செய்ததில்லை, ஜனாப் கடத்தி வந்த பெண்களை விலை கொடுத்து வாங்குவதெல்லாம் நாற்பது ஐம்பது வருஷங்களுக்கு முன் இருந்திருக்கலாம். என் பார்வையின் கீழ் நடந்ததில்லை. நான் வெறும் முஜ்ராதான் நடத்துகிறேன். அதில் பங்கு கொள்ளும் கலைஞர்கள் மட்டுமே என்னோடு இருக்கிறார்கள். என்னைப் பற்றி யாரிடம் வேண்டுமானாலும் இந்தப் பழைய தில்லியில் கேட்டுப் பாருங்கள், ஜனாப்.”

போலீஸ்காரர்களின் முகக்கடுமை கொஞ்சம் குறைந்திருந்தது.

“கேள்விப்பட்டிருக்கிறோம், ஸாஹிபா! ஆனால் எங்கள் கடமையை நாங்கள் செய்ய வேண்டும். வீட்டை ஒருமுறை சோதனை போட்டு விடுகிறோம்.”

“இது எனக்குப் பெருத்த அவமானந்தான். உங்கள் கடமை அது என்று சொல்வீர்களானால், என்னால் அதைத் தடுக்க முடியாது. கோவிந்த் மாமா, இவர்களை அனுமதியுங்கள்.”

போலீஸ்காரர்கள் மேலும் கீழுமாக வீட்டைச் சோதனை செய்தார்கள், சண்பகம் மறைந்திருந்த தடுப்பைத் திறந்தார்கள். அலமாரி மட்டுமே தெரிந்தது.

கிட்டத்தட்ட அரைமணி நேரத்துக்குப் பிறகு போலீஸ்காரர்கள் மன்னிப்புக் கேட்டபடி சென்றதும் கோவிந்த் வாயிற் கதவின் கனமான இரும்புத் தாழ்ப்பாளைப் போட்டுவிட்டு வந்தார்.

சுபத்ராவின் முகம் கோபத்தினால் சிவந்திருந்தது.

“நீங்கள் செய்வது எனக்குக் கொஞ்சம் கூடப் பிடிக்கவில்லை, மாமா! எதற்காகப் புதிதாக வம்பை விலைக்கு வாங்கிக் கொண்டு வருகிறீர்கள்? இந்தத் தொழிலையே மூடிவிட்டு எங்காவது தேசாந்தரம் போகலாம் போலிருக்கிறது எனக்கு. நீங்கள் இந்த வீட்டில் தனியாகத் தொழில் நடத்தப் போகிறீர்களா?”

கோவிந்த் அடிபட்டவர்போல் அவளைப் பார்த்தார்.

“குலாபி, இது நியாயமான குற்றச்சாட்டில்லை. தனியாகத் தொழில் நடத்தும் வயசு எனக்கில்லை, உனக்கு உதவ வேண்டும் என்னும் ஆசையில் தான் இந்தப் பெண்ணை அழைத்து வந்தேன். வெறும் முஜ்ராவினால் வயிறு நிரம்பாது. வெளி வாடிக்கைக்காரர்களைத் திருப்திப்படுத்த மூன்று பெண்கள்தான் இருக்கிறார்கள்.”

“அதுபோதும், நல்ல குடும்பத்துப் பெண்களைப் பிடித்து வந்தீர்களானால் அது மகா பாவம்.”

“எவனோ ஒரு போக்கிரியுடன் ஓடி வந்தாளே, அவனுடன் இருப்பதைவிட நம்மிடம் அவள் இருப்பது அவளுக்கும் பாதுகாப்பு என்று அந்தப் பெண்ணிடம் சொல்லு.”

“அந்தப் பெண்ணை இங்கு வைத்திருப்பது தவறு, மாமா. நான் அவளைத் திரும்பி அனுப்பிவிடப் போகிறேன்.”

“எங்கே?”

“அவளுடைய பெற்றோர் வீட்டுக்கு”

“உனக்குப் புத்தி பேதலித்து விட்டது. குலாபி.”

அவள் சற்றுநேரம் பேசாமல் இருந்தாள். பிறகு தனக்குத்தானே பேசிக் கொள்பவள் போல் மெதுவாகச் சொன்னாள்.

“தெரிந்தே செய்கிற பாவம் மன்னிக்க முடியாதது. புதிதாகப் பாவங்களைச் சேகரிக்க எனக்குத் தெம்பில்லை.”

கோவிந்த் பலமாகச் சிரித்தார்.

“நாற்பது வருஷமாகத் தோன்றாத விஷயங்களையெல்லாம் இப்போது நினைத்துப் பார்க்க ஆரம்பித்துவிட்டாய். எத்தனை உற்சாகமாக இந்தத் தொழிலை நடத்தி வந்தாய்! உன் வீட்டைப் பற்றிய நினைப்பும் காரைப் பற்றின ஞாபகமில்லாமல், இங்கேயே பிறந்தவள் போல், நீரை அடைந்த மீனின் சரளத்தோடு.”

சுபத்ராவின் கண்களில் நீர் நிறைந்தது. தொண்டைக்குள் கனமாக ஒரு பாரம், ஒரு ஜனனத்தின் பாரம் வந்தமர்ந்தது. பேச முடியாமல் குரல்வளையை அமுக்கிற்று.

“பாவத்தையும் புண்ணியத்தையும் பற்றிப் பேசுகிறாய்! பாவத்தைப் பற்றி நினைத்திருந்தாயானால் அத்தனை உல்லாசத்தோடு பாடியிருப்பாயா? ஆடியிருப்பாயா? எத்தனை பிரமுகர்களையும் ராஜாக்களையும் மகிழ்வித்திருக்கிறாய்? அதெல்லாம் வேஷமா?”

பதில் சொல்ல முடியாமல், இந்தக் குற்றச்சாட்டுகள் எல்லாம் நியாயமானவை என்கிற அவமானத்தோடு அவள் பேசாமல் இருந்தாள்.

“பாவமானது புண்ணியமாவது யாருடைய பொருளையும் அபகரிக்கவில்லை. யாரையும் ஏமாற்றவில்லை, கௌரவமான வாடிக்கைக்காரர்கள். அவர்களை மகிழ்விப்பதற்குக் கூலியாகக் கொஞ்சம் வசதியான வாழ்க்கை, அதுவும் உன் பாதுகாப்பில். அந்தப் பெண்ணிடம் விளக்கிச் சொல்லு.”

“வேண்டாம் மாமா அந்தப் பெண்ணை விட்டு விடுங்கள். இந்தத் தொழிலுக்கு அவள் ஏற்றவள் இல்லை. தெரியாத்தனமாய் ஓர் அசட்டுத்தனம் செய்தாள் என்பதற்காக இத்தனை பெரிய தண்டனையைக் கொடுப்பது நியாயமில்லை. சாப்பாட்டுக்குக் கஷ்டப்படும் குடும்பம் இல்லை அவளுடையது. அனுப்பிவிடப் போகிறேன்.”

சுரீரென்ற கோபத்துடன் கோவிந்த் அவளைப் பார்த்தார்.

“என்ன வேண்டுமானாலும் செய்துகொள், இந்த வயதில் நான் உனக்காகக் கவலைப்படுகிறேன் பார் என் புத்தியைத்தான் நொந்து கொள்ளணும்.”

கோவிந்தின் கோபத்தைப் பார்க்க அவளுக்குப் பரிதாபமாக இருந்தது. எத்தனையோ ஆண்டுகளாக அவர் இந்த வீட்டில் ஒரு ஏஜெண்டின் வேலையை மிகக் கௌரவமான வேலை போல் செய்து வருகிறார், அவருடைய பேச்சும் நடப்பும் ஏதோ பெரிய சமூக சேவை செய்பவர் போன்ற பிரமையை எழுப்பும். குடித்துவிட்டு அசிங்கமாக நடக்கும் வாடிக்கைக்காரர்களை நைச்சியமாக விரட்டி விடுவார். ரொம்பவும் கேவலமாகக் கொச்சைப்படுத்தப்பட்டுப்போன தற்கால முஜ்ரா நிகழ்ச்சிகளின் நடுவில் அவள் வீட்டில் மட்டும் தரமான கலை நிகழ்ச்சியாக நடப்பதற்கு அவருடைய ஒத்துழைப்பும் காரணம், இந்த வீட்டில் நாகரிகத்துக்கு ஏதும் குறைவு இல்லை என்று நினைக்கையில் சிரிப்பு வந்தது. என்னுடைய ஏக்கம் இவருக்குப் புரியாது. நாற்பது ஆண்டுகளுக்கு முன் பால் மனம் மாறாத சிறுமியாக இருந்த என்னைக் கடத்திக் கொண்டு வந்தது ஏதும் அநியாயமான செயல் இல்லை, ‘தொழில் தர்மம்’ என்ற அர்த்தத்தில் வாதாடும் இந்தக் கிழவருக்குப் புரியாது.

“மன்னித்துக் கொள்ளுங்கள் மாமா! இந்த விஷயத்தில் என்னை வற்புறுத்தாதீர்கள், அந்தப் பெண்ணைச் சேர்ந்தவர்கள் யாரும் வரவில்லையானால் தானே அவளைக் கொண்டு விடப் போகிறேன்.”

“உனக்கு நிச்சயம் பித்துதான், சந்தேகம் இல்லை.”

அவள் சிரித்தாள்.

“அவள் என் ஊரைச் சேர்ந்தவள். நான் பிறந்த மண்ணை மிதிக்க ஆசைப்படுகிறேன். வெளி உலகக் காற்றைச் சுவாசிக்க ஆசைப்படுகிறேன்.”

——

அத்தியாயம்

4

"ஈசனடி போற்றி! எந்தையடி போற்றி
தேசனடி போற்றி! சிவன் சேவடி போற்றி
நேயத்தே நின்ற நிமலன் அடிபோற்றி!
மாயப் பிறப்பறுக்கும் மன்னன் அடிபோற்றி!"

மெல்ல மெல்லப் புலன்கள் விழித்துக் கொண்டன. பனி மழையில் நனைந்தாற் போல் நாடி நரம்பெல்லாம் சிலிர்த்துக் கொண்டு எழுந்தன. பல யுகங்கள் பின்னோக்கி மனசு பாய்ந்தது.

"நேயத்தே நின்ற நிமலன் அடி போற்றி!"

சுபத்ரா திடுக்கிட்டுக் கண்ணை விழித்தாள். மெல்லிய மஸ்லின் திரைச்சீலைகளும் குளிருக்காக அவள் போர்த்தியிருந்த கனமான ரஜாய் மெத்தையும் அவள் இருப்பது பழைய தில்லியில், அவளுடைய வீட்டில்தான் என்று திட்டவட்டமாகத் தெரிவித்தன.

"மாயப் பிறப்பறுக்கும் மன்னனடி போற்றி!"

காரணம் புரியாமல், வார்த்தைகளின் தாத்பர்யம் முழுவதையும் கிரகிக்காமல், அவற்றின் ஒலி வடிவத்திலேயே கரைந்து போனாற்போலக் கண்களில் நீர் நிறைந்தது.

எங்கோ இந்த வார்த்தைகளைக் கேட்டிருக்கிறோம். நிச்சயம் கேட்டிருக்கிறோம். பலமுறை கேட்ட நினைவு இருக்கிறது. இல்லாவிட்டால் இப்படி ஒரு சலனம் மனசில் ஏற்படாது. மயிர்க் கால்கள் கூசிக் கொண்டு நிற்காது.

சொற்களின் அர்த்தம் தெரியவில்லை. மீட்டப்படாமலே வீணையில் படிந்துபோன தாசு விலக மறுப்பது போல் மூளையில் அமர்ந்துவிட்டிருந்த மந்தத்தனம் விலக மறுத்தது.

"இதற்கு மிக உன்னதமான அர்த்தம் இருக்க வேண்டும். இல்லாவிட்டால் அதன் வெறும் ஒலி வடிவத்துக்கு மனத்தை உலுக்கும் சக்தி இருக்காது."

அவள் விசுக்கென்று எழுந்தாள். குளிர் வெடவெடத்தது. வெறும் தரையில் பாதங்களைப் பதிக்க முடியாமல் சிலீர் என்று கூசிற்று, செருப்பை மாட்டிக் கொண்டு, ஒரு சால்வையைப் போர்த்தியபடி அவள் உள் அறைக்குச் சென்றாள்.

பூஜை அலமாரிக்கு எதிரில் சண்பகம் தரையில் அமர்ந்து கண்களை மூடியபடி சன்னமான குரலில் பாடிக் கொண்டிருந்தாள்.

வெகுநாட்களுக்குப் பிறகு இன்று கடவுளின் நினைவு இந்தப் பெண்ணுக்கு ஏற்பட்டிருக்க வேண்டும் என்ற உணர்வு ஏற்படுத்திய பச்சாதாபத்துடன் தன் சால்வையால், சுபத்ரா அவளுடைய தோள்களைப் போர்த்தினாள்.

திடுக்கிட்டாற் போல் கண்களைத் திறந்த சண்பகம் அவளைக் கண்டதும் எழுந்து நின்றாள்.

"பாட்டை நிறுத்தாதே!" என்றாள் சுபத்ரா லேசான புன்னகையுடன்.

"நன்றாகப் பாடுகிறாய். என்ன பாட்டு அது?"

சண்பகம் கூச்சத்துடன் சிரித்தாள்.

"சிவன் மேலே ஏதோ தோத்திரப் பாட்டு, விவரம் எனக்குத் தெரியாது. தினம் எழுந்ததும் அப்பா பாடுவாரு. என்னையும் பாட

சொல்லுவாரு. வீட்டை விட்டு ஓடி வந்தப்பறம் இன்னிக்குத்தான் பாடறேன்."

சுபத்ரா மென்மையாகச் சிரித்தாள்.

"பரவாயில்லை, வருத்தப் படாதே! மனிதர்கள் மாதிரி கணக்கு பார்க்கும் குணம் ஆண்டவனுக்கு இருக்காது என்று நினைக்கிறேன்."

அவள் சொன்னதன் அர்த்தம் விளங்காதது போல் சம்பா பதில் ஏதும் பேசாமல் தலையைக் குனிந்து கொண்டாள்.

"வேறு ஏதாவது பாடத் தெரியுமா? பாடேன்!" அவளுடைய கண்களில் சின்னக் கலவரம் தெரிந்தது.

"எனக்குப் பாடவும் தெரியாது. ஆடவும் வராதுங்க," சுபத்ரா வாய்விட்டுச் சிரித்தாள்.

"எத்தனை பயப்படுகிறாய்? என் மீது உனக்கு இன்னும் நம்பிக்கை வரவில்லையல்லவா? கவலைப்படாதே, ஆடவோ பாடவோ உன்னைச் சொல்ல மாட்டேன். மதுரையிலிருந்து வருகிறேன் என்கிறாய். எப்படி இந்தி புரிந்து கொள்கிறாய்? என்ன படித்திருக்கிறாய்?"

"ப்ளஸ் டூ."

"எனக்கு அதெல்லாம் புரியாது. பத்து கிளாஸா?"

"இல்லை, பன்னிரண்டு."

"அடேயப்பா! ஹிந்தியும் படித்திருக்கிறாயா?"

"ஆமாம். எனக்கு அது இரண்டாம் பாடம். என்னுடைய அம்மாவே ஹிந்தி ஆசிரியைதான். ஹிந்தி புரிஞ்சிக்குவேன். ஆனா பேச வராது."

"என்னுடைய தமிழ் மாதிரி."

சண்பகம் சற்றுநேரம் ஏதோ தீவிர யோசனையுடன் இருந்தாள். பிறகு தயக்கத்துடன் கேட்டாள்.

"நீங்க எப்படி இங்கே வந்து சேர்ந்தீங்க?"

சுபத்ரா மெல்லச் சிரித்தாள்.

“ஆ, பெரிய கதை அது. யாரும் ஞாபகப்படுத்தாத, தானே நினைத்துப் பார்க்காத கதை. அதைக் கேட்டு யாருக்கும் லாபம் இல்லை, வா, நானும் முகம் கழுவிக் கொண்டு வருகிறேன். தேநீர் அருந்தலாம்.”

“நான் போடட்டுமா?”

மெல்லிய வியப்புடன் சுபத்ரா புன்னகை செய்து, “போடேன்.” என்றாள்.

இந்தப் பெண்ணின் பார்வைக்கும் பாஷைக்கும் ஏதோ ஈர்ப்புச் சக்தி இருந்தது. வேர்களின் ஈர்ப்பாக இருக்க வேண்டும் இது. இதற்கு முன் கோவிந்த் மாமா இப்பொழுது சொல்லும் அதே காரணங்களுக்காக அழைத்து வந்து வியாபாரத்தில் புகுத்திய பெண்கள் மீது ஏற்படாத கரிசனமும் கருணையும் இவள் மீது மட்டும் ஏன் ஏற்பட வேண்டும்?

அவள் முகம் கழுவி வந்த போது தேநீர் தயாராக இருந்தது.

ஒரு சின்னப் புன்னகையுடன் சண்பகம் அவளுக்குக் கொடுத்துத் தானும் பருக ஆரம்பித்தாள்.

“மத்த எல்லாரும் எப்ப எழுந்திருப்பாங்க?”

“எட்டு, ஒன்பது மணி ஆயிடும்.”

“அத்தனை லேட்டாவா?” என்று கேட்ட சம்பா சிரித்தாள்.

“எனக்கெல்லாம் அஞ்சு மணிக்கு முழிப்பு வந்துவிடும்.”

“இராப் பிசாசுகளுக்குப் பகலில்தான் தூக்கம் என்று உனக்குத் தெரியாதா சம்பா?”

சட்டென்று புரிந்து போனவளாய்ச் சம்பா தலையைக் குனிந்து கொண்டு மௌனமாய்த் தேநீரைப் பருகினாள்.

“தேநீர் முதல் தரமாக இருக்கிறது!” என்றாள் சுபத்ரா.

"இப்போதே ஒரு கடிதம் உன் வீட்டார்களுக்கு எழுதிப் போடு. ஒரு வாரத்தில் பதில் வந்துவிடும்."

அவள் உள்ளே சென்று தாளையும் பேனாவையும் உறையையும் கொண்டு வந்து கொடுத்தாள்.

"இந்த இடத்தைப் பற்றின விவரத்தை எழுதாதே. இந்தச் சின்ன காகிதத்தில் இருக்கும் விலாசத்துக்குக் கடிதம் எழுதச் சொல்லு."

"இதோ பார்; தப்பு செய்து விட்டேன் என்று ஒப்புத்துக் கொண்டு மன்னிப்புக் கேள். உடனே வந்து அழைத்துப் போகவில்லையானால், ஆபத்தாகிவிடும் என்று எழுது புரிந்து கொள்வார்கள்."

"சரிங்க."

அவள் எழுத ஆரம்பித்ததைக் கவனித்ததும் சுபத்ரா தன் அறைக்குத் திரும்பினாள். தமிழில் எழுதும் கடிதத்தில் அந்தப் பெண் என்ன எழுதினாலும் நமக்குப் புரியப் போவதில்லை. அந்தக் கடிதத்தைக் கண்டு அவளுடைய தாயோ தகப்பனோ அவளை அழைத்துப் போக வந்தார்களானால், அவள் அதிர்ஷ்டசாலிதான் என்று தோன்றிற்று.

ஏழு மணி ஆகியும் இன்னும் சரியாக இருள் பிரியவில்லை. இன்னும் ஒரு மணி நேரத்துக்கு யாரும் அசையக்கூட மாட்டார்கள் என்கிற உணர்வுடன் அவள் படுக்கைக்கு சென்று ரஜாயைப் போர்த்தியபடி உட்கார்ந்துக் கொண்டாள்.

நேற்று இரவு கோவிந்த் மாமாவிடம் சவால் விட்டது நினைவுக்கு வந்தது.

"நான் பிறந்த மண்ணை மிதிக்க ஆசைப்படுகிறேன். வெளி உலகக் காற்றைச் சுவாசிக்க ஆசைப்படுகிறேன்!"

"போ, போய்ப் பார்" என்று சன்னமான குரலில் மாமா முணுமுணுத்தது கேட்டது.

“வெளி உலகம் ஏதும் சொர்க்கம் அல்ல என்பது போய்ப் பார்த்தால்தான் தெரியும்.”

‘சொர்க்கமோ நரகமோ, என்னுடைய வேர்கள் அங்கேதான் இருக்கின்றன!’ என்று அவள் தனக்குள் சொல்லிக் கொண்டாள். என் ஆத்மாவுக்கேற்ற பாகங்களை இசைக்க நான் அவற்றைத் தேடித்தான் போக வேண்டும். நாற்பது வருஷங்களாக நான் வாழ்ந்த வாழ்க்கை எனக்குச் சம்பந்தம் இல்லாத வாழ்க்கை என்று இப்போதுதான் புரிகிறது.

“நீருடன் சேர்ந்த மீனின் சாளத்துடன் நீ ஆடினதும் பாடியதும் எல்லாரையும் மகிழ்வித்ததும் வேஷமா?”

‘வேஷமாகத்தான் இருக்க வேண்டும். வேஷம் போடுகிறோம் என்கிற நினைப்பே இல்லாமல் போட்ட வேஷம்.’

இல்லாவிட்டால் தமிழ்ப் பேச்சையும் மதுரை என்கிற வார்த்தையையும் கேட்டவுடன் புது இரத்தம் பாய்ந்தாற்போல் நாடி நரம்பெல்லாம் சிலிர்த்துக் கொண்டு நிற்காது.

அவள் மிகச் சிரமத்துடன் நினைவுப் பெட்டகத்தைத் துழாவினாள்.

நாற்பது வருஷங்கள் பின்னோக்கிச் செல்வது அத்தனை சுலபமாக இருக்கவில்லை. புகை மூட்டமாய் வந்தது நினைவு.

பெரிய வீடும் நிறைய வேலைக்காரர்கள் இருந்ததும் மெலிதாக நினைவிருந்தது. அப்பா உயரமாக இருப்பார். மீசை இருக்கும். பேசும்போது அடிக்கடி மீசையைத் தடவி விட்டுக் கொள்வார். அம்மாவின் முகம் பளிச்சென்று நினைவிருந்தது. வெகுகாலத்துக்குக் கனவில் வந்துபோன அழகிய முகம். அப்பா எப்பொழுதும் அம்மாவை “ராஜாத்தி” என்றுதான் அருமையாகக் கூப்பிடுவார்.

“நல்ல வேளை, சுபத்ரா உன்னைப் போல அழகாப் பொறந்திருக்கா” என்று பெருமைப்பட்டுக் கொள்வார்.

“அழகு எப்படியிருந்தாலும், அவ தலையெழுத்து நன்றாயிருக்கணும். அதுதான் முக்கியம்!” என்பாள் அம்மா - முக்காலத்தையும் உணர்ந்து பயந்தவள்போல, அப்படிச் சொல்வாளே தவிர, எத்தனை கவனத்துடன் பொம்மையை அலங்கரிக்கிறாற்போல் அவளை அலங்கரிப்பாள். அந்த அதீதமான கவனிப்பே வினையாகப் போயிருக்க வேண்டும்.

இப்போதும் பசுமையாக நினைவிருந்தது. அன்றைக்குக் கோவிலில் ஏதோ பெரிய உற்சவம். அதையொட்டிய திருவிழாவைப் பார்க்க அவளும் அம்மாவும் சென்றிருந்தார்கள். அம்மாவின் இடுப்பில் தம்பி.

திருவிழாக் கூட்டத்தில் என்ன ஆயிற்று என்று தெரியவில்லை. அம்மாவைக் காணோம் அவள் அழ ஆரம்பித்தபோது யாரோ ஓர் ஆள் கையைப் பிடித்து, “நான் அழைத்துப் போகிறேன் உன் அம்மாவிடம்” என்று சொன்னது ஒன்றுதான் ஞாபகம் இருக்கிறது.

அதற்குப் பிறகு நெடுந்தூரம் பயணம் செய்ததும், பல நாட்களுக்கு அவள் அழுத்தும், அவளுக்குப் புரியாத பாஷை பேசும் பெண்கள் வசித்த ஒரு பெரிய மாளிகைக்கு வந்து சேர்த்ததும், நிழற்படங்களாக மனத்தில் நிழலாடின. பெண் காணாமற் போய்விட்டாள் என்று தெரிந்ததும் அம்மா எப்படிப் பரிதவித்திருப்பாள் என்று இப்போது நினைத்துப் பார்க்க சுவாரசியமாக இருந்தது. தன்னைவிட அதிகமாகப் பரிதவித்திருக்க மாட்டாள் என்று தோன்றிற்று. பத்து வயதுகூட நிரம்பாத ஒரு சின்னப் பெண்ணுக்கு வாழ்க்கையில் எதிர்பாராமல் ஏற்பட்ட மாற்றம் எப்படிப்பட்ட கசையடியாக இருந்திருக்க வேண்டும் எத்தனை பயங்கரமான அதிர்ச்சியாக இருந்திருக்க வேண்டும்!

அதையெல்லாம் எப்படித் தாங்கிக் கொள்ள முடிந்தது? பிறகு எதுவுமே நடக்காதது போல் ஆடவும் பாடவும் எப்படி முடிந்தது?

கோவிந்த் மாமா சொன்ன மாதிரி - “நீரைக் கண்ட மீனின் சரளத்துடன்.”

அதற்குக் காரணம் அன்பு செலுத்தத் தெரிந்த ரோஷனாரா தந்த இதமாக இருக்க வேண்டும்.

இப்போது நன்றாக நினைவு இருக்கிறது. அவள் இங்கு அழைத்து வரப்பட்டபோது, பீதியுடன் புறாபோல் நடுங்கிக் கொண்டு நிற்கையில், பெரிய ராணி மாதிரி கம்பீரத்துடன், செக்கச் செவேல் என்று அழகிய முகத்துடனும் வித்தியாசமான உடையுடனும் ரோஷனாரா நடுக் கூடத்தில் வெல்வெட் மெத்தையில் அமர்ந்திருந்தாள்.

அவளைக் கண்டதும் கண்கள் மலர, அவளுக்காகவே தவமிருந்து காத்திருந்தவள் போல், பிரியத்துடன் அருகில் தருவித்து மடியில் வைத்துச் சீராட்டினாள். அவளுடைய அழுகையையும் குழந்தைத்தனமான பிடிவாதத்தையும் கொஞ்சங்கூட லட்சியம் செய்யாமல் அவள் பிரியம் காட்டியதுதான் மெல்ல மெல்ல மனசு சமாதானமாகிப் போனதற்குக் காரணமாக இருக்க வேண்டும். வெகு சுருக்கில் பாஷை பழகிவிட்டது. பாட்டும் நாட்டியமும் சபாவமான ஞானத்தில் சிக்கென்று பிடித்துக் கொண்டன.

ரோஷனாராவின் மாளிகையில் ஜாக்கிரதையாகப் பேணி வந்த நாசூக்கும் நாகரிகமும், சூழலில் எப்பவும் இருந்த கலகலப்பும் உல்லாசமும் உயர்ந்த கலாரசனையும் அவள் உபரி வித்தை போல் கற்று வித்த தொழில் ஏதும் ஈனமானதில்லை என்ற ஓர் அற்புதமான பிரமையை ஏற்படுத்தின. எத்தனை கூட்டம் வரும் முன்பு எத்தனை பிரமுகர்கள், எத்தனை ராஜாக்கள் எவ்வளவு நாகரிகமான பண்பட்ட கூட்டம் அது! ஒரு முஜ்ராவுக்குப் பாதி சாம்ராஜ்யத்தைக் கொடுக்கச் சித்தமாயிருந்த வள்ளல் கூட்டம்! உயர்ந்த கவிதையையும் சங்கீதத்தையும் நாட்டியத்தையும் உண்மையாக ரசித்த ரசிகர்கள் அப்படிப்பட்ட ரசிகர்களை, வள்ளல்களைத் திருப்திப்படுத்துவது தங்களுடைய அவசியமான கடமை என்று தோன்றிற்று, விருந்து சாப்பிட்ட பிறகு, தாம்பூலம் வழங்கினாற்போல்.

ரோஷனாரா மறைந்து இருபது ஆண்டுகள் ஆகிப்போன பிறகு, காலம் மாறிப் போனது தெளிவாகத் தெரிந்தது.

முன்பு போல் இப்பொழுது ராஜாக்கள் இல்லை, முஜ்ராக்களுக்கு வாரி வழங்க வள்ளல்கள் இல்லை, ரசிகர்களும் இல்லை. அவகாசமும் பணமும் இல்லாத மனிதர்களிடம் ரசனை எங்கிருந்து வரும்? ரசனை இல்லாத பாமரர்களிடம் நாகரிகம் எப்படி இருக்கும்?

இந்த இருபது வருஷத்தில் பக்கத்து ஜி.பி., ரோட்டில் கொசு மொய்ப்பது போல் விபசாரக் கூட்டம் வந்து சேர்ந்ததும், அவர்களுடைய அநாகரிகத்தையும் அவலத்தையும் கேள்விப்பட ஆரம்பித்ததுந்தான், 'எத்தனை பெரிய மாயையில் நாம் இருக்கிறோம்' என்று அவள் கவலைப் பட ஆரம்பித்தாள். மனத்தைச் சூழ்ந்திருந்த பிரமையெல்லாம் திரை விலகினாற் போல் மெல்ல மெல்ல விலகி வருவது கோவிந்த் மாமாவுக்குத் தெரியாது. தெரிந்தால் இப்படி அவள் பேச்சுக்கெல்லாம் அதிர்ந்து போய், 'உனக்குப் பித்துப் பிடித்திருக்கிறது' என்று வெடிக்க மாட்டார்.

ஜன்னலுக்கு வெளியே பொழுது நன்றாக விடிந்து போனது தெரிந்தது. அவள் ரஜாயை விலக்கிப் படுக்கையைச் சரி செய்துவிட்டு எழுந்தாள்.

சம்பா இன்னும் கடிதம் எழுதிக் கொண்டிருந்தாள். சுபத்ரா ஓசைப்படுத்தாமல் பெரிய கூடத்துக்கு வந்தாள். நூறு பேர்கள் உட்காரும் படியான கூடம் ஜீவன் இழந்தாற்போல் களை இழந்து தெரிந்தது.

"கூடத்தில் விரித்திருக்கும் கம்பளத்தைப் பார்த்தாயா?"

நேற்றுக் கோவிந்த் மாமா இரைந்தது நினைவுக்கு வந்தது. அவர் சொன்ன மாதிரி அங்கங்கே இருந்த பொத்தல்கள் எங்கே காலில் மாட்டிக் கொள்ளுமோ என்கிற பயத்துடன் நடக்க வேண்டியிருந்தது.

அவள் தனக்குள் சோகப் புன்னகை செய்து கொண்டாள். இந்தப் பொத்தல்களுக்காக எதையும் பணயம் வைக்க இப்போது மனம் சித்தமாயில்லை, அதற்கு இப்போது வயசாகிவிட்டது. பொத்தலையும் ஒட்டடையையும் வர்ணமிழந்த சுவர்களையும்

கண்டு இப்போது எந்தவித அவமான உணர்வும் ஏற்படவில்லை. இப்பொழுது அவமானம் ஏற்படுவதெல்லாம் வேறு காரணங்களுக்காக. மனத்தில் நெருடிய சஞ்சலத்தை மறக்க, அவள் வாத்தியங்கள் வைக்கப்பட்டிருந்த இடத்துக்குச் சென்று ஸிதார் வாத்தியத்தை எடுத்துச் சுருதி கூட்டினாள்.

பஞ்சமத்திலிருந்து ஷட்ஜத்துக்கும், ஷட்ஜத்திலிருந்து பஞ்சமத்துக்கும் ஒருமுறை அநாயசமாய் விரலை இழுத்தவுடனேயே நாத வெள்ளம் உடல் முழுவதும் பரவி இரத்த நாளங்களைத் தட்டி எழுப்பிற்று.

அவள் புத்துணர்வு அடைந்தவள் போல் மீட்ட ஆரம்பித்தாள். தன்னை அறியாமல் மால்கோஷ் ராக ஆலாப்னையை வாசித்து, அதே ராகத்துத் தும்ரியை இசைத்தவுடன் நினைவலைகள் சீறிக் கொண்டு எழுந்தன. கண்கள் லேசாகப் பனித்தன. அந்த அலைகளிலேயே மிதந்தபடி கல்யாணியும், தோடியும் புதுப் புனலாய்ப் பாய்ந்தன. கண்களை மூடிய நிலையில் உருவமில்லா அருவக் குரல்கள் பாராட்டைத் தெரிவித்தன, ‘ஆகா’ காரங்கள் கூரையை எட்டின.

அவள் மெல்லக் கண்களைத் திறந்தாள். புத்தர் எதிரே கோவிந்த் மாமாவும், சற்றுத் தொலைவில் சண்பகமும், படுக்கையிலிருந்து அப்படியே எழுந்து வந்து உட்கார்ந்திருந்த மல்லிகாவும், சாந்தியும், மகாலட்சுமியும் காணப்பட்டனர்.

“வாஹ், வாஹ்!” என்று பரவசத்துடன் கோவிந்த் மாமா தலையசைத்தார்.

“எத்தனை அருமையாக வாசிக்கிறாய், குலாபி நீ இந்த மாதிரி வாசித்துக் கேட்டு நிரம்ப நாளாகிவிட்டது. முன்பெல்லாம் ஒரு பிரத்தியேகமான ஆளுக்கு முன்தான் இப்படி வாசிப்பாய், அந்தச் சாக்கில் ஒரு மூலையில் உட்கார்ந்து நானும் கேட்பேன். பிறகு எல்லாம் முடிந்து போன கதை போல் ஆகிவிட்டது. குலாபி. இந்தக் கிழவனுக்காகவாவது வாசிக்கக் கூடாது.”

அவள் ஸிதாரை மிருதுவாக மீட்டிக் கொண்டே மெல்லிய குரலில் சொன்னாள்.

"முடிந்து போய்த்தான் விட்டது, கோவிந்த் மாமா! மிகச் சொற்ப காலந்தான் என்னைப் போன்ற ஜீவன்களின் கதை இருக்கும். கதை ஒன்றை உருவாக்க முடிந்ததே பெரிய அதிர்ஷ்டம் என்று நான் திருப்தி அடைகிறேன். இந்தக் கூரையின் கீழ் வாழ்ந்த எத்தனையோ பெண்கள் கடைசிக் காலம் வரை உருண்டோடும் சரளைக் கற்கள் போல் நிலத்தில் பதியாத வாழ்வு வாழ்ந்திருக்கிறார்கள்."

"ஆ! அவர்களுக்கும் உனக்கும் நிறைய வித்தியாசம், குலாபி. நீ எதைச் செய்தாலும் ஆத்மார்த்தமாகச் செய்திருக்கிறாய், பாடுவதையும், ஆடுவதையும், பிரியம் வைப்பதையும் ஏதோ தன்னலமில்லாத சேவை செய்கிற மாதிரி."

அவள் லேசான திகைப்புடன் அவரை நிமிர்ந்து பார்த்தாள். நேற்றைக்குக் கோபமாகக் கத்திய இதே மனிதர் இன்று சங்கீத ரசனையால் உருகி நிற்பது வேடிக்கையாக இருந்தது.

அவள் தன் கூச்சத்தை மறைத்துக் கொள்ள மெல்லச் சிரித்தாள்.

"சேவையைச் சற்று அதிகமாகச் செய்துவிட்டேன் போல் இருக்கிறது, கோவிந்த் மாமா இப்போது எதுவுமே இல்லாத ஏழையாய் வெறுமையோடு நிற்கிறேன். பன்றிக்கும் எனக்கும் ஏதும் வித்தியாசம் இல்லை, பெற்ற குழந்தைகளுடன் சகஜமாக உறவாட முடிவதில்லை, பெரிய அலங்கார வார்த்தைகளை ஜோடிக்காதீர்கள், மாமா, சாதாரணப் பெண்கள் இயல்பாக அனுபவிக்கும் நேசத்துக்கும் பாசத்துக்கும் நான் அருகதை இல்லையென்றால், எனக்கு மற்ற காந்தக் குணம் இருந்தும் என்ன லாபம்?"

கோவிந்த் மாமா சிரித்துக் கொண்டே எழுந்தார்.

"நேசம், பாசம் என்பவைதாம் அலங்கார வார்த்தைகள், குலாபி. வெளியுலகக் காற்றைச் சுவாசிக்க ஆசைப்படுவதாக நேற்றுச் சொன்னாயே; சுவாசித்துப் பார், அப்பொழுதுதான் புரியும்."

வாயிற் கதவை யாரோ தட்டினார்கள். “யாரது காலை வேளையில்?!” என்று கேட்டபடி போய்க் கதவைத் திறந்தார் கோவிந்த் மாமா.

தெருவில் கம்பள வரிப்புச் சுருள்கள் கொண்ட கட்டை வண்டி நிற்பது தெரிந்தது. வண்டிக்காரர் ஒரு கடிதத் துண்டை நீட்டினார்.

“குலாபி, நீ வந்து படி. என் கண்ணாடி உள்ளே இருக்கிறது!” என்று கோவிந்த் சொன்னதும், குலாபி கடிதத்தைப் பிரித்தாள்.

“உன் கம்பளங்கள் எல்லாம் நைந்து போயிருப்பதாக அறிகிறேன். பாரசீகக் கம்பளம் வாங்கக் கூடிய வசதி தற்சமயம் என்னிடம் இல்லை. உள்நாட்டுச் சரக்கை அனுப்பியிருக்கிறேன். எனது அன்பளிப்பாக, மறுக்காதே!”

அன்பன்,
தயானந்த மோங்சியா.

கண்களில் கண்ணீர்த் திரை மறைத்தது. தன்னைச் சமாளித்துக் கொண்டு லேசான புன்னகையுடன் கடிதத்தின் வரிகளைப் படித்துக் காண்பிக்கையில் கோவிந்த் மாமாவின் முகம் பிரசன்னமாகிப் போயிற்று.

“ஆ, இப்பொழுது புரிகிறது, இன்றைக்கு நீ பழைய உத்வேகத்துடன் யமன் கல்யாணியையும், தோட்டியையும் வாசித்ததற்குக் காரணம், நேற்று வந்திருந்த அந்தப் பையன் தான் காரணம்! நானும் அனுமானித்தேன்!”

அவள் அவருக்குப் பதில் சொல்லத் தெம்பில்லாமல் வண்டிக்காரரிடம், “உள்ளே கொண்டு வாருங்கள்” என்றாள்.

——

அத்தியாயம்

5

கோவிந்த் மாமாவுக்குக்குக் குபீரென்று உற்சாகம் பொங்க ஆரம்பித்தது தெளிவாகத் தெரிந்தது.

“குலாபி, நீ அந்த ஓரமாக உட்கார்ந்துகொள், தான் பார்த்துக் கொள்கிறேன்” என்றார்.

“மல்லிகா, சாந்தி, மஹாலட்சுமி, நீங்கள் வாத்தியங்களைத் தூக்குங்கள். பழைய கம்பளத்தை எடுக்க வேண்டும்!”

வண்டிக்காரனின் ஆட்கள் மளமளவென்று காரியத்தில் இறங்கினார்கள்.

குலாபி திகைப்புடன் ஓர் ஓரமாக நின்றாள். பொத்தல் விழுந்த சம்பளத்தை அந்த ஆட்கள் சுருட்டும் போது, அடியிலிருந்த தூசு புகை மண்டலமாய் பேசவே எழுந்தது.

எத்தனை வருஷத்து நினைவுகள் எத்தனை பேர்களுடைய காலடிகள் அதில் புதைந்திருந்தன! எத்தனை அந்தரங்கங்கள்! எத்தனை ஆதங்கங்கள்! எத்தனைக் கலைஞர்கள், கலா ரசிகர்களின் பாத தூசி பட்ட கம்பளம் இது!

வெறும் முஜ்ராவைப் பார்க்கவே கூட்டம் நிரம்பிப் போன நாட்களில் கம்பளத்தை வருஷத்துக்கு ஒரு முறை ரோஷனாரா பிரத்யேகமாக ஆட்களை வரவழைத்துச் சுத்தம் செய்விப்பாள்.

அவளுடைய அன்புக்குப் பாத்திரமான ஒரு மகாராஜாவின் பரிசு இந்தப் பாரசீகக் கம்பளம்.

ரோஷனாரா தொழிலிலிருந்து ஓய்வு பெறும் சமயத்தில் மகாராஜாக்களின் முடி இறங்கிவிட்டது, ஈகை ஒடுங்கி விட்டது. எஞ்சியதில் காலம் ஓட்டுவது எப்படி என்கிற பிரச்னைகளில் சங்கீதத்துக்கும் நாட்டியத்துக்கும் நாட்டியக்காரிகளுக்கும் அவகாசம் ஏது?

குலாபிக்கு நன்றாக நினைவிருந்தது. முடியிழந்த பின் மகாராஜா தேஜ்பஹாதுர் ஸிங் ரோஷனாராவைப் பார்க்க அபூர்வமாய் வருவார். ரோஷனாராவின் கண்கள் மலர்ந்து போகும். பருவ மங்கையின் மையலும் சரஸமும் பார்வையிலும் புன்னகையிலும் வந்தவரும், 'மகாராஜ்! மகாராஜ்' என்று நொடிக்கொரு தரம் அவள் சொல்லும்போது தேஜ்பஹாதுர் சிரிப்பார்.

"நான் இப்பொழுது மகாராஜா இல்லை, ரோஷனாரா! ஒரு சாதாரணக் குடிமகன்!"

ரோஷனாரா பீடாவை நளினமாக மடித்து அவர் கையில் கொடுத்தபடி சிரிப்பாள்.

"எனக்கு எந்த வித்தியாசமும் இல்லை. ஜனாப் நீங்கள் என்றும் எனக்கு மகாராஜாதான்!"

அவளுடைய இந்த விசுவாசமும் காதலுமே தேஜ் பஹாதுருக்கு ஓர் ஆன்மீக பலத்தை அளித்திருக்க வேண்டும். தொய்ந்த நடையுடன் உள்ளே பிரவேசித்த கால்கள் ராஜ நடையுடன் வெளியேறும். அவர் இறந்து விட்டார் என்ற செய்தி கேட்டதும், ரோஷனாரா துடித்துப் போனதும் மயங்கி விழுந்ததும் இன்னமும் பளிச்சென்று மனக்கண் முன் நின்றது.

அதற்குப் பிறகு ரோஷனாராவின் பார்வையிலும் சிரிப்பிலும் ஒளியே போய்விட்டது.

இந்த மாதிரி ஓர் அன்புப் பிணைப்பைப் பற்றியெல்லாம் வெளி உலகத்துக்கு யார் சொல்வார்கள்? சொன்னாலும் யார் நம்பப் போகிறார்கள்?

"உன் கம்பளங்கள் எல்லாம் நைந்து போயிருப்பதாக அறிகிறேன்."

அவளுடைய கண்களில் மறுபடியும் நீர் திரையிட்டது. யாரைப் பற்றிச் சொல்கிறோம் என்கிற உணர்வே இல்லாமல் உதிர்க்கப்பட்டிருக்கக்கூடிய வார்த்தைகளின் சலனத்துக்கே விரைந்து கை நீட்டி உதவும் வேகம் ஏற்படுமானால், அந்த அன்புக்கு எத்தனை சக்தி இருக்க வேண்டும்?

இதற்கும், இன்றைக்குப் பழைய உத்வேகத்துடன் நெக்குருகி யமன் கல்யாணியையும் தோடியையும் அவள் வாசித்ததற்கும் ஒரே காரணம் என்றால், கோவிந்த் மாமாவைத் தவிர வேறு யார் புரிந்து கொள்வார்கள்?

பரபரவென்று கூடம் சுத்தம் செய்யப்பட்டுப் பழைய கம்பளம் அப்புறப்படுத்தப்பட்டுப் புதிய கம்பளம் தரையைத் தழுவிக் கொண்டது. கூடத்தின் உருவமே மாறி விட்டது அரை மணிப் பொழுதில். கம்பளத்தை விரித்த ஆட்களைச் சமையலறையை ஒட்டினாற் போல் இருந்த ரேழியில் உட்கார்ந்தி வைத்து கோவிந்த் மாமா தேநீர் உபசரித்துக் கொண்டிருந்தார். சமயத்துக்குத் தகுந்த மாதிரி நடந்து கொள்வதிலும் மரியாதை செலுத்துவதிலும் அவருக்கு இணையாரும் இல்லை என்று நினைத்தபோது அவளுக்குச் சிரிப்பு வந்தது.

தேநீர் அருந்திய ஆட்கள் அவள் எதிரில் வந்து மரியாதையுடன் சலாம் செய்தார்கள்.

"ரொம்ப நன்றி உங்களுக்கு!" என்றாள் - அவள் மென்மையான புன்னகையுடன், "மிக நேர்த்தியான கம்பளங்களை அனுப்பியதற்கு எனது நன்றியை உங்கள் எஜமானருக்குத்

தெரிவியுங்கள். இருங்கள்...” என்றாள் அவள் திடீரென்று தோன்றிய யோசனையுடன்.

“உங்களிடம் கடிதம் கொடுத்தனுப்பியவரை நீங்கள் பார்ப்பீர்களா?”

“பார்ப்போம், ஸாஹிபா முதலில் அவரிடம் கம்பளத்தை சேர்ப்பித்துவிட்ட தகவல் தெரிவித்து விட்டுக் கடைக்குப் போவோம்.”

“நான் ஒரு கடிதம் தருகிறேன். அவரிடம் கொடுத்து விடுங்கள்” என்றபடி அவசர அவசரமாக உள் அறைக்குச் சென்றாள்.

பேனாவையும் தாளையும் எடுத்த பிறகு வார்த்தைகளைக் கோர்க்க முடியாமல் பேனா தயங்கி நின்றது. எதிர்பாராமல் வெகுநாள் கழித்துக் காதலனைக் கண்ட திகைப்பில் நா பேச மறந்த மாதிரி, மார்பு படபடத்துக் கன்னங்களில் சூடேற்றி, கண்களை மறைத்த நீரை உள்ளே விழுங்கிக் கொண்டு அவள் சுத்தமான ஹிந்தியில் எழுதினாள்.

“அன்பு மிக்க மோங்கியா ஸாஹப்”, எனது நன்றியை எப்படித் தெரிவிப்பது என்று புரியவில்லை. நந்தலாலாவைப் பார்த்ததிலிருந்து மனசில் ஓர் ஊற்றுப் புதிதாகக் கிளம்பியது போல் இருக்கிறது. உங்களைப் பார்க்க வேண்டும் என்கிற ஏக்கம் அதிகமாகிக் கொண்டு வரும்கிறது. சந்தர்ப்பம் கிடைக்குமா?

“உடலுக்கு மட்டும் வயதாகவில்லை. உள்ளத்துக்கும் ஆகிவிட்டது. எதிர்காலத்தைப் பற்றிக் கனவு ஏதும் காண முடியாத நிலையில் கடந்த கால நினைவுகளே அதற்கு ஆதார சுருதி. அதை மீட்ட ஒரு முறையேனும் வருவீர்களா?”

என்றும் உங்கள் அன்புடன்,

குலாபி.”

கடிதத்தை எழுதி முடித்து உறையில் போட்டு ஒட்டி வெளியில் வந்தபோது கோவிந்த் மாமா நின்றிருந்தார்.

அவள் ஒரு யுவதியின் கூச்சத்துடன் தயங்கிக் கொண்டு சொன்னாள்:

“நன்றி தெரிவித்து ஒரு கடிதம் அனுப்புகிறேன் மாமா.”

“யாருக்கு?”

“மோங்கியா ஸாஹபுக்கு!”

“இவர்களிடமா கொடுத்தனுப்புகிறாய்?” என்று கோவிந்த் மாமா அவளை உற்றுப் பார்த்தார், “பழசெல்லாம் மறந்து போனாயா?” என்பதுபோல்.

“கொண்டா, அந்தக் கடிதத்தை. நான் இவர்களுடன் போய் அவர் கையில் கொடுத்து விடுகிறேன், அதுதான் மரியாதையும் கூட!”

கோவிந்த் மாமாவின் முன் யோசனையும் தரிசனமும் அவளை நெகிழ வைத்தன. அவள் அவரைப் பார்த்துப் புன்னகைத்தாள்.

“நன்றி, மாமா, எனக்காகச் சிந்திப்பது உங்களுக்கு வழக்கமாகிவிட்டது. அதனால்தான் என் மூளை இயங்கச் சோம்பல் படுகிறது.”

கோவிந்த் மாமா சிரித்தார், “உன்னுடைய மூளை எப்போதும் போல் கூர்மையாகத்தான் இருக்கிறது. சில விஷயங்களில் மனசு மூளையை ஆக்கிரமித்து விடுகிறது, அது நியாயமானதுதான், குலாபி நான் இவர்களுடன் போகிறேன். நான் திரும்பி வருவதற்குள் நல்ல நாஷ்டா தயாரித்து வைக்கச் சொல், இந்தச் சோம்பேறிப் பெண்களை, ஸூஜி ஹல்வாவும் (ரவா கேஸரி), ஆலூ பூரியும் (பூரி உருளைக் கிழங்கு) பண்ணச் சொல்லு!”

“இன்றைக்கு என்ன விசேஷம், மாமா?” என்றாள் நமுட்டுச் சிரிப்புடன்.

“புதிய கம்பளம் வந்ததற்குக் கொண்டாட வேண்டாமா?”

அவள் சிரிப்பு மறைந்த தலையைக் குனிந்து கொண்டாள். பிறகு நிமிர்ந்து தீர்க்கமாக அவரைப் பார்த்தாள். பழைய ஞாபகங்கள் இருவர் பார்வையிலும் நிழலாட, அவள் சட்டென்று தன்னைச் சமாளித்துக் கொண்டு சிரித்தாள்.

"உங்களுக்கு நாக்கு வெண்டிப் போய் விட்டது! அதுதான் காரணம். ஆகட்டும், பண்ணச் சொல்கிறேன்"

அவரும் பதிலுக்குச் சிரித்துச் சிரத்தைத் தாழ்த்திச் சலாம் செய்தாள்.

அவள் கலகலவென்று நகைத்தாள்.

"உங்களுக்கு இன்னும் முப்பது வயது என்கிற நினைப்பு!"

"அதைவிடக் குறைவு!"

வெகு உற்சாகமாகக் காத்திருந்த ஆட்களின் தோளை அணைத்தபடி அவர் சொல்வதை அவள் புன்னகையுடன் பார்த்து நின்றாள். வண்டி கிளம்பியதும் வாயிற் கதவைத் தாழ் போடச் சொல்லிவிட்டு உள்ளே நுழைந்தாள்.

செருப்பில்லாமல் புதிய ரத்தினக் கம்பளத்தின் மேல் நடப்பது சுகமாக இருந்தது. ஒவ்வொரு அடியிலும் மோங்கியாவின் ஞாபகம் வந்து யௌவனம் திரும்பி விட்டாற் போல் புத்துணர்வு ஏற்பட்டது. மல்லிகாவும், சாந்தியும், மகாலட்சுமியும் ஏதோ பாட்டிசைத்தபடி, 'கதக்' பாணியில், சுழன்று சுழன்று வந்தார்கள்.

"ஏய் பெண்களா, என்ன நேர்ந்து விட்டது உங்களுக்கு?" என்று கேட்டு அவள் சிரித்தாள்.

"நாட்டியமாட வேண்டும் போல் இருக்கிறது. அம்மா ஜான்."

"முதலில் வயிற்றுப் பாட்டைப் பார்ப்போம். நாட்டியமும் பாட்டும் அப்புறம். இன்றைக்குக் கோவிந்த் மாமாவின் நாக்குக்கு அல்வாவும் பூரியும் வேண்டுமாம். சிரத்தையாகச் செய்யுங்கள், பார்க்கலாம்." சமையல் வேளையின் ஞாபகப்படுத்தலால்

மல்லிகாவும், சாந்தியும் உதட்டைப் பிதுக்கி முகத்தைச் சுளித்தார்கள்.

"மகாலட்சுமி தான் எக்ஸ்பர்ட் இதில்" என்று முணுமுணுத்தார்கள்.

"அந்த மதராஸிப் பெண்ணை எனக்கு உதவச் சொல்லுங்கள், செய்கிறேன்" என்றாள் மகாலட்சுமி.

"ஓ, இவ்வளவு நேரம் சண்பகத்தை எப்படி மறந்தோம்?" என்கிற வியப்புடன் குலாபி சுற்றுமுற்றும் பார்த்தாள்.

"எங்கே அவள்?"

"முற்றத்தில் உட்கார்ந்து வானத்தை வெறித்துப் பார்த்துக் கொண்டிருக்கிறாள். அங்கேதான் கோட்டைகள் கட்டுவாள் போலிருக்கிறது."

மல்லிகாவும் சாந்தியும் கேலிச் சிரிப்புச் சிரித்தார்கள்.

"ஆகாசத்திலிருந்து குதித்தவள் போல்தான் நடந்து கொள்கிறாள் அம்மா ஜான் எங்கள் கையிலிருந்து எதையும் வாங்கிக் கொள்வதில்லை, எங்கள் மேல் பட்டால் கூட அசிங்கம் என்று நினைத்த மாதிரி ஒதுங்கிக் கொள்கிறாள்."

"இத்தனை கௌரவம் பார்ப்பவள் எதற்கு வீட்டை விட்டு ஓடி வந்தாள், அம்மா ஜான்?"

"பேசாமல் இருங்கள், பெண்களா! அவள் ஒரு பெரிய அதிர்ச்சியில் இருக்கிறாள்."

சாந்தி கைகளை உயரத் தூக்கி நெடிய சோம்பல் முறித்தாள்.

"ஆ, என்ன பெரிய அதிர்ச்சி! இங்கே அவள் வந்து சேர்ந்தது அவளுடைய அதிர்ஷ்டம் என்று அவளுக்குத் தெரியாது."

"நாம் எல்லாரும் மிகவும் பரிசுத்தமானவர்கள் என்று அவளுக்குச் சொல்லுங்கள் அம்மா ஜான் நீல ரத்தத்தைத் தவிர"

குலாபி கோபத்துடன் அவளை விழித்துப் பார்த்தாள்.

"மல்லிகா, போதையில் இருக்கிறாயா என்ன? போங்கள், எல்லாரும் உள்ளே, முகத்தைக் கழுவிக் கொண்டு நாஷ்டா தயாரிக்க ஆரம்பியுங்கள்."

சட்டென்று உற்சாகம் வடிந்து போனாற்போல் முகத்தைத் தொங்கப் போட்டுக் கொண்டு மூவரும் உள்ளே சென்றார்கள்.

இந்தப் பெண்கள் வெளியில் கலகலப்பாக உற்சாகமாகத் தெரிந்தாலும் உள்ளுக்குள் இவர்களுக்குத் துக்கம் இல்லாமல் இல்லை என்கிற பிரக்ஞை ஆழமான விசனத்தை ஏற்படுத்திற்று.

"நாம் எல்லாரும் மிகவும் பரிசுத்தமானவர்கள் என்று அவளுக்குச் சொல்லுங்கள்!"

வார்த்தைகளில் பொதிந்திருந்த கிண்டல் மனத்தைப் பாரமாக அழுத்திற்று, பல சிறைகளுக்குள் அவள் வீடு ஒரு மேம்பட்ட சிறை என்பதைத் தவிர, வேறு எந்த வகையில் சமாதானப்படுத்திக் கொள்ள முடியும்? வெளி உலக வாழ்வுடன் ஒட்டாத, ஒட்ட முடியாத நிலையில் இது சிறை வாசம் இல்லாமல் வேறு என்ன இந்தச் சிறையில் சிரிக்கவும், ஆடவும், பாடவும், உடல் என்கிற இந்தக் கூட்டைத் தனக்குச் சம்பந்தம் இல்லாத ஒன்றாகப் பாவிக்கவும் இவர்கள் கற்றிருந்தால் அது அவளது தனிப்பட்ட சாதனையின் அடையாளம்.

முற்றத்தில் இருந்த நார்க் கட்டிலின் மேல் அமர்ந்தபடி சண்பகம் உண்மையிலேயே வானத்தை வெறித்துப் பார்த்துக் கொண்டிருந்தாள்.

"சம்பா டாக்டர்" தூக்கிவாரிப் போட்டவளாய்ச் சண்பகம் திரும்பிப் பார்த்தாள். குலாபியைக் கண்டதும் எழுந்து நின்றாள்.

குலாபி அருகில் சென்று அமர்ந்தாள்.

"தனியா இங்கே உட்கார்ந்து என்ன செய்யறே?"

சம்பாவின் முகத்தில் மீண்டும் துயரம் கோடிட்டது.

"என்னத்தங்க செய்யறது? சும்மா குருட்டு யோசனை தான்."

"தனியா உட்கார்ந்தா குருட்டு யோசனைதான் வரும். மற்றவர்களுடன் கொஞ்சம் பழகிப் பார்த்தியானா உன்னைப் பத்தியே நினைக்கிறது குறையும்."

சண்பகத்தின் பார்வையில் பழைய குழப்பம் தெரிந்தது.

"எப்படிங்க பழகட்டும், அவங்களுக்கும் எனக்கும் நிறைய வித்தியாசம்! பாஷை வேற தெரியல்லே."

"பாஷை தெரியல்லேன்னா பரவாயில்லே... சிநேகிதத்தை எல்லாரும் புரிந்து கொள்வார்கள். அவர்களும் உன்னைப் போல் பெண்கள், சம்பா! நாமெல்லாம் ஒரே இனம். வித்தியாசம் எங்கிருந்து வந்தது?"

சம்பா பலமாக தலையை ஆட்டினாள். "வித்தியாசம் நிறைய இருக்கே. அத்தனை சுளுவா என்னாலே பழக முடியாது. நான் பிறந்த வளர்ந்ததெல்லாம் ரொம்ப ரொம்பக் கௌரவமான மரியாதையான குடும்பம். இந்த மாதிரிப் பெண்களைப் பத்தியோ இடங்களைப் பத்தியோ வாயைத் திறந்து பேசக்கூட மாட்டோம்."

இவள் மேல் அந்தப் பெண்களுக்கு ஏற்பட்ட கோபம் நியாயமானது என்று குலாபி நினைத்துக் கொண்டாள்.

"அப்படிப்பட்ட இடத்திலே நீ பிறந்து வளர்ந்து என்ன பிரயோஜனம் இப்ப இங்கல்ல வந்து நிக்கிறே?"

சுளீரென்று தாக்கப்பட்டது போல் சம்பா அரண்டு நிமிர்ந்து பார்த்தாள். கண்களில் நீர் மல்கச் சொன்னாள்.

"என்னுடைய தலையெழுத்து, புத்தி - பிசகிப் போச்சுங்க."

"தலையெழுத்தினாலே, இல்லே! திமிரினாலே, அசட்டுத் தனத்தினாலே! எந்தப் பாவமும் அறியாத நிலையிலே வெறும் விதியினாலே வந்து இங்கே சேர்ந்த ஜீவன்களும் இருக்கிறார்கள். அவர்களைப் பார்த்து உனக்கு கருணை ஏற்பட வேண்டும். இங்கு இருப்பவர்கள் ஆடுகிறார்கள், பாடுகிறார்கள், சிரிக்கிறார்கள் என்பதால் சந்தோஷமாகவும் இருக்கிறார்கள் என்று நினைக்காதே!

இங்கிருந்து பறந்து போய்விட முடிந்திருந்தால் என்றோ பறந்து போயிருப்பார்கள்."

சத்தியத்தின் நிரூபணமாய் ஒலித்த வார்த்தைகளில் சக்தியற்றுப் போனவளாய்ச் சண்பகம் அலங்க மலங்க விழித்துக் கொண்டு நின்றாள்.

திடீரென்று குலாபி உணர்ச்சிவசப்பட்டுப் போனாள்.

"இன்னிக்குப் புதுசா கம்பளம் வந்து விரிச்சிருக்கு, பார்த்தியா? பல ஆயிரம் ரூபாய் பெறுமான கம்பளம், ஒரு வேசிக்கு ஒரு கிறுக்கன் செஞ்ச ஊதாரிச் செலவு என்று நீ நினைப்பே. எனக்குக் கொடுக்க முடியாத வாழ்க்கைக்கான கண் துடைப்பு இது என்று உனக்குப் புரியாது."

குலாபி எழுந்தாள். பதில் சொல்லத் தெரியாது திகைப்புடன் நிற்கும் சண்பகத்தின் தோளைப் பற்றிக் கனிவாகச் சொன்னாள்.

"மனசிலே கருணையை வளர்த்துக்கொள், மகளே, பெண்ணே பெண்ணுக்கு விரோதமாய்ப் போவதனாலே தான் உலகத்திலே இத்தனைக் கஷ்டம். என்னைப் படைச்சவன்தான் உன்னையும் படைச்சான். ரொம்பவும் கௌரவம் பாத்தியானால் பட்டினி கிடக்க வேண்டியது தான். போ, உள்ளே போய் அந்தப் பெண்களுக்கு உதவி செய்."

அவள் சொன்னதற்காகச் சம்மதிப்பவள் போல் சம்பா சமையலறையை நோக்கி நடந்தாள். திடீரென்று நினைவுக்கு வந்தவள் போல் தயங்கி நின்றாள்.

"லெட்டர் எழுதி வெச்சிருக்கேன், தபாலிலே சேர்க்கணும்."

"ஓ, ஆமாம். மறந்தே போனேன். கொண்டு வா."

இந்தப் பெண்ணுக்கு வேறு சிந்தனையே இல்லை என்கிற நினைப்பில் அவளுக்குப் பரிதாபம் ஏற்பட்டது. இவளிடம் அதிகக் கடுமையாகப் பேசி விட்டோமோ என்று தோன்றிற்று. இந்த மாதிரி அசட்டுப் பெண்களுக்கு அப்படிப் பேசினால்தான்

கொஞ்சமாவது உறைக்கும் என்று தன்னைச் சமாதானப்படுத்திக் கொண்டாள்.

சண்பகம் விரைந்து வந்து கடிதத்தைக் கொடுத்தாள், தெளிவான கையெழுத்தில் விலாசம் எழுதியிருந்தாள்.

"நான் சொன்னபடிதானே எழுதியிருக்கே?"

"ஆமாங்க."

"என்ன பதில் வருகிறது என்று பார்ப்போம்."

"அம்மாவே பதறிக்கிட்டு வந்திடுவாங்க."

"வந்தால் சரி" என்றாள் குலாபி, நம்பிக்கை இல்லாமல்.

"சரி, நீ இப்ப உள்ளே போய்க் காரியத்தைப் பார். உன் அதிர்ஷ்டப்படி எதிர்காலம் இருக்கும். வீண் யோசனைகளில் குழம்பிக் கொண்டு நிற்காதே."

அவள் மீண்டும் நடுக் கூடத்துக்கு வந்தாள், இன்றைக்குக் காலையில் கண் விழித்ததிலிருந்து ஏற்பட்ட சலனம் இப்போது கம்பளத்தின் ரூபத்தில் விசுவரூபமாய் வடிவம் பெற்றாற் போல் பிரமை ஏற்பட்டது.

தூது சென்றவனின் வருகைக்குக் காத்திருந்த நங்கை போல் கோவிந்த் மாமாவின் வருகைக்காக அவள் காத்திருந்தாள்.

அவர் வந்ததும் ஆர்வத்துடன், "அவரைப் பார்த்தீர்களா, மாமா?" என்றாள்.

"பார்த்தேன். அவர்கள் வீட்டவர்கள் லேசில் பார்க்க விடவில்லை என்னை. அன்றைக்கு வந்திருந்தானே அந்தப் பிள்ளை, எதேச்சையாக என்னைப் பார்த்து அடையாளம் கண்டு உள்ளே அழைத்துப் போனான்."

அவள் குழப்பத்துடன் கோவிந்தைப் பார்த்தாள்.

"ஏன், வீட்டவர்களுக்கு நீங்கள் யாரென்று புரிந்து போயிற்றா?"

"அந்தக் காரணத்தால் இல்லை. மோங்கியா ஸாஹபுக்கு உடம்பு சரியில்லை. படுத்த படுக்கையாக இருக்கிறார்."

“ஹே ராம்!” என்றாள் அவள் அதிர்ந்து. “என்ன உடம்பு...”

“தெரியாது. ரொம்ப இளைத்துப் பலவீனமாகத் தெரிகிறார். அடையாளமே தெரியவில்லை, சிங்கம் மாதிரிக் குரல் கர்ஜிக்குமே! இப்போது அவர் பேசுவது காதிலேயே விழவில்லை. உடல் நிலை மோசமாகத்தான் இருப்பதாகத் தெரிகிறது. அவரைப் பார்க்க வைத்தியரைத் தவிர யாரையும் அனுமதிப்பதில்லையாம்!”

“கடவுளே!” என்றாள் அவள் மீளாத அதிர்ச்சியுடன்.

“நல்ல திடகாத்திரமாக இருப்பாரே! என்ன வந்தது உடம்புக்கு? வயது அறுபது, இருக்காது. கடிதத்தைப் பின் என்ன செய்தீர்கள்?”

“உன்னிடமிருந்து கடிதம் என்றதும் அவர் முகம் மலர்ந்து போயிற்று. அந்தப் பிள்ளையைக் கூப்பிட்டு அருகில் வந்து படித்துக் காண்பிக்கச் சொன்னார்.”

“நந்தலாலாவையா?”

“ஆமாம். நீ நம்ப மாட்டாய், குலாபி. அவன் படித்து முடித்ததும் அவர் கண்ணிலிருந்து நீர் வழிந்தது!”

அவள் உணர்ச்சிவசப்பட்டுப் போனாள்.

“நான் நம்புகிறேன். மாமா” என்றாள் மெல்ல, “ஏதாவது சொன்னாரா?”

சொல்லச் சங்கடப்படுபவர் போல் கோவிந்த் தயங்கிக் கொண்டு நின்றார்.

“உன் பிள்ளைகளைப் பற்றிக் கேட்டார். அவர்கள் உன்னைக் கவனிப்பதில்லையா என்றார். நீ அவர்களுடன் போய்த் தங்கக்கூடாதா? இந்தப் பழைய தில்லி இடிந்த மொகல்லாவை ஏன் இன்னும் விட மனசில்லை என்றார்.”

அவள் திகைப்புடன் கோவிந்த் மாமாவைப் பார்த்தாள்.

“அவரா அப்படிக் கேட்டார்?” என்றாள் நம்ப முடியாதவளாய், துக்கம் குமுறிக் கொண்டு வந்தது.

"என்றைக்காவது நீங்கள் மீண்டும் அந்த இடிந்த மொகல்லாவில் காலடி வைப்பீர்கள் என்கிற நப்பாசையில்தான் அங்கிருக்கிறாள் என்று நீங்கள் சொல்லவில்லையா? இந்த எதிர்பார்ப்பு ஒன்றுதான் அவளுக்குப் பலம் என்று சொல்லவில்லையா? என்னை அம்மா என்று சொல்லிக் கொள்ள எந்தப் பிள்ளைக்கும் தைரியமில்லை என்று தெரிவிக்கவில்லையா?"

வார்த்தைகள் வெளியே வர முடியாமல் அழுகை வெடித்துக் கொண்டு வந்தது.

"அடுத்த முறை நீங்கள் அவரைப் பார்க்கப் போனால், அவரை திட்டவட்டமாகக் கேளுங்கள். குலாபியின் பிரச்சனைகளில் உங்கள் பங்கும் பொறுப்பும் என்ன என்று கேளுங்கள். கம்பளம் வாங்கி அனுப்பியதோடு உங்கள் பொறுப்பு முடிந்ததா என்று கேளுங்கள்."

கரகரவென்று கண்களிலிருந்து நீர் வழிந்தது.

அதைக் காணச் சகிக்காத சங்கடத்துடன் கோவிந்த் மாமா தலையைக் குனிந்தபடி நின்றார்.

அறைக்குள் மல்லிகா எட்டிப் பார்த்தாள், குலாபி சட்டென்று தன்னைச் சமாளித்துக் கொண்டு கண்ணைத் துடைத்துக் கொண்டாள்.

"என்ன, மல்லிகா?"

"நாஷ்டா தயார் அம்மா ஜான் கோவிந்த் மாமா, நீங்கள் கேட்ட அல்வாவும், ஆலு பூரியும் தயார்!"

"ஓ, எனக்கு இப்பொழுது எதுவும் வேண்டாம் மகளே!" என்றார் கோவிந்த் தொங்கிய முகத்துடன்.

"ஏன் வேண்டாம்; நீ கொண்டு வா, மல்லிகா. நான் கொடுக்கிறேன் அவருக்கு. இவரும் எனக்கொரு குழந்தை!"

குலாபியின் குரலில் வரவழைத்துக் கொண்ட உற்சாகம் தெரிந்தது.

மல்லிகா அகன்றதும் கோவிந்த் உடைந்த குரலில் சொன்னார்:

"உன்னுடைய மனக் கஷ்டங்களுக்கெல்லாம் நான் தான் மூல காரணம், குலாபி."

அவள் நெகிழ்ந்து போனவளாய் அவருடைய கைகளைப் பற்றினாள்.

"யாரும் யாருடைய வாழ்க்கைக்கும் பொறுப்பில்லை, மாமா. ஆட்டுவிப்பவனின் கையில் சிக்கியிருக்கும் பொம்மைகள் நாம். அதில் நீங்களோ நானோ தன்னிச்சையாக ஆடுவது எப்படி சாத்தியம்."

மல்லிகா கொண்டு வந்து வைத்த அல்வாவையும் பூரியையும் குழந்தைக்கு ஊட்டுவது போல் அவள் அவருக்கு ஊட்ட முற்பட்டபோது கோவிந்த் மாமா தன்னைக் கட்டுப்படுத்திக் கொள்ள முடியாதவராய்க் குலுங்கக் குலுங்க அழ ஆரம்பித்தார்.

——

அத்தியாயம்

6

மனம் எங்கோ அலைபாயக் குலாபி முஜ்ராவில் அமர்ந்திருந்தாள். மல்லிகா இன்று வழக்கத்தைவிட அதிகக் குழைவும் உருக்கமுமாய்த் தன்னை ஒரு ‘கஜ’லில் வெளிப்படுத்திக் கொண்டிருந்தாள்.

இந்தக் காதல் வெளிப்பாடு இன்று குலாபியை அதிகம் விசனப்படுத்திற்று. உள்ளுக்குள் இருக்கும் எத்தனையோ ஏமாற்றங்களையும் ஆதங்கங்களையும் மறைத்துக் கொண்டு இந்த உணர்வு ஒன்றுக்காகவே, உடல் இச்சைக்காகவே ஜன்மம் முழுதும் காத்திருப்பதாகப் பாவனை செய்வது எவ்வளவு பெரிய துர்ப்பாக்கியம்! இந்தப் பொய்யை நிஜம் போல் நடிப்பது மனத்துக்கு எத்தனை பெரிய சுமை!

இந்தச் சுமையின் பாரம் தாங்காததன் விளைவு பல சமயங்களில் அவர்களுடைய பேச்சிலும் செய்கையிலும் மௌனக் கண்ணீரிலும் தெரிகிறது. இந்தச் சுழலில் மாட்டிக் கொண்ட பின் தப்பிப்பதற்கு வழி இல்லை என்பது மையலும் சரஸமும் காண்பிக்கும் விழிகளின் பின் புலத்தில் நிற்கிறது.

குலாபி கூட்டத்தில் கண்களை அலையவிட்டாள். புதுக் கம்பளத்தின் மகிமையோ என்னவோ இன்று வழக்கத்தைவிட அதிகம் பேர் வந்திருந்தார்கள். நாலைந்து புது ஆட்கள் தெரிந்தார்கள்.

கூடத்துக்கள் உட்காராமல் அதை ஒட்டிய அறையில் சண்பகம் அமர்ந்திருந்தாள். அந்தப் பெண்ணுக்கு இன்னும் பயம் விலகவில்லை என்று நினைக்கையில் பரிதாபம் ஏற்பட்டது. தினமும் தபாலை எதிர்நோக்கி ஏமாற்றமடைவதும், “என்னை ரெயிலேத்தி விடுங்க. நா போய்க்கிறேன்” என்று கெஞ்சுவதுமாக இருந்தாள். தபால் மதுரை போய்ப் பதில் வருவதற்கு இன்னும் நாளாகவில்லை என்று எத்தனை முறை சொன்னாலும் அந்த அசட்டுப் பெண்ணுக்குப் புரிந்ததாகத் தெரியவில்லை.

ஒரு பாட்டு முடிந்து இன்னொரு பாட்டு ஆரம்பித்ததும் கோவிந்த் மாமா உள்ளே ஜாடையாகக் கூப்பிடுவது தெரிந்தது.

அவள் யாருடைய கவனத்தையும் கவராத நிதானத்துடன் எழுந்து நடந்தாள்.

“என்ன மாமா?” என்று உள்ளே சென்று மெல்லிய குரலில் கேட்டாள்.

“அந்தப் பிள்ளை வந்திருக்கிறான்.”

“மோங்கியா ஸாஹாபின் பிள்ளை, அன்று வந்தானே!” சட்டென்று அவள் முகம் மலர்ந்து.

“ஓ, இன்றைக்கு வெள்ளிக்கிழமையா? நான் மறந்தே போனேன் எங்கே இருக்கிறான்?”

“உன் அறையில் உட்கார்த்தி வைத்திருக்கிறேன்.”

“இதோ நான் போகிறேன், நீங்கள் முஜ்ராவைக் கவனியுங்கள், ஒரு ஆள் குடி போதையில் இருப்பது போல் தெரிகிறான். ஏதாவது கலாட்டா செய்யப் போகிறான்.”

“ம். கவனிக்கிறேன், குலாபி, நீ கவலைப்படாதே.”

கோவிந்த்தின் குரல் குழைந்தது. “என்ன விஷயம் மாமா?” என்றாள் அவள்.

இன்றைக்கு இரண்டு பெரிய கிராக்கிகளிடமிருந்து அழைப்பு வந்திருக்கிறது. சாந்தியையும் மகாலட்சுமியையும் அனுப்பப் போகிறேன்.

"அவர்களுக்குச் சம்மதமா என்று தெரிந்து கொண்டீர்களா?" என்று கேட்கும்போதே, இவர் அவர்களைச் சம்மதிக்க வைத்திருப்பார் என்று அவள் தனக்குள் சொல்லிக் கொண்டாள்.

"பின்னே?" என்றார் அவர் வியப்புடன். "அந்தப் பெண்கள் புத்திசாலிப் பெண்கள் வெறும் 'முஜ்ரா'வில் வரும் காசினால் வயிறு நிரம்பாது என்று தெரிந்தவர்கள்".

'இந்த விவரமெல்லாம் எனக்கு வேண்டாம்' என்பது போல் அவள் தலையைக் குனிந்து கொண்டாள்.

"நல்ல கௌரவமான பசையுள்ள இடமாக இருந்தால் ஒழிய, நானும் அனுப்ப மாட்டேன், குலாபி இது அவர்களுக்கும் நன்றாகத் தெரியும்."

அன்று மல்லிகா சொன்னது நினைவுக்கு வந்தது.

'நாம் எல்லாரும் மிகப் பரிசுத்தமானவர்கள் என்று அவளுக்குச் சொல்லுங்கள், அம்மா ஜான் நில ரத்தத்தைத் தவிர'

மனசில் மின்னலைப் போல் தோன்றிய சலனத்திலிருந்து மீண்டும் அவள் கேட்டாள்:

"அவர்களை எங்கே அனுப்பப் போகிறீர்கள், மாமா?"

"ஒபராய் ஹொட்டலுக்கு. இரண்டு எண்ணெய் மன்னர்கள் தான் தீர விசாரித்து விட்டேன். அதே ஹோட்டலில் தான் இரண்டு பேரும் தங்கியிருக்கிறார்கள். நம் டாக்ஸிக்காரச் சிநேகிதன் அஹமத் இரண்டு பேரையும் அழைத்துப் போய்க்கொண்டு வருவான்."

"நீங்கள் வர வர நமக்கு வழக்கமில்லாத வழக்கத்தைச் செய்ய ஆரம்பித்திருக்கிறீர்கள். மாமா. இந்த ஹோட்டலுக்கு அனுப்பும் விவகாரமெல்லாம் எனக்குக் கட்டோடு பிடிப்பதில்லை. மிகவும் தகாத வழக்கம் இது."

கோவிந்துக்குச் சுருசுருவென்று கோபம் வருவது அவர் முகம் சிவந்ததிலிருந்து தெரிந்தது.

“இன்னும் பழைய காலமாகவே நீ இருக்கிறாய், குலாபி, கூப்பிட்டவுடன் வந்து நிற்கும் பெண்கள் இப்போது தாராளமாகப் போய்விட்டார்கள். சில படித்த கௌரவமான பெண்கள் கூட இந்த மாதிரிக் காரியங்களில் துணிந்திருக்கிறார்கள். அப்படியிருக்க, உன்னுடைய பெண்களைத் தேடிக் கொண்டு இந்த மொகல்லாவுக்கு எந்தப் பணக்காரன் வருவான்? பாட்டையும் நாட்டியத்தையும் ரசிக்க வந்த பிறகு நேரமாகிவிட்டது என்கிற காரணத்தால் இங்கு உறங்கி விட்டுப் போன செல்வர்கள் வர்க்கம் இப்போது இல்லை, குலாபி.”

“எனக்கு அந்த மாதிரியான ரசிகர்கள்தான் வேண்டும், மாமா!!”

“அப்பொழுது நீ இந்த மொகல்லாவில் இருக்கக் கூடாது, ‘ஸப்ரூ ஹவு ஸிலோ’, ‘கமானி ஹாலி லோ டிக் கெட்’ வைத்துக் கச்சேரி செய்ய வேண்டும். இப்பொழுது இந்த வெட்டிப் பேச்சு எதற்கு? நான் யோசனையில்லாமல் காரியம் செய்ய மாட்டேன். நீ கவலைப்படாதே. சாந்தியும் மகாலட்சுமியும் சாப்பிட்டுவிட்டு உடைமாற்றிக் கிளம்ப வேண்டும். முஜ்ராவில் மல்லிகா மட்டுந்தான் இருப்பாள். அந்தப் பெண்ணை, உங்கள் வளர்ப் பெண்ணைக் கொஞ்சம் அவளுடன் உட்காரச் சொல்லு, தம்பூராவாவது மீட்டலாம்”

“வேண்டாம்” என்றாள் அவள் தீர்மானமாக, “அவளுடைய பயம் இன்னும் விலகவில்லை. இப்படி ஏதாவது செய்தீர்களானால் அவள் இன்று இரவே எங்கேயாவது ஓடிப் போய்விடுவாள்.”

“போகட்டும் மாட்டிக் கொள்ளட்டும், வேறு ஒரு சாக்கடையில்”

“சொல்லுவதற்கில்லை, மாமா! போகிற போக்கில் உங்களைக் காட்டிக் கொடுத்தாலும் கொடுக்கலாம். படித்த பெண். மிகவும் கெட்டிக்காரியுங்கூட”

“ரொம்ப சரி! உன் துப்பட்டாவில் அவளைப் பத்திரமாக முடிந்து வைத்துக்கொள், உன் விருப்பப்படி நடக்க ஆரம்பித்துவிட்டாய். என்னுடைய காலம் முடிகிற சமயம் வந்தாயிற்று. எனக்கு என்ன வந்தது?”

தன் எண்ணங்களை இவரால் மாற்றிக் கொள்ள முடியாது என்று நினைத்து, அவளுக்குச் சிரிப்பு வந்தது.

"முஜ்ராவை நன்றாகக் கவனிக்கிறீர்களா" என்று அவள் மறுபடியும் ஞாபகப்படுத்தினாள்.

"சரி, அந்தப் பிள்ளை உனக்காகக் காத்துக் கொண்டிருக்கிறான். உன்னைப் பற்றி ஒரு காவியமே எழுதிவிடுவான் போல் இருக்கிறது. அவன் முகத்தில் இருக்கும் ஆர்வத்தைப் பார்த்தால்!"

அவள் மெல்லிய புன்னகையுடன் தன் அறைக்குச் சென்றாள்.

அவளைக் கண்டதும் அவன் விருக்கென்று மரியாதையுடன் எழுந்தான். அவள் முகத்தைப் பார்த்த பார்வையில் ஓர் ஆர்வமும் அபிமானமும் மரியாதையும் குழைந்து தெரிந்தன. இந்தப் பார்வைக்கும் தனக்கும் ஒரு ஜன்மாந் தரத் தொடர்பு உண்டு என்கிற நினைப்பு அவளைச் சலனப்படுத்திற்று.

"உட்காருங்கள், நந்தலால் ஸாஹப்" என்று அவள் கனிவாகப் புன்னகை செய்தாள்.

அவன் கூச்சத்துடன் அவசரமாகச் சொன்னான்:

"ஸாஹப் என்று கூப்பிட்டு என்னை அந்நியமாக்காதீர்கள், ஸாஹிபா!"

அவள் நெகிழ்ந்து போன குரலில் கேட்டாள்:

"பின் எப்படிக் கூப்பிடட்டும்?"

"என் அப்பா கூப்பிடுவதுபோல் கூப்பிடுங்கள். 'நந்து மகனே' என்று கூப்பிடுவார்!"

அவள் பிரியத்துடன் அவன் அருகில் அமர்ந்து அவன் கைகளைப் பற்றினாள்.

"நந்து, மகனே! இந்த உன் வார்த்தைகள் எனக்கு எத்தனை சந்தோஷத்தை அளிக்கின்றன என்று என்னால் விவரிக்க முடியாது. உன் அப்பாவின் உடல் நிலை எப்படி இருக்கிறது?"

அவன் முகத்தில் ஒரு வாட்டம் தெரிந்தது.

“ஏதும் மாறுதல் இல்லை ஸாஹிபா, படுக்கையில்தான் இருக்கிறார்.”

“கடவுளே!” என்றாள் அவள் துயரத்துடன். “எத்தனை திடகாத்திரமாக இருப்பார்! என்ன ஆகிவிட்டது அவருக்கு?”

அந்தக் குரலிலிருந்து ஆதுரத்தைக் கண்டு தாக்கப்பட்டவன் போல் அவன் நிமிர்ந்து பார்த்தான். அவள் கண்களில் நீர் திரையிட்டிருப்பதை நம்ப முடியாதவனாய்த் தலையைக் குனிந்து கொண்டான். அதிக நேரம் யோசித்துக் கேட்டான்:

“உங்களுக்கும் என் தந்தைக்கும் தொடர்பு இருந்தது எனக்குப் போன வாரந்தான் தெரியும், ஸாஹிபா.”

“தெரிந்து தான் என்னைக் காண வந்தாய் என்று நினைத்தேன்.”

“சத்தியமாய் இல்லை. எங்கள் பத்திரிகைக்குக் கவர்ஸ்டோரி செய்ய வேண்டும் என்கிற எண்ணத்தில்தான் வந்தேன். என் தந்தையுடன் இரவு தனிமையில் பேசிக் கொண்டிருந்தபோது எதேச்சையாகச் சொன்னேன். அவரிடம் அது ஏற்படுத்திய பாதிப்பை என்னால் விவரிக்க முடியாது, ஸாஹிபா!”

அவள் தலையைக் குனிந்து கொண்டாள். நெஞ்சில் பிரவாகமாகப் பொங்கிய உணர்வுகளைப் பிரயாசையுடன் அடக்கிக் கொண்டாள்.

“கம்பளத்தை அனுப்பிய வேகத்தில் என்னால் அதைப் புரிந்து கொள்ள முடிகிறது, நந்தலால்.”

அவளது பிரஸன்னத்தால் ஆட்கொள்ளப்பட்டவன் போல் அவன் ஒரு மரியாதை கலந்த திகைப்புடன் அவளைக் கூர்ந்து பார்த்தான்.

“நீங்கள் அப்பாவைப் பார்த்து எத்தனை வருஷங்கள் ஆகின்றன, ஸாஹிபா?”

“பத்து வருஷங்கள்!” அவள் புன்னகையுடன் அவன் கைகளை வருடினாள்.

"நீ அப்பொழுது விவரம் புரியாத பாலகனாய் இருந்திருப்பாய்."

பலவிதமான நினைவலைகளுடன் போராடுபவன் போல் அவன் சில விநாடிகள் மௌனமாக அமர்ந்திருந்தான். பிறகு மெல்லிய குரலில் சொன்னான்:

"புரிந்த அளவில் எனக்கு உங்களைப் பற்றி நல்ல அபிப்பிராயம் இருக்கவில்லை, ஸாஹிபா!"

அவள் திடுக்கிட்டு நிமிர்ந்து அவனைப் பார்த்துச் சிரித்தாள்.

"எனக்கு அதைப் பற்றி ஆச்சரியம் ஏதும் இல்லை, நந்தலால் நான் யார் என்று உனக்குத் தெரிந்திருந்தால் என்னைக் காணவே வந்திருக்க மாட்டாயோ என்னவோ?"

"நிச்சயமாக வந்திருக்க மாட்டேன். வாஸ்தவத்தில் காணாமல் ஏற்படுத்திக் கொள்ளும் அபிப்பிராயம் எத்தனை தவறானது என்று இப்போது புரிகிறது."

அவள் கனிவுடன் சிரித்தாள். "உனக்கு நல்ல பேச்சுத் திறமை இருக்கிறது."

"நான் ஆத்மார்த்தமாகச் சொல்கிறேன், ஸாஹிபா. என் தந்தையை இப்பொழுது தெளிவாக என்னால் புரிந்துகொள்ள முடிகிறது. அவர் நிலைமையைக் கண்டு அனுதாபம் ஏற்படுகிறது."

நினைவுகளின் உத்வேகத் தாக்குதலால் அவள் வெகுநேரம் தன்னுள் மூழ்கிப் போனவளாய் மௌனத்துடன் அமர்ந்திருந்தாள்.

"அவரைப் போன்ற நாகரிக மனிதரை, கலா ரசிகரை, கருணையுள்ளம் கொண்டவரைப் பார்க்க முடியாது, நந்தலாலா. விதி வசத்தினால் இந்தச் சிறையில் மாட்டிக் கொண்ட எனக்கு அவருடைய சிநேகிதமும் அன்பும் புதுத் தென்றலைச் சுவாசிக்கிற மாதிரி இருக்கும். எனக்கிருந்த பவிசுக்கு இதற்கே நான் ஆண்டவனுக்கு நன்றி சொல்ல வேண்டும். எத்தனை நாட்களுக்கு ஒட்ட முடியாத ஓர் உறவை, உவகத்துக்குக் கண்களுக்கு நியாயமில்லாத உறவை நான் நியாயப்படுத்தவும் நிலைப்படுத்தவும் முடியும்?"

அவள் வார்த்தைகளில் இருந்த துயரம் அவனைத் தொத்திக் கொண்டது போல் அவன் பேசாமல் இருந்தான்.

அவள் தனக்கத்தானே பேசிக் கொள்பவள் போல் மிருதுவான குரலில் பேசிக் கொண்டு போனாள்.

"பத்து வயதுச் சிறுமியாக விதியின் பயங்கரச் சதியால் நான் இந்தச் சிறைக்கு வந்தேன். வெகு சீக்கிரம் இதுவேறு உலகம் என்று புரிந்து கொண்டேன். இங்கு இருப்பதன் காரணத்தால் வெளியுலகத்துக்கு என் மேல் மதிப்பில்லாமல் போய் விட்டது. இந்தச் சிறைக்குள் என்னை வளர்த்த ரோஷனாரா, மனத்தின் நாகரிகத்துக்கு எவ்வளவு மதிப்புக் கொடுத்தாள் என்று இங்கே வந்து பார்த்தவர்களுக்குத்தான் தெரியும். எங்கள் வாழ்க்கையை நாங்கள் எந்தக் காரணத்துக்காகவும் கொச்சைப்படுத்திக் கொண்டதில்லை."

குலாபி திடீரென்று சிரித்தாள், "சொன்னால் நீ நம்ப மாட்டாய். சிரிக்கக்கூட சிரிப்பாய். இந்தத் தொழிலை ரோஷனாரா கண்ணியக் குறைவாக நினைத்ததில்லை. மிக உயர்ந்த கலையாகப் பாவித்தாள். சமூக சேவை செய்கிற கனிவுடன் நடந்து கொண்டாள். ஒரு வேடிக்கை என்ன தெரியுமா? நானும் வெகுநாள் வரையில் அந்தப் பிரமையை வளர்த்து என்னை நானே ஏமாற்றிக் கொண்டிருந்தேன். பிரியம் காட்டத் தெரியாத மனைவியை விட நான் தேவலை என்கிற மமதையில் வளைய வந்தேன், நான் எத்தனை பெரிய முட்டாளாக, அறிவிலியாக இருந்தேன் என்று இந்தப் பத்து வருஷங்களாகத்தான் உணர ஆரம்பித்திருக்கிறேன்."

அவன் சட்டென்று அவளை நிமிர்ந்து பார்த்தான். அவள் சோகமாகப் புன்னகை செய்தாள். "ரோஷனாராவின் மேல் எனக்கு எத்தனைக்கெத்தன்ன மரியாதை உண்டோ, அத்தனைக்கத்தனை கோபமும் இருக்கிறது. நாங்கள் வாழும் வாழ்க்கை பொய்யான வாழ்க்கை. காட்ட வேண்டிய பாவங்கள் போலியானவை. அதற்குமேல் - கூலி வாங்கும் ஆளைப்போல் கேட்க, எதிர்பார்க்க

உரிமையில்லை, இது புரியாமல், பொய்யாக வாழத் தெரியாமல், மெய்யான உணர்வு படிந்து விட்டால் விமோசனமே இல்லை."

அவன் பதிலே சொல்லாமல் அவளையே பார்த்த வண்ணம் உட்கார்ந்திருந்தான்.

கூச்சத்துடன் சிரிப்பவள் போல் அவள் சிரித்தாள்.

"ஓ நான் என்னெவெல்லாமோ பேசிக் கொண்டு போகிறேன், உனக்குப் புரியக்கூடப் புரியாது என்னுடைய வேதனை."

"என்னை அவ்வளவு குறைவாக மதிப்பிடாதீர்கள், ஸாஹிபா!"

அவள் கனவில் சிரிப்பவள் போல் நகைத்தாள்.

"ஒரு வேசி ஓர் ஆணிடம் உண்மையான பிரியத்துடன் இருக்க முடியும் என்பதை யார் நம்புவார்கள், நந்தலாலா? மோங்கியா ஸாஹிபே நம்பினாரா என்பது எனக்குச் சந்தேகம்."

"அதைப்பற்றி உங்களுக்கு என் சந்தேகம், ஸாஹிபா?"

"பத்து வருஷ மௌனத்துக்கு வேறு என்ன விளக்கம் சொல்வாய்?"

"அதற்கு வேறு காரணங்கள் இருக்கின்றன. உங்களுக்குத் தெரிந்திருக்கலாம். என்னுடைய அம்மாவும் குடும்பத்தினரும்."

"அவர்களது கட்டாயத்தில் அடியோடு என்னை மறந்து போனார்."

"மறக்க முனைந்தார் என்று எனக்குத் தோன்றுகிறது. குடி போதையில்..."

அவள் திடுக்கிட்டு நிமிர்ந்து பார்த்தாள்.

"மோங்கியா ஸாஹிபுக்குக் குடிப்பழக்கமேயில்லையே"

"பழகிக் கொண்டார், கடந்த பத்து வருஷமாய். இப்பொழுது படுத்த படுக்கையாய் இருப்பதற்கு அதுதான் காரணம்."

அவள் நம்ப முடியாதவளாய் அவனைப் பார்த்தாள்.

"என்னால் நம்ப முடியவில்லை" என்றாள் துயரத்துடன்.

“ஆனால், அதுதான் உண்மை.”

“ஹே ராம்!” என்று அவள் தனக்குள் அரற்றிய வண்ணம் இருந்தாள்.

“என்னை மன்னியுங்கள்!” என்றான் நந்தலாலா திடீரென்று. அவன் முகம் உணர்ச்சிவசப்பட்டிருந்தது.

“இதுநாள்வரை உங்கள் மேல் எனக்கு ரொம்பவும் வெறுப்பு ஏற்பட்டுப் போயிருந்தது. என்னுடைய அம்மாவின் தனிமைக்கும் என் அப்பாவின் குடி போதைக்கும் நீங்கள் தான் காரணம் என்கிற கோபம் அதிகம் இருந்தது.”

“உன்னுடைய கோபம் நியாயமானது நந்தலாலா. உண்மையில் இந்த இரண்டுக்கும் நான்தானே காரணம்?”

நந்தலாலா குழப்பத்துடன் சிரித்தான், “காரணமோ காரணம் இல்லையோ, உங்கள் மேல் எனக்கு இப்பொழுது கோபம் இல்லை.”

அவள் பரிவுடன் அவனைப் பார்த்தாள்.

“நன்றி, மகனே!” என்றாள் மிருதுவாக.

“என்னைப் பற்றி இன்னமும் பத்திரிக்கையில் எழுதுவதாக இருக்கிறாயா?”

“நான் இன்னும் முடிவு செய்யவில்லை.” என்றான் அவன் தயக்கத்துடன்.

“பெயரைக் குறிக்காமல், புகைப்படத்தைப் போடாமல் வெளியிட்டால் என்ன என்று யோசிக்கிறேன்.”

இப்படிக் கூறிவிட்டு அவள் முகத்தை கூர்ந்து பார்த்தான், நந்தலாலா. அவன் பார்வை பட்டதும் அவள் தலையைச் சற்றுக் குனிந்து கொண்டாள்.

“என்னுடைய கதையினால் யாருக்கும் உபயோகம் இல்லை, அப்பனே! வீணாக உன் பொழுதையும் மசியையும் வீணாக்காதே. உன் தந்தையைக் கவனித்துக் கொள். என் அன்பு அவருக்குத்

தெரிவி. இந்தப் பத்து வருடங்களாக அவருடைய நினைவில் மட்டும்தான் வாழ்ந்து கொண்டிருக்கிறேன் என்று சொல். முஜ்ராவில்கூட நான் பாடுவதில்லை இப்போதெல்லாம்."

"சொல்கிறேன், ஸாஹிபா!"

அவளுடன் கூட எழுந்து நின்று அவனுடைய தோள் மேல் அவள் கரத்தை அன்புடன் வைத்தாள்.

"என் வார்த்தைகளை நீ நம்புகிறாயா, நந்தலாலா?"

"நூறு சதவீதம் நம்புகிறேன், ஸாஹிபா!"

அவள் உணர்ச்சிவசப்பட்டுப் போனாள். 'என் சொந்தப் பிள்ளைகளே நம்புவதில்லை' என்கிற நினைப்பில் கண்களில் துளிர்த்த நீரை மறைக்க அவள் தலையைக் குனிந்து கொண்டாள்.

"சென்ற முறை நான் இங்கு வருவதற்குமுன் பீடாக் கடைச் சமன்லால் உங்களை வர்ணித்ததெல்லாம் எத்தனை உண்மையானது என்று இப்பொழுது தெரிகிறது!" என்றான் அவன் புன்சிரிப்புடன்.

"சமன்லால் ஒரு கிறுக்கன் யார் சொல்வதையும் நம்பக் கூடாது, நந்தலாலா. உன் பார்வைக்கும் மனசுக்கும் எது உண்மை என்று படுகிறதோ அதுதான் நிஜம்."

நந்தலாலா புன்னகை செய்தான்.

"ஆமாம்! அதுவும் எனக்குப் புரிகிறது, ஸாஹிபா!"

அவன் விடைபெற்றுச் சென்ற வெகுநேரத்துக்கு அந்தப் புன்னகையும் கள்ளமில்லாத பார்வையும் மனதில் சுழன்றன. எவ்வளவு நல்ல பிள்ளை என்று மனசு சிலாகித்தது.

முஜ்ரா முடிந்து எல்லோரும் கிளம்புவதற்கு முன் அவள் களைப்பு மேலிட்டால் இரவுச் சாப்பாட்டைக் கூடச் சாப்பிடாமல் படுக்கச் சென்றாள்.

அவள் அறையிலேயே இருந்த இன்னொரு நாடார் கட்டிலில் சண்பகம் படுத்திருந்தாள். இவளொரு புதிய சுமை நமக்கு என்கிற அலுப்புடன் குலாபி படுத்தாள்.

மோங்கியாவின் உடல் நிலையைப் பற்றிய கவலை நமுநமுவென்று அரித்த வண்ணம் இருந்தது. குடியினால் உடம்பைக் கெடுத்துக் கொண்டார் என்று நம்புவது கஷ்டமாக இருந்தது. மதுவை அவர் தொட்டு அவள் பார்த்ததில்லை, யாருடைய உபசரிப்புக்கும் அவர் பணிந்ததில்லை. நம்மால் அநியாயமாய் ஒரு ஜீவன் வீணாகப் போயிற்று என்கிற பிரக்ஞை, விவரிக்க முடியாத குற்ற உணர்வை ஏற்படுத்திற்று. உடனடியாக அவரைப் பார்க்க வேண்டும் என்று மனசு பறந்தது.

"அவங்க ரெண்டு பேரும் காலயிலேதான் வருவாங்களா?"

அவள் திடுக்கிட்டுத் திரும்பிப் பார்த்தாள், சம்பா எழுந்து கட்டிலின் மேல் உட்கார்ந்திருந்தாள்.

"யாரு ரெண்டு பேர்?"

"சாந்தியும் மகாலட்சுமியும்!"

"ஓ! எனக்கு மறந்தே போய்விட்டது. வந்து விடுவார்கள் விடிவதற்குள், உனக்கு ஏன் கவலை?"

"எங்கே போயிருக்காங்க?"

அவள் அலுப்புடன் கண்ணை மூடிக் கொண்டாள்.

"அவர்கள் இரா பிசாசுகள் என்று அன்னிக்கே சொல்லல்லே?"

"அப்படின்னா...?"

"உன் தலை! பேசாம தூங்கு."

சம்பா சற்று நேரம் பேசாமல் இருந்தாள். பிறகு மெல்ல முணுமுணுத்தாள்.

"இப்படி இருட்டிலே வரதுக்குப் பயமா இருக்காது?"

"உனக்குப் பயமாயிருந்தா பேசாமல் படு. உன்னை யாரும் இப்ப வெளியே அனுப்பப் போறதில்லே!"

சம்பா வாயை மூடிக்கொண்டு படுத்தாள். முகத்தில் இகழ்ச்சி தெரிந்தது, அதைக் கவனித்தும் கவனிக்காதவளாய்க்

குலாபி கண்ணை மூடிக் கொண்டாள். உறக்கம் ஆட்கொண்ட உணர்வேயில்லாமல் உறங்கிப் போனாள்.

திடீரென்று உலுக்கப்பட்டவள் போல் விழித்துக் கொண்டாள்.

“அவங்க வந்துட்டாங்க!”

“யாரு?”

“சாந்தியும் மகாலட்சுமியும்!”

“வரட்டுமே! அதுக்கென்ன இப்ப”

“சாந்திக்கு என்னவோ ஆகியிருக்கு. மயக்கமா இருக்கா. பாவம், உடம்பெல்லாம் ஒரேயடியா...!”

அவள் முடிக்கும் முன் குலாபி விசுக்கென்று எழுந்தாள்.

அந்தப் பெண்களின் அறையை நோக்கி ஓடினாள். கூடவே தயக்கமும் சுறுசுறுப்புமாகச் சம்பா ஓடினாள்.

மகாலட்சுமி நிலைகுலைந்து பீதியுடன் நின்றிருந்தாள். கட்டிலில் மயக்க நிலையில் சாந்தி படுத்துக் கிடந்தாள். முகத்திலும் கைகளிலும் காயம் பட்டாற் போல் கோடு விழுந்து சுன்றிச் சிவந்திருந்தது.

கோவிந்த் மாமாவும் டிரைவர் அஹமத்தும் ஆசுவாசப்படுத்திக் கொண்டிருந்தார்கள், அவளைக் கண்டதும் விலகி நின்றார்கள்.

“மகாலட்சுமி என்ன ஆயிற்று?” என்றாள் அவள் அதட்டலான குரலில்.

“தெரியவில்லை, அம்மா ஜான் நான் முதலிலேயே டாக்ஸிக்கு வந்து விட்டேன். இவள் வெகுநேரம் கழித்துத் தள்ளாடியபடி வண்டிக்கு வரும் வழியிலேயே மூர்ச்சையாகிப் போனாள். நானும் அஹமத்தும் மெதுவாக வண்டியில் ஏற்றி...”

“கோவிந்த் மாமா!” என்று வெகு கோபத்துடன் குலாபி இரைந்தாள்.

“உங்கள் பேராசை எந்த நிலைக்குக் கொண்டு போயிருக்கிறது. பாருங்கள், முன்பின் தெரியாத மனித மிருகங்களுக்கு இந்தப்

போக்கிடமத்த பெண்களை இரை போட ஆரம்பித்து விட்டீர்கள். இவளுக்கு ஏதாவது ஆயிற்றென்றால் இதற்கு என்ன பதில் சொல்லப் போகிறீர்கள்?"

கோவிந்த் பதில் சொல்லத் தெரியாமல் விழித்தார்.

சரேலென்று அவள் கட்டிலில் உட்கார்ந்து சாந்தியின் தலையை மடியில் எடுத்து வைத்துக் கொண்டாள்.

"தண்ணீர் கொண்டு வாருங்கள்!" என்று தண்ணீரை அவள் முகத்தில் தெளிக்கையில் அவள் கண்களிலிருந்து சரம் சரமாக நீர் வழிந்த வண்ணம் இருந்தது.

——

அத்தியாயம் 7

ஒரு வாரமாகக் குலாபியின் மொகல்லா சுரத்தே இல்லாமல் போய் விட்டது. குலாபி இந்த ஏழு நாட்களாக யாருடனும் ஒரு வார்த்தை பேசவில்லை.

அவளிடம் ஏதும் பேசவே எல்லாரும் பயந்தார்கள், கோவிந்த் மாமா அவள் எதிரிலேயே வருவதில்லை, ஓசைப்படுத்தாமல் இரவோடு இரவாக அன்றைக்கே சாந்தினி சௌக்கில் குடியிருந்த ஒரு ஹெக்கீமை அழைத்துக் கொண்டு வந்தார்.

ஹெக்கீம் கொடுத்த குளிகைகளும் குழம்புகளும் வேலை செய்ய ஆரம்பித்திருந்தன. சாந்தியின் முகம் சற்றுத் தெளிய ஆரம்பித்திருந்தது.

முஜ்ராவில் உட்காரும் நேரம் போக மற்ற நேரம் முழுவதும் குலாபி சாந்தியின் பக்கத்திலேயே கழித்தாள்.

அன்றைய சம்பவம் அவளை ஓர் உலுக்கு உலுக்கி விட்டதைப்போல் தோன்றிற்று. நினைக்க நினைக்கத் தாள முடியாததாக இருந்தது.

அன்று இரவு சாந்தியின் நிலையைக் கண்டதும் ஏற்பட்ட துயரமும் அதற்குப் பின்னணியில் இருந்த காரணங்களின் பிரக்ஞையும் ஏற்படுத்திய அதிர்ச்சியிலிருந்து மீண்டு இன்னமும் எழுந்திருக்க முடியவில்லை.

'என் மேற்பார்வையில் இருக்கும் காலத்தில் இப்படி ஒரு சம்பவம் நடந்தது எத்தனை கேவலமானது!' என்று நினைத்து நினைத்து மனசு பொங்கிற்று.

கோவிந்த் மாமாவும் மிகவும் ஆடிப் போய் விட்டார் என்பது அவர் மௌனமாகத் தலையைக் குனிந்தபடி வீட்டில் வளைய வந்ததிலும் அவளிடம் பேசவே தயங்குவதிலும் தெரிந்தது. இருந்தும் அவர் மேல் அவளுக்கு ஏற்பட்டிருந்த கோபம் இன்னும் தணியவில்லை.

முஜ்ராவுக்கு வந்திருப்பவர்களில் யாரேனும் குடி போதையில் எசகுபிசகாக நடந்து கொண்டால் உடனே கோவிந்த் மாமா அந்த ஆளை நிச்சியமாக விரட்டுவதற்கு ஆஜராகிவிடுவார். எத்தனை பணமுள்ளவனாக இருந்தாலும் இந்த நடத்தை விஷயத்தில் கண்டிப்பாக இருந்து வரும் வீடு இது. நாகரிகத்தைக் காத்து வரும் இல்லம் இது. இந்தக் காரணத்துக்காகவே இங்கு இருக்கும் பெண்கள் இன்னும் உற்சாகமாக இருக்கிறார்கள். பண்புள்ள கலைத் தொண்டர்கள் போல் தொழில் நடத்துகிறார்கள், இங்கும் சுருதி பிசகிவிட்டது!

"நல்ல கௌரவமான பசையுள்ள இடமாக இருந்தால் ஒழிய, நானும் அனுப்ப மாட்டேன், குலாபி."

எத்தனை தீர்மானமாகச் சொன்னார்.

"இன்னும் பழைய காலமாகவே இருக்கிறாய், குலாபி."

உண்மையில் கோவிந்த் மாமாவுக்கே தற்கால நாகரிகமும் வியாபார நுணுக்கமும் புரியவில்லை என்று தோன்றிற்று. திடீர்ப் பணக்கார வர்க்கமான எண்ணெய் மன்னர்களிடம், புராதன நாகரிகத்துக்குப் பதில் நவீன வக்ரங்கள் தாம் இருக்கும் என்று மனதில் சந்தேகமோ எச்சரிக்கையோ தோன்றவில்லை, தோன்றாததற்கான காரணம் ஆழமானது.

பணப் பற்றாக்குறை மாமாவின் சிந்தனையையே மழுங்கடித்து விட்டது.

சாந்தியின் உடம்பிலிருந்த காயங்களைப் பார்த்து முதலில் பீதியும் பிறகு மித மிஞ்சிய அருவெறுப்பும் ஏற்பட்டன.

இப்படிக் கூட மிருகத்தனமாக ஒருவன் நடந்து கொள்வானா, என்னதான் பணம் என்கிற பலம் திமிரையும் கொழுப்பையும் அதிகரித்திருந்தாலும் சாந்தியின் ரவிக்கைக்குள் இரண்டாயிரம் ரூபாய் செருகப்பட்டிருந்ததிலிருந்து பணம் அவனுக்குத் தண்ணீர் பட்டபாடு என்று புரிந்தது. தன்னுடைய வக்ர இச்சைகளைப் பூர்த்தி செய்வதற்காகக் கொலைக்கூடச் செய்யத் தயங்க மாட்டான் என்று தோன்றிற்று.

‘கடவுளே’ எப்படிப்பட்ட நிலைக்கு இந்த மொகல்லா இறங்கி விட்டது! இந்த மொகல்லாவுக்கு வருபவர்கள் முதலில் ரசிகர்கள். உடல் இச்சைகளை வெளிப்படுத்துவதிலும் ஒரு ரஸனையையும் நாகரிகத்தையும் காண்பிப்பவர்கள். கொஞ்சம் நாட்டுப்புறமாகத் தென்பட்டாலும் ரோஷனாரா உள்ளே சேர்க்க மாட்டாள். மல்லிகா சொன்னது போல் இங்கே நீல ரத்தத்தை தவிர...’

கதவருகில் நிழல் தட்டிற்று.

அவள் மெல்ல நிமிர்ந்து பார்த்தாள். சண்பகம் நின்றிருந்தாள். அடிபட்ட புறாவைப் போன்ற முகபாவத்துடன்.

அன்றிரவு சாந்தி வந்திறங்கியதைக் கண்டதிலிருந்து அவளுடைய முகபாவம் இப்படித்தான் இருக்கிறது. சுபாவமான பெரிய கண்கள் இன்னும் அகலமாக விரிந்தன.

ஏற்கனவே இந்த இடத்தைப் பற்றிய சந்தேகத்திலும் பீதியிலும் இருக்கும் இந்த அசட்டுப் பெண்ணுக்கு மிகப் பெரிய அதிர்ச்சி ஏற்பட்டிருக்கும் என்ற பரிவுடன் அவள் வழக்கத்தைவிட அதிக மென்மையுடன் புன்னகை பூத்தாள்.

“என்ன சம்பா?”

சம்பா சட்டென்று பதில் சொல்லாமல் கண்ணை மூடிப்படுத்திருந்த சாந்தியைப் பார்த்து, “எப்படியிருக்கா இப்ப” என்றாள்.

"இப்பத் தேவலை!" என்றாள் குலாபி.

"நாளைக்கு நடக்க ஆரம்பிச்சுடு வா. இன்னிக்கே எழுந்து முடிஞ்ச வேலை செய்யறேன்னு சொன்னா, நான்தான் கட்டாயப்படுத்திப் படுக்க வெச்சேன்."

இத்தனை நாட்களில் முதல்முறையாக இவ்வளவு சரளத்தோடு குலாபி பேசியதில் சற்றுத் தைரியம் அடைந்து சம்பா மெல்ல அருகில் வந்தாள்.

"நான் அன்னிக்கு ரொம்பப் பயந்து போனேன்!"

குலாபி எங்கோ ஞாபகமாய்ப் புன்னகை பூத்தாள்.

"நானுந்தான் பயந்தேன், ஆண்டவன் புண்ணியத்திலே உடம்பு சரியாகி விட்டது. நீ தினமும் ஸ்தோத்திரப் பாடல் பாடறியே; அதோட சக்தியாயிருக்கும்."

சம்பா கூச்சத்துடன் தலையைக் குனிந்து மெல்லிய குரலில் சொன்னாள்:

"அதெல்லாம் இல்லீங்க. உங்க நல்ல மனசை நோகச் செய்ய மாட்டார், கடவுள்."

குலாபிக்கு லேசாகச் சிலிர்த்தது. சண்பகமா இப்படிப் பேசுவது என்று ஆச்சரியம் ஏற்பட்டது.

"நீங்க ரொம்ப அபூர்வமானவங்க."

குலாபி சிரித்தாள்.

"எதனாலே அப்படிச் சொல்றே"

"இத்தனை பிரியம் காட்டறவங்களை நான் பார்த்ததேயில்லீங்க. எங்கம்மா கூடச் சதா விடுவிடும்பாங்க. நீங்க கோபிச்சாலும் பிரியத்தாலே கோவிச்சுக்குறீங்கன்னு தெரியுது. இந்தச் சாந்திக்கு அம்மா இருந்திருந்தாங்கன்னா அவங்ககூட இப்படி ராப்பகல் கண் முழிச்சுப் பார்த்துப்பாங்கன்னு எனக்குத் தோணல்லே."

குலாபி பதில் சொல்லாமல் புன்னகை பூத்தாள். நான் அதிகப்படியாகப் பரிவையும் பிரியத்தையும் காண்பிப்பது குற்ற

உணர்வினால் என்று சொன்னால் இந்தப் பெண் நம்ப மாட்டாள் என்று தோன்றிற்று. சாந்திக்கு ஏற்பட்ட அவமானத்துக்கு நான் மறைமுகக் காரணம், கோவிந்த் மாமா செய்த முட்டாள் தனத்துக்கு ஒப்புதல் கொடுத்த காரணம்.

நீ இங்கே வந்து சேர்ந்ததற்குக்கூட மறைமுகமாக நான் காரணம். கோவிந்த் மாமாவின் அசட்டுத்தனத்துக்கு நான் பொறுப்பு. மந்திரி சபையில் ஒரு மந்திரி தவறு செய்தால் அது சபையின் பொறுப்பாவது போல.

“உண்மையிலே என்ன ஆச்சுங்க சாந்திக்கு? எதனாலே இப்படிக் காயம்?”

உலுக்கப்பட்டவள் போல் குலாபி சுயநினைவுக்கு வந்தாள்.

“போ, இதைப் பத்தியெல்லாம் நீ கவலைப்படக் கூடாது. தெரியாத்தனமா யாரோ முரடன்கிட்டே அகப்பட்டுக்கிட்டா.”

“கொலை செஞ்சிட்டாங்கன்னு நெனச்சேன்.”

‘கொலைதான். ஆத்ம கொலை!’ என்று குலாபி தனக்குள் முணுமுணுத்துக் கொண்டாள். கண் விழிக்கும் நேரத்திலெல்லாம் சாந்தி நான்கு நாட்களுக்கு அழுதாள். தூக்கத்தில் ‘வீல்’ என்று அடிக்கடி தூக்கிப் போட்டு விழித்துக் கொண்டாள்.

“ஊர்லேந்து இன்னும் லெட்டர் வரல்லீங்க.”

சில விநாடிகள் இவள் என்ன பேசுகிறாள் என்று குலாபிக்குப் புரியவில்லை.

“லெட்டர் எழுதிப் போட்டுப் பதினஞ்சு நாளாயிடுச்சே! இத்தனை நாளைக்குப் பதில் வந்திருக்க வேண்டாம்?”

“வந்திருக்கணும்தான்!” என்றாள் குலாபி சோர்வுடன்.

“பதில் போட்டிருந்தால்” என்று சேர்த்துக் கொண்டாள்.

“கண்டிப்பாகப் பதில் போடுவாங்க” என்றாள் சம்பா படபடப்பாக.

“பின்னே என் வரல்லே?”

சம்பா தலையைக் குனிந்து கொண்டாள்.

"ஊரிலே இல்லையோ என்னவோ?"

பிறகு தயங்கிக் கொண்டு நிமிர்ந்து பார்த்தாள். 'கடிதமே வரல்லேன்னா என்ன பண்ணுவேன்?'

இது ஒரு பிரச்னைதான் என்கிற நினைப்புடன் குலாபி எழுந்தாள்.

"கவலைப்படாதே, சம்பா!" என்றாள் மிருதுவாக.

"அப்படி நேர்ந்ததுன்னா உன்னைக் கொண்டு சேர்க்க ஏற்பாடு செய்துடறேன்."

"இப்பவே ஏற்பாடு பண்ணுங்க!" என்று சொல்ல நினைத்துச் சொல்லாமல் சம்பா தயங்கிக் கொண்டு நின்றாள்.

"இதைக் கேட்கத்தான் வந்தியா?"

"இல்லீங்க, மறந்தே போனேன். சாப்பாடு தயாராயிட்டது, நீங்க சாப்பிட வர்றீங்களா, இல்லே, இங்கேயே கொண்டு வந்து தரட்டுமா?"

"நானே வரேன்." என்று குலாபி சம்பாவின் தோளைப் பிடித்துக் கொண்டு நடந்தாள்.

"நான்தான் சமைச்சேன் இன்னிக்கு."

குலாபி வியப்புடன் பார்த்தாள்.

"சபாஷ்! ஏன், மத்தவங்க எல்லாம் எங்கே?"

"மல்லிகா தையல்காரிகிட்டே போயிருக்கா. மகாலட்சுமி தலைவலின்னு படுத்திருக்கா."

சமையலறையில் தரையில் அமர்ந்து குலாபி புன்னகையுடன் கேட்டாள்.

"என்ன சமைச்சிருக்கே?"

"எனக்கென்னங்க, தமிழ் நாட்டுச் சமையல்தான் தெரியும். வெண்டைக்காய்ச் சாம்பார் வெச்சேன், பீன்ஸ் பொரியல்

பண்ணினேன். கோவிந்த் மாமாவைத் தேங்காய் வாங்கிட்டு வரச் சொன்னேன்."

இந்தப் பெண்ணுக்கு இங்கே பழகிவிட்டது என்று நினைத்துச் சற்று நிம்மதி ஏற்பட்டது.

தாளத்தில் அரிசிச் சோறும் பொரியலும் சாம்பாரும் பரிமாறப்பட்ட தினுசில் நினைவுப் பெட்டகம் மிக லேசாகத் திறந்தது. இதே நியமத்துடன் சாப்பிட்ட நினைவும் பரிமாறியத் தந்தக் கையும் கண்ணெதிரில் ஒரு விநாடி நின்றன.

சாம்பார் நாவில் பட்டுச் சோற்றுடன் உள்ளே சென்றதும் கண்ணில் நீர் திரையிட்டது. அப்பாவின் சந்தோஷச் சிரிப்பும், கரிய மீசையும், மீசைக்கடியில் வரிசைப் பற்களும் ரோஜாப் பூவைப்போல் அம்மாவின் மிருதுவான முகமும் எதிரில் பிரத்தியட்சமாய்த் தோன்றின.

இன்னமும் அவர்கள் உயிரோடு இருப்பார்களா? இருந்தால் என்னை அவர்களுக்கு நினைவிருக்குமா? அடையாளம் கண்டு கொள்வார்களா?

"எப்படிங்க இருக்கு?"

அவள் யதார்த்தத்துக்குத் திரும்பி நிமிர்ந்து பார்த்தாள்.

சம்பா ஆர்வத்துடன் நின்றிருந்தாள்.

"ரொம்ப நல்லாயிருக்கு, சம்பா இத்தனை சின்ன வயசிலே இத்தனை கை மணம் உனக்கு இருப்பது ஆச்சரியமா இருக்கு."

"அம்மா சொல்லிக் கொடுத்ததுங்க."

அவள் பரிதாபத்துடன் சம்பாவைப் பார்த்தாள்.

இவளுடைய முட்டாள் புத்தி ஒரு போக்கிரியிடம் மயங்கியது எத்தனை பெரிய நஷ்டம் என்று தோன்றிற்று. அழகும் குணமும் நல்ல பாரம்பரியமும் கொண்ட இவளுக்கு இனிமேல் என்ன மாதிரி எதிர்காலம் இருக்கப் போகிறது?

"நீயும் சாப்பிடு!" என்று கட்டாயப்படுத்தி அவள் சம்பாவைச் சாப்பிட வைத்து எழுந்தாள்.

கை கழுவப் போகுமுன் அவளைப் பார்த்துச் சொன்னாள்:

"ஊரிலேர்ந்து கடிதாசி ஏதும் வரவில்லையானால் நானே உன்னை மதுரைக்கு அழைச்சுண்டு போறேன்."

சம்பா பெரிய மகிழ்ச்சியுடன், "ரொம்ப நன்றிங்க!" என்றாள்.

நாட்கள் மெல்ல நகர்ந்து சாந்தி முன்னைப் போல் நடமாடத் தொடங்கியதும் கோவிந்த் மாமா சற்றுத் தெம்புடன் வளைய வர ஆரம்பித்தார். குலாபி கூடத் தன் கோபத்தைச் சற்றுச் சமாதானப்படுத்திக் கொண்டு சகஜ நிலைக்கு வந்து விட்டாள்.

மோங்கியாவுக்கு உடல் நிலை எப்படியிருக்கிறதோ என்று இப்பொழுதெல்லாம் அடிக்கடி நினைவை நெருடிற்று. நந்தலாலாவிடமிருந்து ஏதும் தகவலும் இல்லை, செய்தியும் இல்லை. இரவு படுக்கையில் படுத்ததும் திறந்த ஜன்னல் வழியே தெரியும் கரிய மேகத்தையும் கண் சிமிட்டும் நட்சத்திரங்களையும் பார்க்கும்போது என்ன வெல்லாமோ குருட்டு யோசனைகள் தோன்றும். ஜயந்தையும் கோபாலையும் வரவழைத்தால் என்ன என்று நெஞ்சு படபடக்கும். 'எனக்குத் தான் பாக்கியம் இல்லை. நீங்களாவது அவரைப் பார்த்து விட்டு வாருங்கள்' என்று சொல்ல வேண்டும் போல் இருக்கும். 'எனக்கே கடிதம்கூட எழுதாமல் அசிரத்தையாக இருக்கும் அவர்கள் இந்த என் வேண்டுகோளையா ஏற்கப் போகிறார்கள்?' என்கிற நிராசையுடன் அவள் இரவெல்லாம் தாங்காமல் கழிப்பாள்.

பெற்ற பிள்ளைகள் கவனிப்பதில்லையா? இந்த மொகல்லாவிலேயே ஏன் இருக்கிறாய்?" என்று கேட்டார் மோங்கியா.

அவள் கண்களில் நீர் சுரக்க ஆரம்பிக்கும்.

'அவர்களைப் பெரிய மனிதர்களாகப் பாவித்து ஹாஸ்டலில் வைத்துப் பெரிய பணக்காரப் பள்ளிப் படிப்பும் காலேஜ் படிப்பும்

கொடுத்தது என் தப்பு. ரோஷனாராவின் குல வழக்கப்படி சங்கீதம் பயில்வித்திருந்தால் இன்றைக்கு இங்கேயே தபேலாவோ ஸாரங்கியோ வாசித்துக் கொண்டு திருப்தியாக இருந்திருப்பார்கள். இந்தச் சூழலிலேயே வளர்ந்திருந்தால் தங்கள் பிறப்பைப் பற்றின மனக் கூச்சம் இல்லாமல் இருந்திருக்கும். இப்பொழுது நான் சொல்வதற்கு முன் பத்துத் தடவை மோங்கியாவைப் பார்த்து விட்டு வந்திருப்பார்கள்.'

இந்தக் காற்று அவர்கள் மேல் படவே கூடாது என்று நான்தான் அவர்களை அந்நியமாக்கினேன்!

கல்லூரிப் படிப்பு முடியும் வரை பல்லைக் கடித்துக் கொண்டு விடுமுறைக்கு இங்கு வருவார்கள், வெளியிலேயே தலை காட்டாமல் அறைக்குள் புத்தகமும் கையுமாக முடங்கிக் கிடப்பார்கள். அவளை அம்மா என்று கூப்பிடக்கூட அவர்கள் தயங்க ஆரம்பித்திருந்ததை அவள் உணர்ந்தாள். படிப்பு முடிந்து அவரவர்களுக்கு உத்தியோகம் ஆனதும் நிம்மதியுடன் கிளம்பிப் போனார்கள். மிகக் கௌரவமான பணக்காரப் பெண்களைக் கல்யாணம் செய்து கொண்ட பிறகு தகவல் தெரிவித்தார்கள்.

"இந்த மொகல்லாவிலேயே ஏன் இருக்கிறாய்?"

"பின் நான் எங்கே போவேன்? கௌரவமான சமூகத்தில் நுழைந்து விட்ட என் பிள்ளைகள் என்னை எப்படி வரவேற்பார்கள்? இந்தச் சகதியில் அவர்கள் கால்கள் பதிந்து போகாமல் வளர்த்து ஆளாக்கிச் கௌரவப் போர்வை போர்த்தியதற்கான நன்றிகூட அவர்களுக்கு இல்லாதபோது நான் என்ன செய்வேன்?"

திடீரென்று நந்தலாலாவின் நினைவு வந்தது.

"எத்தனை நல்ல பையன் அவன் எத்தனை பிரியம் அவனுக்கு தெளிந்த நீரோடை போல் அவன் சிரிப்பும் பேச்சும் இத்தனை நல்ல பிள்ளை இருந்தும் மோங்கியா கடந்த பத்து வருஷ வாழ்க்கையைக் கெடுத்துக் கொண்டுவிட்டதை

நினைத்துக் துக்கமேற்பட்டது. அப்பாவிடம் மதிப்பே இல்லாமல் வளர்ந்திருக்கிறான் இந்தப் பையன். ஒரு எதேச்சையான சந்திப்பு ஏற்பட்டிருக்காவிட்டால் அவனுடைய எண்ணத்தில் எந்த மாறுதலும் ஏற்பட்டிருக்கப் போவதில்லை."

முஜ்ரா நடந்து கொண்டிருந்தது. மல்லிகாவும், மகாலட்சுமியும் காதல் கஜலப் பாடியபடி அபிநயித்துக் கொண்டிருந்தார்கள். வழக்கத்தைவிட அதிகமான தலைகள் இன்று ஆடிக் கொண்டிருந்தன.

குலாபி நினைவை எங்கோ நழுவவிட்டு உட்கார்ந்திருந்தாள். சம்பா வழக்கம் போல் கூடத்துக்குள் உட்காராமல் கொல்லை முற்றத்துக் கட்டிலில் உட்கார்ந்து நட்சத்திரங்களை எண்ணிக் கொண்டிருந்தாள்; அல்லது வராத கடிதத்தைத் தேடிக் கொண்டிருந்தாள்.

கோவிந்த் மாமா ஓசைப்படாமல் குலாபியின் அருகில் வந்து உட்கார்ந்தார்.

"அந்தப் பிள்ளை வந்திருக்கான்."

"யாரு? நந்தலாலாவா?" என்றாள் சட்டென்று.

கோவிந்த் மாமா மென்மையான அவள் முதுகை வருடினார்.

"உனக்குத்தான் எத்தனை விசுவாசம், குலாபி. இத்தனை வருஷம் கழித்தும்? ஆமாம், அந்தப் பையன்தான்!"

அவள் விருக்கென்று எழுந்தாள்.

"உன் அறையில் இருக்கிறான்."

அவள் விரைந்தாள். காரணம் புரியாமல் மார்பு பட படத்தது. அடிவயிற்றில் சங்கடம் கிளம்பிற்று.

அவளைக் கண்டதும் நந்தலாலா எழுந்தான். முகம் வாடியிருந்தது. அவள் அவனருகில் சென்று அவனுடைய கைகளைப் பற்றினாள்.

"என்ன நந்து மகனே?"

அவன் கண்களில் லேசாக நீர் திரையிட்டது!

"அப்பாவின் காலம் முடிந்தது. ஸாஹிபா."

சில நிமிஷங்கள் ஸ்தம்பித்தாற் போல் அவளுக்குப் பிரமை ஏற்பட்டது. அடிவயிற்றைச் சுருட்டிக் கொண்டு ஒரு துக்கம் கிளம்பி நெஞ்சில் பாரமாய் அமர்ந்தது. கண்களில் சரம் சரமாய் நீர் வழிய ஆரம்பித்தது.

அவன் அவளைச் சமாதானப்படுத்துகிற அவசரத்தோடு சொன்னான்:

"அவர் இறந்தது நல்லதுக்குத்தான், ஸாஹிபா அவருக்குப் புற்று நோய் வந்திருந்தது, பயங்கர வலியால் துடித்துப் போயிருப்பார், உயிரோடு இருந்தால்."

"எப்பொழுது காலமானார், மகனே?"

"இன்று மாலை ஏழு மணிக்கு." அவள் வியப்புடன் அவனைப் பார்த்தாள். கர்ம சிரத்தையாய் ஒரு வேசியிடம் உடனடியாகத் தகவல் தெரிவிக்க வந்திருக்கிறான், அதுவும் பத்து வருஷத்துக்கு முன் சம்பந்தத்தையும் தொடர்பையும் இழந்தவளிடம்! அவள் மென்மையாக அவனைப் பார்த்தாள்.

"கடைசிவரை நினைவிருந்ததா அவருக்கு?"

"இருந்தது, ஸாஹிபா."

அவளுடைய கண்களிலிருந்து மறுபடி நீர் வழிந்தது.

"நான் மகாபாவி நந்தலாலா! அவரை எப்படியாவது ஒரு முறையேனும் பார்த்துவிட வேண்டும் என்று ஆசைப் பட்டேன். எனது ஆத்மாவுக்குச் சாந்தி அப்பொழுதுதான் கிடைக்கும் என்று நினைத்தேன், அதற்குக்கூட அருகதை இல்லாமல் போனேன். எங்கள் இருவருக்கு இடையே இருந்த பிரியத்துக்குச் சட்டப் பிரமாணம் கிடையாது, நந்தலாலா!"

"உங்களை அழைத்துப் போகத்தான் வந்திருக்கிறேன், ஸாஹிபா"

அவள் திடுக்கிட்டு நிமிர்ந்தாள்.

"என்ன சொல்கிறாய், நந்தலாலா?"

"அப்பா உயில் எழுதியிருக்கிறார். உங்களுக்குச் சொத்தில் ஒரு பகுதி உண்டு. அவருடைய உடலை வந்து பார்க்கும் அனுமதி உண்டு. என்னைக் கேட்டால் அனுமதி என்கிற வார்த்தை கொச்சையானது. நீங்கள் தாம் என் அப்பாவை ஆத்மார்த்தமாக நேசித்தீர்கள், அவரது இயல்பைப் புரிந்து கொண்டீர்கள். உங்களுக்குச் இல்லாத உரிமையா? புறப்படுங்கள் என்னுடன்!"

அந்த வார்த்தைகளில் தொனித்த நேயத்தையும் கருணையும் கண்டு அவள் தன்னைக் கட்டுப்படுத்திக் கொள்ள முடியாமல் அழுதாள்.

——

அத்தியாயம் 8

நந்தலாலாவின் கை மிருதுவாக அவள் தோள் மேல் அமர்ந்தது.

“கிளம்புங்கள், ஸாஹிபா!” குலாபி சட்டென்று தன்னைக் கட்டுப்படுத்திக் கொண்டு நிமிர்ந்தாள்.

நந்தலாலாவின் வார்த்தைகளின் சாராம்சம் அப்பொழுது தான் கிரகித்தாற் போல் திடுக்கிட்டாள்.

“வேண்டாம், நந்தலாலா! உங்கள் வீட்டிற்கு நான் வருவது சரியில்லை.”

“இது அப்பாவின் விருப்பம், ஸாஹிபா!” என்றான், அவன் நிதானமாக, “அவருடைய உடலையாவது பார்த்தால்தான் உங்களுக்குச் சமாதானமாக இருக்கும் என்று எனக்குத் தெரியும். இந்தக் கொஞ்ச நாளையப் பழக்கத்தில் உங்கள் மனசை நான் தெரிந்து கொண்டிருக்கிறேன்.”

அவளுக்கு லேசாக உடல் சிலிர்த்தது, இரத்த சம்பந்தமே இல்லாத இவனுக்கு என் மேல் எத்தனை கரிசனம் என்று மனசு நெகிழ்ந்தது. ஆனால் வாலிபத் துடிப்புடன் இவன் ஏதோ சொல்கிறான் என்பதற்காக இவனுடன் இவன் வீட்டிற்குப் போவதா என்று ஒரு கணம் திகைப்பேர்பட்டது. கூடவே, மோங்கியாவின் உடலைப் பார்க்க வேண்டும் என்கிற தாபம் தாளமுடியாததாகவும்

இருந்தது. அதற்குக்கூட எனக்கு அருகதை இல்லையா என்று அறிவு வாதமிட்டது.

"எப்படித் தன்னலமில்லாமல் நேசிக்கிறேன்! என் அளவு ஒரு பிரியத்தையும் அனுசரணையையும் அவருடைய மனைவிகூட..."

அவள் சட்டென்று தன்னை நிலைப்படுத்திக் கொண்டாள்.

சட்டம் என்பது இந்த உலகத்தில் இருக்கும் வரை எனக்குப் பேச நாவில்லை. இல்லாவிட்டால் நான் இப்பொழுது தயங்கிக்கொண்டு நிற்கமாட்டேன்.

"யோசிப்பதற்கு இப்பொழுது நேரமில்லை, ஸாஹிபா! கிளம்புங்கள்."

"என்ன விஷயம், குலாபி?" கோவிந்த் மாமாவின் குரல் கேட்டதும் கண்களில் இருந்து மறுபடி நீர் பெறுகிற்று.

"மோங்கியா ஸாஹபின் காலம் முடிந்து விட்டதாம், மாமா!"

கோவிந்தின் முகத்தில் மெல்லிய வாட்டம் படர்ந்தது. நந்தலாலாவின் அருகில் வந்து அவன் தோளைப் பற்றி, "என்னுடைய அனுதாபங்கள், மகனே!" என்றார்.

"என்னை அழைத்துப் போக வந்திருக்கிறான், மாமா ஸாஹபின் சடலத்தையாவது நான் பார்க்க வேண்டும் என்று!"

தூக்கி வாரிப் போட்டவராய்ச் கோவிந்த் மாமா அவனைப் பார்த்தார்.

"சடலம் அங்கிருக்கும் போதேவா நீ இங்கு வந்திருக்கிராய்?"

"இது அப்பாவின் விருப்பம். உயிருடன் இருக்கும் வரை ஸாஹிபாவை வீட்டிற்குக் கூப்பிட அவருக்குத் தைரியமில்லை. இப்பொழுது நான் ஸாஹிபாவை வீட்டிற்கு அழைத்துப் போவது வெறும் கண் துடைப்பு, உண்மையில் என்னுள் ஓர் அவமான உணர்வு ஏற்படுகிறது. அப்பா உயிருடன் பார்த்திருந்தால் மனசுக்குச் சமாதானமாகியிருக்கும்."

"இப்பவும் குலாபி உன் வீட்டுக்கு வருவது சரியில்லை, மகனே!"

"இது என் அப்பாவுடைய விருப்பம். அதை நிறை வேற்றுகிறேன் என்று வாக்குக் கொடுத்திருக்கிறேன்."

மாமா சற்று யோசித்து, "சரி, கிளம்பு குலாபி. நானும் வருகிறேன்" என்றார்.

"முஜ்ரா நடக்கிறது. பெண்கள் தனியாக இருக்கிறார்கள்."

"நீங்கள் வர வேண்டிய அவசியமில்லை என்று குறுக்கிட்டான் நந்தலாலா. ஸாஹிபாவை நானே திருப்பிக் கொண்டு விடுகிறேன்."

"வேண்டாம்." என்றார் மாமா கண்டிப்புடன்.

"முஜ்ராவைத் தபேலா வாசிக்கும் ஹிமாம் பார்த்துக் கொள்வான் இன்று. அக்பருடைய டாக்ஸியில் போய்த் திரும்பி விடுவோம், குலாபி."

மனசு பலவீனப்பட்டுப் போன நிலையில் இன்று சுயேச்சையாக முடிவெடுக்க முடியவில்லை. இத்தனை நாட்களாகக் கவசமாய் இருந்து வந்திருக்கும் மாமாவின் வார்த்தைகளை மறுக்க முடியவில்லை, அவள் வெள்ளை உடையும் துப்பட்டாவும் அணிந்து அதிகப்படியான நகைகளையும் வளையல்களையும் அவிழ்த்தாள்.

அக்பரின் வண்டி வந்ததும் தலையை நன்றாக முக்காடிட்டுக் கொண்டு நந்தலாலாவும் மாமாவும் தொடர ஏறி அமர்ந்தாள்.

பழைய தில்லித் தெருக்களையும் நெரிசலான சாந்தினி சௌக்கையும் தாண்டிப் புதிய தில்லியின் விஸ்தாரமான தெருக்களை அடைந்தபோது ஒரு நூதனமான உணர்வு ஏற்பட்டது அவளுக்கு. இந்தத் தெருக்களையெல்லாம் அவள் பார்த்ததேயில்லை.

உண்மையில் ரோஷனாராவிடம் வந்து சேர்ந்த பிறகு எப்பொழுதோ இருமுறை லக்னோவுக்குப் போனதோடு சரி.

வெளித் தெருக்களின் ஞாபகமே இல்லாமல் வெளி உலகம் இப்படிக்கூட மாறி விட்டதா என்கிற திகைப்புடன் அவள் கண்களைச் சுழற்றினாள்.

“என்ன குலாபி?”

அவள் கூச்சத்துடன் கோவிந்த் மாமாவைப் பார்த்தாள்.

“ரொம்ப வித்தியாசமாகத் தெரிகிறது மாமா, இந்த உலகம்!”

“வித்தியாசமானதுதான் குலாபி.”

பழைய சரித்திரத்தின் ஏடுகளிலிருந்து வெளி வந்தாற் போல் அவளுள் ஒரு சிலிர்ப்பு ஏற்பட்டது. நிகழ்காலத்துக்கும் தனக்கும் சம்பந்தமேயில்லை என்று தோன்றிற்று. அதனால்தான் அவளுடைய பிள்ளைகளே அந்நியமாகப் போய் விட்டார்கள்! மோங்கியாவுக்கும் அவளுக்கும் இடையே ஓர் உலக வித்தியாசம் இருந்திருக்க வேண்டும். பாலம் இருந்ததாக அவள் நினைத்திருந்தால் அதைவிடப் பைத்தியக்காரத்தனமான கற்பனை எதுவும் இருக்க முடியாது. இப்பொழுது இந்தப் பயணம் கூட அந்தப் பிரமையின் உந்துதலினால். எத்தனை பைத்தியக்காரத்தனம் பிரமை என்று தெரிந்தும் அதை விடாப்பிடியாகப் பிடித்துக் கொள்வது ஒரு விளக்க முடியாத தெம்பைத் தந்தது. வேர்களும் ஆதார சுருதிகளும் எங்கே என்று திட்டவட்டமாகத் தெரியாத நிலையில் பிரமைகளும் கற்பனைகளுமேதான் ஆதாரம்.

டாக்சி ஒரு வீட்டின் எதிரே நின்றதும் அவள் உலுக்கப்பட்டாற போல் சுயநினைவுக்கு வந்தாள்.

திடீரென்று ஒரு பலவீனம் அவளுள் புகுந்து கொண்டது. அடி வயிற்றில் பீதி சுழன்றது. ‘எந்தத் தைரியத்தில் நான் இங்கு வந்தேன்?’ என்று மார்பு படபடத்தது.

நவீன மோஸ்தரில் கட்டப்பட்ட சிறிய பங்களாவின் முகப்பில் சின்னக் கும்பல் நின்றிருந்தது.

கோவிந்தும் குலாபியும் தயங்கி நிற்பதை உணர்ந்து.

நந்தலாலா மிருதுவாகச் சொன்னான்.

“கவலைப்படாமல் என் பின்னால் வாருங்கள்.”

அவள் முக்காட்டினால் முழுமையாக முகத்தைப் போர்த்தியபடி குனிந்த தலை நிமிராமல் நந்தலாலாவைத் தொடர்ந்தாள். அங்கிருந்த எல்லாக் கண்களும் அவள் மேல் பதிந்திருந்ததையும் மெல்லிய குரலில் வார்த்தைகள் பரிமாறப்படுவதையும் உணருகையில் ‘ஓ, நாம் இங்கு வந்தது த்வறு’ என்று உறைத்தது.

அவளுடைய பயத்தை உணர்ந்தவன் போல் நந்தலாலா அவள் தோளை அணைத்தபடி உள்புறம் இருந்த அறைக்குச் சென்றான்.

குலாபியின் கண்களுக்கு முதலில் பட்டது, நடு மையத்தில் தூய வெள்ளை உடையில் கிடத்தப்பட்டிருந்த மோங்கியாவின் சடலந்தான். துப்பட்டாவின் சல்லாத் துணி வழியாகத் தெரிந்த அந்த முகம் இந்தப் பத்து வருஷத்தில் மாறி மூப்படைத்திருந்தாலும், உயிரற்ற நிலையிலும் அதில் தவழ்ந்த சாந்தம் அவளுக்குப் பரிச்சயமானதாக இருந்தது. அவள் வந்திருப்பது தெரிந்தால் நிச்சயமாக மூடிய அந்தக் கண்கள் திறந்து கொள்ளும்; மெல்லிய அதரங்கள் புன்னகையில் விரியும் என்று பிரமை ஏற்பட்டது. காதலும் சிநேகிதமுமாய் அவளைப் பாராட்டிய கண்கள், கனிவைச் சுரந்த கண்கள், கரணை கரணையான கைகளும் புஜங்களும் இப்பொழுது தொய்ந்து, ஒடுங்கி ஜீவனில்லாமல் கிடப்பதைப் பார்த்துக் குபீரென்று இத்தனை நாளாக மனத்தினடியில் பதுங்கியிருந்த உணர்ச்சிகள் பிரவாகமாய்ப் பொங்கின. சுற்றுப்புறப் பிரக்ஞையே இல்லாதவளாய் அவள் தன்னைக் கட்டுப்படுத்திக் கொள்ள இயலாமல் சடலத்தருகில் சென்று உட்கார்ந்து, அதன் தோளைப் பற்றி மார்பில் முகத்தைப் புதைத்து விசித்து விசித்து அழ ஆரம்பித்தாள்.

யாரோ தோளைத் தொடுவது போல் இருந்தது. அவள் சட்டென்று சுய நினைவுக்கு வந்தாள். தலை நிமிரும் முன்பே

அறையில் ஓர் அமானுஷ்ய அமைதி படர்ந்திருப்பதை உணர்ந்தாள்.

"உங்களைக் கட்டுப்படுத்திக் கொள்ளுங்கள், ஸாஹிபா!" என்ற நந்தலாலாவின் மெல்லிய குரலைக் கேட்டு, அவள் எழுந்து, "என்னை மன்னித்துக் கொள், மகனே!" என்றாள்.

அந்த அறையிலிருந்த பெண்கள் எல்லாரும் ஒவ்வொருவராக எழுந்து போனார்கள். மத்திய வயதைத் தாண்டிய பெண் ஒருத்தி மட்டும் கன்னத்தில் கண்ணீர் வழியப் பார்வையில் அதிர்ச்சி தெரிய உட்கார்ந்திருந்தாள்.

"நந்தலாலா! யாரைக் கேட்டுக் கொண்டு இவளை. இங்கு அழைத்து வந்தாய்?" என்றாள்.

குரல் அடிக் குரலாக இருந்தாலும் சீற்றம் தெளிவாகத் தெரிந்தது.

"இது அப்பாவுடைய கட்டளை!" என்றான் அவன் அமைதியாக.

"என்னை ஒரு வார்த்தை கேட்க வேண்டும் என்று உனக்குத் தோன்றவில்லை அல்லவா? உயிரோடு இருப்பவளின் மானம், மரியாதையைப் பற்றி உனக்கு அக்கறையில்லை. இறந்து போனவரின் பைத்தியக்கார் விருப்பமே உனக்குப் பெரிதாகப் போய்விட்டதா?"

ஆக்ரோஷமும் துக்கமும் பீறிக் கொண்டு வெளிப்பட்டன.

"அவருடைய கடைசி விருப்பம் அது. அது நியாயமானது. அதை நிறைவேற்றுவது என் கடமை என்று நினைத்தேன். அம்மா, சற்றுப் பெருந்தன்மையாக நடந்து கொள்."

மோங்கியாவின் மனைவி மகா ஆத்திரத்துடன் அவனைப் பார்த்தாள்.

"பெருந்தன்மையாக நடந்து கொண்டுதான் என்னுடைய வாலிபப் பருவத்தையே இவளுக்காக இழந்தேன். இந்த வயதிலும்

என் தன்மானத்தை இவளுக்காக இழக்க வேண்டுமா? முதலில் இவளை வெளியேற்று. எத்தனை தைரியமிருந்தால் இவளை, கீழ்த்தரமான ஒரு வேசியை இங்கு அழைத்து வந்திருப்பாய்? எத்தனை திமிர் இருந்தால் இவளும் வெட்கமில்லாமல் உன்னைத் தொடர்ந்து வந்திருப்பாள், அப்பனை வளைத்தாள், மகனையும் வளைத்துக் கொண்டாளா? என் குடியை அடியோடு கெடுக்கப் போகிறாளா?"

"அம்மா!" என்று நந்தலாலா அதட்ட முற்படுவதற்குள் குலாபி கோவிந்த் மாமாவின் கையைப் பிடித்துக் கொண்டு விடுக்கென்று கிளம்பினாள்.

"நந்து! அவளைத் தொடர்ந்து போனால் மேற்கொண்டு உன் அப்பாவின் காரியங்களை நீ செய்ய நான் அனுமதிக்க மாட்டேன்."

குலாபி தன்னைச் சுற்றிப் பார்க்கவே பிடிக்காமல் நேராக நடந்து கேட்டிற்கு வெளியில் நின்றிருந்த அக்பரின் டாக்ஸியில் ஏறி அமர்ந்தாள்.

மார்பின் படபடப்பு அடங்க வெகுநேரம் பிடித்தது. அக்பர் வாயே திறக்காமல் ஓட்ட ஆரம்பித்தது இதமாக இருந்தது.

அவள் கண்களை மூடிக்கொண்டு ஸீட்டில் சாய்ந்த படி அமர்ந்தாள். கண்களிலிருந்து சரம் சரமாய் நீர் வழிந்தது.

கோவிந்த் மாமா அவள் கையைச் சமாதானமாக வருடினார்.

"நான் எதிர்பார்த்தபடியே நடந்துவிட்டது. இந்தக் கிழவனின் பேச்சை நீ கேட்டிருந்தாயானால் இப்பொழுது இப்படி அவமானப் பட்டிருக்க மாட்டாய்."

அவள் பதில் சொல்ல தெம்பில்லாமல் மௌனமாக இருந்தாள்.

"எத்தனை திமிர் அந்தப் பெண்மணிக்கு? எத்தனை ஆணவம் இருந்தால் அப்படிப் பலருக்குக் காது கேட்கும் படியாக உன்னை ஏசியிருப்பாள்! கணவனின் பிரியத்தைச் சம்பாதித்துக் கொள்ளத் தெரியாத இந்த முசுடுக்கு இத்தனை கர்வம் வேறா?"

குலாபி பதிலே சொல்லாமல் சில நிமிஷங்கள் உட்கார்ந்திருந்தாள். பிறகு தன்னைச் சமாளித்துக் கொண்டவள் போல் நிமிர்ந்து உட்கார்ந்தாள்.

“அவளுடைய கர்வம் நியாயமானது, மாமா! அந்தச் சின்னப் பெண் சம்பாவுக்குத் தன் பிறப்பைப் பற்றி எத்தனை பெருமை இருக்கிறது தெரியுமா? மோங்கியாவின் மனைவியின் ஸ்தானத்தில் நான் இருந்திருந்தால் நானும் அப்படித்தான் பேசியிருப்பேன்!”

கோவிந்த் அவள் கையை மெல்ல வருடினார்.

“இல்லை, குலாபி. நீ எந்தத் தருணத்திலும் உன் நாகரிகத்தை இழக்க மாட்டாய்!”

அவளுக்குச் சிரிப்பு வந்தது. “இந்த நாகரிகத்தைக் காப்பாற்றி நான் என்ன சாதித்தேன், மாமா? அது எனக்கு வெறும் போர்வை. பிழைப்புக்காகப் போர்த்திய போர்வை, என் மனசில் பொங்கும் உணர்வுகள் எல்லாம் வார்த்தைகளாய் வடிவம் பெற்றால் உங்களுக்கு அது தாங்காது.”

இதற்கெல்லாம் பதிலோ விளக்கமோ சொன்னால் தனக்குத்தான் ஆபத்து என்று உணர்ந்தவர் போல் கோவிந்த் காருக்கு வெளியே பார்வையை ஓட்டினார். “நான் இங்கு வந்தது தவறு. மாமா!”

“நான் சொன்னதை நீ கேட்கவில்லை. கீழ்த்தரமான வேசி என்று அவள் சொன்னாள், குலாபி! நீ எப்படிப் பட்டவள் என்று அவளுக்குத் தெரியாது. உன் கால் தூசுக்கு ஈடாவாளா அவள்.”

“ஆண்டவனே! என் மேல் இருக்கும் பிரியத்தினால் என்ன சொல்கிறோம் என்று புரியாமல் பேசுகிறீர்கள்! ‘கீழ்த்தரமான’ என்கிற வார்த்தை அநாவசியந்தான். வேசித் தனம் என்பதே கீழ்த்தரமானதுதான். அவள் சோகமாக உட்கார்ந்திருக்கும் தருணத்தில், அவள் மறக்க முயன்ற ஒன்றை ஞாபகப்படுத்துவது போல், நான் யோசனையில்லாமல் போய் நின்றது தவறு. அநாகரிகமான, கொடூரமான செயல் அது. இப்பொழுது

யோசித்துப் பார்க்கும் போது சுய நினைவோடு நான் அதைச் செய்ய வில்லை என்று தோன்றுகிறது. ஏதோ ஓர் உணர்ச்சி வேகத்தில் கிளம்பிப் போய் விட்டேன்."

அவள் சில விநாடிகள் பேசாமல் நட்சத்திரங்களை வெறித்துப் பார்த்தாள். பிறகு தனக்குள் பேசிக் கொள்பவள் போல் தொடர்ந்தாள்:

"வெகு நாட்களாகப் புதைத்து வைக்கப்பட்டிருந்த உணர்ச்சிகள். மோங்கியா ஸாஹிபைப் பார்க்க வேண்டும் என்று என்னுள் இருந்த தாபத்தை ஆண்டவன்தான் அறிவார், மாமா. கடைசி முசுமுழியாவது உனக்குக் கிடைக்கட்டும் என்கிற கருணையோடு அந்தப் பிள்ளை வந்து சொன்னபோது, ஆண்டவனாக எனக்கு இந்தச் சந்தர்ப்பத்தைக் கொடுத்திருக்கிறார், அதை நழுவ விடக்கூடாது. என்று எனக்குத் தோன்றி விட்டது. சடலத்தைக் கண்டதும் என்னைக் கட்டுப்படுத்திக் கொள்ள முடியாமல் நான் அழுதது அசட்டுத்தனம். எனக்கு அதற்கெல்லாம் உரிமையில்லை என்பது அந்தத் தருணத்தில் மறந்து விட்டது, மாமா! இது கீழ்த்தரமான வாழ்க்கை மட்டுமல்ல, கேடுகெட்ட வாழ்க்கை."

அதீதமான சுய பச்சாதாபத்துடன் அவள் வானத்தைப் பார்த்தபடி அமர்ந்திருந்தாள்.

"பத்து வயது வரைதான் என் வாழ்வில் நிஜம் இருந்திருக்க வேண்டும், மாமா. பாக்கி நான் வாழ்ந்ததெல்லாம் வெறும் நிழல். அதுவும் நிஜந்தான் என்று நீங்கள் சொல்வீர்களானால் உங்களுக்கு நிஜம் என்பது என்ன என்று தெரியாது நிச்சயமாய்!"

"உன் பேச்சு எனக்கு அலுப்பூட்டுகிறது. குலாபி, மத்திய வயதைத் தாண்டிய பாமா மனைவிகள் பேசுகிற பேச்சைப் போல் இருக்கிறது. எந்தச் சந்தர்ப்பத்திலும் ரோஷனாரா இப்படி அலுத்துக் கொண்டதில்லை, துக்கப்பட்டதில்லை. தன் குல தர்மத்தைப் புரிந்து கொண்டு திருப்தியாக, சந்தோஷமாக இருந்தாள். எந்தவித எதிர்பார்ப்பும் இல்லாமல். நீ அதிகமாகச் சிந்திக்கிறாய், எதிர்பார்க்கிறாய். அதனாலேயே அதிகமாகச்

கஷ்டப்படுகிறாய். இதற்கெல்லாம் எனக்கு ஒரே ஒரு காரணம்தான் நினைவுக்கு வருகிறது."

அவர் சற்று நேரம் பேசாமல் இருந்தார். 'என்ன காரணம்?' என்று அவள் கேட்கவில்லை; அவராகச் சொல்வார் என்ற நிச்சயத்தில்.

"நீ அன்புக்காக ஏங்குகிறாய், குலாபி உன் குழந்தைகளின் அன்புக்காக ஏங்குகிறாய். இந்த மொகல்லாவில் இருப்பதால் தான் அது கிட்டவில்லை என்கிற துக்கம் உனக்கு. அதனால்தான் கற்பு, கௌரவம் என்கிற படா டோப வார்த்தைகளைப் பற்றிப் பேச ஆரம்பித்திருக்கிறாய்."

அவளுக்குத் துக்கம் தொண்டையை அடைத்தது. கண்களில் நீர் திரையிட்டது.

"என்னுடையது நியாயமான ஏக்கமில்லையா, மாமா?"

"இந்த ஏக்கம் விளைந்ததற்கு மூலகாரணம் நீதான், குலாபி. உன் குழந்தைகளை அந்நியமாக்கினது நீதான். இந்த மொகல்லாவிலேயே அவர்கள் வளர்ந்திருப்பார்களானால் இப்பொழுது நீ பேசும் வேதாந்தத்தைப் பேசியிருக்க மாட்டாய்."

அவளுள் ஒரு சிலிர்ப்பு ஏற்பட்டது. இவர் சொல்வது உண்மையாக இருக்குமோ? வெறும் சுயநல, சுய பச்சாதாபத்தினால்தான் என்னுள் கொஞ்ச காலமாகச் சலனம் ஏற்பட்டிருக்கிறதா? அவள் அதைப் பற்றிச் சிந்திக்கவே பயப்பட்டாள். தன் நிழலைக் கண்டு தானே பயந்தாற் போல.

இன்றைக்கு நிச்சயமாக எதைப் பற்றியும் நினைக்கக் கூடாது: முக்கியமாக இன்றைக்கு.

உயிரற்ற நிலையிலும் மோங்கியாவின் முகத்தில் இருந்த கம்பீரம் நினைவில் நின்றது. இத்தனை நாட்களாக மனத்தை வாட்டிக் கொண்டிருந்த ஏக்கத்துக்குக் கண்டிப்பாக ஒரு வடிகால் கிடைத்தது. நந்தலாலாவின் அபூர்வமான பிரியத்தினால்.

“அப்பனை வளைத்தாள், பிள்ளையையும் வளைத்துக் கொண்டாளா?”

வார்த்தைகளின் கொடூரம் நாடி நரம்பையெல்லாம் ஊடுருவிற்று.

‘வளைக்க’ மட்டுந்தான் ஒரு வேசிக்குத் தெரியும் என்று தீர்மானமாக நம்பும் சமூகத்தைச் சேர்ந்தவள் வேறு எப்படிப் பேசுவாள்? ஆத்மார்த்தப் பிரியத்தைப் பற்றி அவளுக்குத் தெரியுமா? அதன் சக்தியை அவள் அறிவாளா? அதுதான் மோங்கியாவின் கடைசிக் காலத்தில் நந்தலாலாவை என்னிடம் அனுப்பிற்று என்பதும், என்னுடைய தாபத்தைத் தணிக்கத் தாத்தனுப்பியது என்பதும் அவளுக்குப் புரியுமா?

புது தில்லியின் எல்லையைக் கடந்து பழைய தில்லிக்குள் நுழைந்து சாந்தினி சௌக்கையும் ஜி.பி. சாலையையும் தாண்டி அவர்களது சந்தில் திரும்பியபோது முஜ்ரா இன்னும் முடிந்திருக்கவில்லை.

“சீக்கிரமே திரும்பி விட்டோம்” என்று அவள் மெல்ல முணுமுணுத்தாள்.

“விரட்டி அடிக்கப் பட்டபோது நேரம் எப்படி ஆகும்?”

அவள் பதில் சொல்லாமல் தலையைக் குனிந்தபடி இறங்கினாள்.

“அக்பருக்குப் பணத்தைக் கொடுத்து விடுங்கள், மாமா!”

“வேண்டாம் ஸாஹிபா” என்றான் அக்பர் மெல்லிய குரலில்.

“இன்றைக்கு வாங்கிக் கொள்ள மாட்டேன்.”

“உங்களுடைய துக்கத்தைப் பகிர்ந்து கொள்ள எனக்கு அனுமதி கொடுங்கள்.”

அவள் திகைப்புடன் அவனைப் பார்த்தாள். உனக்கும் எனக்கும் என்ன உறவு என்கிற பார்வையுடன்.

“எல்லாருக்கும் இந்தச் சலுகை காண்பிக்க மாட்டேன்!” என்று அவன் தொடர்ந்தான். “நீங்கள் இந்த வட்டாரத்துக்கு ஒட்டாத அபூர்வப் பிறவி.”

அவள் தன்னையறியாமல் மென்மையாக புன்னகை செய்தாள். அவன் கையைப் பற்றி, “விசித்திரப் பிறவி என்று சொல்லு!” என்றாள்.

வீட்டுக்குள் நுழைந்து தன் அறைக்குச் செல்லும் போது சண்பகம் முற்றத்தில் உட்கார்ந்திருந்தாள், ஆகாசத்தைப் பார்த்த படி.

குலாபி சட்டென்று கோவிந்தின் பக்கம் திரும்பி, “நாளைக்கு முதல் வேலையாக இரண்டு ரெயில் டிக்கெட் மதுரைக்குச் செல்ல வாங்கிவிடுங்கள், மாமா” என்றாள்.

“சம்பாவை நானே மதுரைக்கு அழைத்துப் போகப் போகிறேன். தயவுசெய்து மறுக்காதீர்கள், மாமா, ஒரு தீர்த்த யாத்திரை எனக்கு இப்பொழுது மிக அவசியம்.”

தன் எரிச்சலை அடக்கிக் கொண்டு மாமா பரிகாசம் தொனிக்கக் கேட்டார்:

“ஆண்டிப் பண்டாரம் போலவா?”

“இல்லை. எனக்கும் அவர்களுக்கும் சம்பந்தம் இல்லை. வேர்களைத் துறந்து போகிறவர்கள் அவர்கள். நான் அவற்றைத் தேடிப் போகிறேன்.”

——

அத்தியாயம் 9

"அடுத்த வாரம் இந்த நேரத்திலே நான் என் வீட்டிலே இருப்பேன்!"

ஜன்னல் திட்டில் அமர்ந்து தன்னுள் மூழ்கிய யோசனையுடன் இருந்த குலாபி திரும்பிச் சம்பாவைப் பார்த்தாள்.

"இல்லை, சுபத்ரா அம்மா?"

மற்றவர்கள் கூப்பிடுவது போல் குலாபி என்றோ அம்மா ஜான் என்றோ கூப்பிடாமல் நினைவாக இவள் சுபத்ரா அம்மா என்று சொல்வது வேடிக்கையாக இருந்தது. அவளுக்கே அது ஒரு நினைவுபடுத்தலாக, 'சுபத்ரா' என்பது தான் நிஜம், குலாபி என்பது வேஷம் என்பது போல!

அவள் மெல்ல புன்னகை செய்தபடி, "எது இல்லை" என்றாள்.

"அடுத்த வாரம் இதே நேரத்தில் மதுரையிலே என் வீட்டிலே இருப்போம்னு சொன்னேன்."

"ஆமாம்," என்றாள் குலாபி யோசனையுடன்...

"போறது நிச்சயந்தானே?" என்றாள் சம்பா மெல்லிய சந்தேகத்துடன்.

"நிச்சயந்தான். டிக்கெட் வாங்கியாச்சு. மூட்டை கட்டியாச்சு. இன்னும் உனக்கு என்ன சந்தேகம்?"

சொல்லலாமா வேண்டாமா என்று யோசிப்பவள் போல் சம்பா தயங்கினாள்.

“இங்கிருந்து கிளம்பற வரைக்கும் சந்தேகந்தான்.”

இந்த அசட்டுப் பெண்ணின் பேச்சைக் கேட்கும் போதெல்லாம் ஏற்படும் மெல்லிய எரிச்சலை அவள் சமாதானப்படுத்திக் கொண்டாள்.

“என் வரையில் நான் நிச்சயம் பண்ணிட்டேன், சம்பா. நான் ஒரு முடிவு எடுத்தப்பறம் சாதாரணமா மாத்த மாட்டேன்.”

சம்பா சற்று நேரம் பதில் சொல்லாமல் மௌனமாக அமர்ந்தாள். சற்றுப் பொறுத்து ஆர்வத்துடன் கேட்டாள்:

“உங்களுக்கு இப்பவும் நினைவு இருக்கோ?”

“எது?”

“மதுரை”

பெயரைக் கேட்ட மாத்திரத்தில் உடம்பில் ஒரு சிலிர்ப் போடியது. ஜன்னல் வழியே தெரிந்த ஆகாசத்தைத் துழாவும் போது லிங்கப்பூ மணத்தது.

“ரொம்ப மங்கலா நினைவிருக்கு. ஒரு தெப்பக்குளத்தருகில் படகிலே போனதும், தெப்பக்குளத்துக்கு நடுவிலே அடுக்கு மாடிக் கட்டடம் ஒன்று இருக்கும். அங்கே ஒரு லிங்க மரம், படகு கரையைத் தொடும் போதே நம்ம மேல லிங்கப் பூ விழும்!”

சம்பா உற்சாகத்துடன் கையைக் கொட்டினாள்.

‘இப்பவும் இருக்கு!’

குலாபி மென்மையாகப் புன்னகை செய்தாள்.

“மரங்களும் நதியும் பூமியும் அத்தனை சீக்கிரம் மாறாது, சம்பா”

"உங்க அப்பாவும் அம்மாவும் மதுரையிலேதான் இருக்காங்களா இன்னும்?"

"தெரியாது. இப்ப எதுக்கு அந்தக் கதையெல்லாம்?"

"கேட்கக்கூடாதுன்னா கேக்கல்லே என்னை மாதிரி ஏமாந்து வந்து சேர்ந்தீங்களோன்னு நினைச்சேன்!"

குலாபி இலேசாகத் திடுக்கிட்டு அவளைத் திரும்பிப் பார்த்தாள்.

இந்தப் பெண்ணுக்கு வாய்த்துடுக்கு அதிகந்தான் என்று நினைத்துச் சிரிப்பு வந்தது.

"உன்னளவு வளர்ந்திருந்தேன்னா இங்க வந்திருக்க மாட்டேன். விவரம் தெரியாத வயசிலே..."

அவள் மேற்கொண்டு எதுவும் பேசாமல் யோசனையில் ஆழ்ந்தாள். இந்தப் பெண்ணின் எதிரில் பழைய சரித்திரத்தைப் புரட்டி என்ன இலாபம்?

"எப்படியும் ஏமாந்துதான் போனீங்க!"

இதற்கு என்ன பதில் சொல்வது என்று அவள் திகைத்தாள்.

மனச்சாட்சி எதிர்க் குரல் கொடுக்கிற மாதிரி எப்படிப் பட் பட்டென்று கேள்வி கேட்கிறாள்.

சற்று நேர மௌனத்துக்கப் பிறகு, சம்பா மெல்லக் கேட்டாள்.

"உங்களுக்கு அவங்க மேல, உங்களைக் கூட்டிக்கிட்டு வந்தவங்க மேல கோபம் ஏற்படல்லியா?"

தனக்குத் தானே பேசிக் கொள்பவள் போல் குலாபி சன்னக் குரலில் சொன்னாள்:

"கோபப்படற அளவுக்குச் சொரணை ஏற்படற வயசு இல்லே, அறிவு இல்லே சம்பா, இதையெல்லாம் இப்பக் கிளறாதே!"

அவளுடைய மனநிலையைப் புரிந்து கொண்டவள் போல் சம்பா அறையை விட்டு மெல்ல வெளியே சென்றாள்.

“குலாபி!”

குலாபி சட்டென்று திரும்பிப் பார்த்தாள். கோவிந்த் நின்றிருந்தார். முகத்தில் லேசான எரிச்சல்.

“அந்தப் பிள்ளை வந்திருக்கிறான்.”

“யார், நந்தலாலாவா?”

“ஆமாம். அன்றைக்கு நீ அவமானப்பட்டது போதும், இன்னமும் வழவழா என்று எந்த விவகாரமும் வேண்டாம்.”

“இங்கு வரச் சொல்லுங்கள் அவனை”

நந்தலாலின் முகம் சோர்ந்திருந்தது. மழிக்கப்படாத முகம் இளைத்துக் கறுத்துக் காணப்பட்டது. அவளை ஏறிட்டுப் பார்க்கத் தெம்பில்லாதவன் போல் தலையைக் குனிந்துகொண்டு, “என்னை மன்னியுங்கள், ஸாஹிபா!” என்றான்.

“அன்றைக்கு என் அம்மா அப்படிப் பேசியதற்கு மன்னிப்புக் கோருகிறேன். அம்மாவை முதலில் தயார் செய்யாமல் போனது என் தவறு. உங்களை அவமானப்படுத்த வேண்டும் என்கிற எண்ணத்தில் நான் என் வீட்டுக்கு அழைத்துப் போகவில்லை, ஸாஹிபா! வாஸ்தவத்தில்.”

“எனக்குத் தெரியும், மகனே!” என்றாள் அவள் மிருதுவாக.

“நீ நல்ல எண்ணத்துடன் தான் அழைத்துப் போனாய். நானும் ஒப்பித்தான் உன்னுடன் சென்றேன். மோங்கியா ஸாஹிபின் சடலத்தையாவது பார்க்க முடிந்ததைப் பற்றி எனக்கு ரொம்பத் திருப்தி, நந்தலாலா. நீ தப்பான காரியம் ஏதும் செய்யவில்லை.”

இவள் நிஜத்தைச் சொல்கிறாளா, கிண்டல் செய்கிறாளா என்று புரியாத குழப்பத்துடன் அவன் பார்த்தான்.

“உன் அம்மாவின் கோபம் நியாயமானது, நந்தலாலா. உன் அம்மாவின் இடத்தில் இருந்திருந்தால் நானும் அப்படித்தான் பேசியிருப்பேன்.”

“உங்களை எத்தனை கேவலமாகப் பேசிவிட்டாள்.”

“வீணாக ஆத்திரப் படாதே, நந்தலாலா, உன் அம்மாவின் துக்கம் உனக்குப் புரியாது.”

அவன் நம்பாதவன் போல் அவளைப் பார்த்தான்.

“என் அம்மாவின் மேல் உங்களுக்குக் கோபமில்லையா? அவமானப்படுத்தப்பட்டோம் என்கிற துக்கம் இல்லையா?”

“இல்லை. நீ நம்பவில்லை, இல்லையா? நான் வாழ்ந்த வாழ்க்கைதான் எனக்கு அவமானம். என்னுடன் ஒட்டிக் கொண்டிருக்கிற அதை எப்படித் தட்டி விரட்டியடிப்பது என்று புரியாமல் தவிக்கிறேன். அப்படியிருக்க எந்த அவமானம் என்னைப் புதிதாகப் பாதிக்கப் போகிறது?”

அவள் அவன் அருகில் வந்து அவன் தோளைப் பற்றிப் புன்னகை செய்தாள்.

“அன்று நடந்ததை மறந்து விடு. நான் நாளைக்கு மதுரைக்குப் போகிறேன்.”

அவன் வியப்புடன் அவளைப் பார்த்தான்.

“தெற்கே இருக்கிறதே, அந்த இடத்துக்கா?”

“ஆமாம். அந்த ஊரைச் சேர்ந்த ஒரு பெண் தவறுதலாக இங்கே வந்து சேர்ந்து விட்டாள். அவளை அழைத்துக் கொண்டு போகிறேன். இது எனக்கு ஒரு ஷேத்திராடனம் போல.”

“அங்கே மிகப் பெரிய கோவில் இருப்பதாகக் கேள்விப் பட்டிருக்கிறேன், ஸாஹிபா! நீங்கள் ஹிந்துவா?”

“ஆமாம், பிறப்பில். அது மாத்திரம் இல்லை, நான் பிறந்த ஊரும் மதுரைதான்!”

அவன் வியப்புடன் புருவங்களை உயர்த்தினான்.

அவள் சிரித்தாள்.

“நான் திரும்பி வந்ததும் என் சரித்திரத்தைச் சொல்கிறேன். பத்திரிகையில் போடுவதற்காக அல்ல, உன் சொந்த ஆர்வத்துக்காக.”

“எப்பொழுது திரும்பி வருவீர்கள், ஸாஹிபா?”

“தெரியவில்லை, தெற்கே கொஞ்சம் சுற்றிப் பார்க்கலாம் என்கிற ஆசை இருக்கிறது. ஒரு மாதமாகலாம்.”

“அப்பா உங்களுக்கு எழுதி வைத்திருக்கும் பங்கை உங்களிடம் நான் சேர்ப்பிக்க வேண்டும்.”

திடீரென்று ஒரு கூச்சம் அவளை ஆட்கொண்டது.

“என்னைத் தவறாக எடுத்துக் கொள்ளாதே, நந்தலாலா, அது உன்னிடமே இருக்கட்டும்.”

நம்ப முடியாத திகைப்புடன் அவன் அவளைப் பார்த்தான்.

“நிஜமாகவே என்னால் உங்களைப் புரிந்துகொள்ள முடியவில்லை, ஸாஹிபா. நீங்கள் எடுத்துக் கொள்ளாவிட்டால் அப்பாவின் ஆத்மா சாந்தியடையாது.”

அவள் சற்று நேரம் மௌனமாகத் தன் விரல்களை ஆராய்ந்தாள்.

“இப்பொழுது நான் வாங்கிக் கொள்வது நியாயமில்லை. மகனே. தொடர்பு விட்டுப் போய்ப் பத்து வருஷம் ஆகிறது. இங்கு அவர் வந்து கொண்டிருந்த காலத்தில் நிறைய நாசூக்காகக் கொடுத்திருக்கிறார். மறுத்ததில்லை நான்.”

“இப்பொழுதுதான் உங்களுக்கு அவசியம், ஸாஹிபா. ‘குலாபிசின் பிரியம் விலை மதிப்பற்றது. இத்தனை சின்னக் காணிக்கை கொடுப்பது அதை அவமானப்படுத்துவது போல்’ என்றார் அப்பா.”

அவளுக்கு கண்கள் பனித்துவிடும் போல் இருந்தன.

“இப்பொழுது என்னை மன்னித்துக்கொள், நந்தலாலா, தேவைப்படும்போது நான் வாங்கிக் கொள்கிறேன்.”

கோவிந்த் மாமாவின் உருவம் வெளியில் நிழலாடுவது தெரிந்தது.

“நீ இப்பொழுது கிளம்பு, மகனே!” என்றாள் அவள் மிருதுவாக.

"நாளைக்கு நான் அதிகாலையில் கிளம்புகிறேன். கொஞ்சம் வேலை இருக்கிறது."

"நல்லபடியாகப் போய் விட்டு வாருங்கள். நான் ஒரு மாதம் கழித்து மறுபடி உங்களைக் காண வருகிறேன். வந்து விடுவீர்கள் அல்லவா?"

அவள் சிரித்தாள்.

"வராமல் எங்கே போவேன்?"

"வேர்களின் ஆகர்ஷசணத்தில் திரும்பி வர மனசில்லாமல் போனால்..."

"அப்படியெல்லாம் நடக்காது. நந்தலாலா. நான் வந்து விடுவேன்."

அவன் கிளம்பிப் போய் வெகுநேரத்துக்கு அவனது வார்த்தைகள் சிந்தையைக் கிளறின.

'வேர்கள்' என்பதே பிரமையோ என்று தோன்றிற்று. முப்பது வருஷத்துக்கு மேல் இங்கே கிளைபரப்பிய பிறகு வேர்கள் எங்கே இருக்கும்?

"எதற்கு வந்தான் அந்தப் பையன்?"

அவள் கவனம் இல்லாமல் சொன்னாள்.

"மோங்கியா ஸாஹிப் என் பேரில் கொஞ்சம் எழுதி வைத்திருக்கிறாராம். அதை எப்பொழுது கையெழுத்திட்டு வாங்கிக் கொள்கிறீர்கள் என்று கேட்க வந்தான்."

உடனடியாகக் கோவிந்த்தின் முகம் மலர்ந்து போனதைக் கண்டு, 'ஓ! நாம் இவரிடம் சொல்லியிருக்கக் கூடாது' என்கிற அவமான உணர்வு அவளுள் ஏற்பட்டது.

"நீ என்ன சொன்னே?"

"உன்னிடம் இருக்கட்டும், இப்பொழுது வேண்டாம் என்று சொன்னேன்!"

கோவிந்தின் முகத்தில் சட்டென்று கோபம் படர்ந்தது.

“ஏன், இப்பொழுது எக்கச்சக்கமாக உன்னிடம் பணம் இருக்கிறதா, இத்தனை மெத்தனமாகப் பதில் சொல்வதற்கு? அந்த அசட்டுப் பெண்ணை அழைத்துக் கொண்டு ஒரு தண்டப் பிரயாணம் வேறு செய்யப் போகிறாய்! சுளையாக ஆயிரம் ரூபாய் செலவாகப் போகிறது. எப்படிப் பணத்தைப் புரட்டலாம் என்று நான் தலையைப் பிய்த்துக் கொள்கிறேன். கொஞ்ச காலம் இப்படியே போனால் நகைகளை விற்றுச் சாப்பிட வேண்டிய நிலை ஏற்படும். எத்தனை எழுதி வைத்திருக்கிறாராம்?”

“தெரியாது. நான் கேட்கவில்லை.”

அவர் திடுக்கிட்டு அவளைப் பார்த்தார்.

“நீ இந்தத் தொழிலுக்கு லாயக்கில்லை, குலாபி, ஏதாவது பஜனை மடத்தைப் பார்த்துக் கொண்டு நீ போக வேண்டியதுதான்.”

அவள் சிரித்தாள்.

“அது நல்ல யோசனை, மாமா. ஆனால், குலாபியாக உட்கார்ந்து பஜனை செய்தால் ஆண்டவன் கூட ஏற்க மாட்டார்.”

கோவிந்த் மாமா பதில் ஏதும் சொல்லாமல் அவளை யோசனையுடன் பார்த்தார். பிறகு தலையைக் குனிந்தபடி சொன்னார்:

“என்னைக் குற்றவாளியாக்காதே, குலாபி தப்பான வாழ்க்கையோ, நேரானதோ இதுவரை நீ சந்தோஷமாக இருந்திருக்கிறாய்.”

“உங்களைக் குறை சொல்லவில்லை மாமா நான். நீங்கள் சொன்னது போல் எனக்கு வயசாகிவிட்டது. ஆத்ம விசாரணை, அதனால்தான் தோன்ற ஆரம்பித்து விட்டது.”

“இந்த விசாரணையை உன் மட்டுக்கு வைத்துக்கொள். இந்தப் பெண்களிடமும் பரப்பி விடாதே!”

அறையை விட்டுக் கிளம்பும்போது அவர் உண்மையான கவலை முகத்தில் பிரதிபலிக்கச் சொன்னார்.

"பிரயாணமே செய்யாதவள் அவ்வளவு தொலைவு போய் விட்டு வருகிறேன் என்கிறாய். அதைப்பற்றி நான் கவலைப்படுவது அந்த ஆண்டவனுக்குத்தான் தெரியும். பண விஷயத்திலும் உனக்குச் சாமர்த்தியம் இல்லை."

"கவலைப்படாதீர்கள், மாமா!" என்றாள் அவள் மிருதுவாக." அதே ஆண்டவன் எனக்குத் துணையிருப்பார். பணத்தில் எனக்கு அதிகமான ஆசை இல்லை என்பதால் நான் முட்டாள் என்று நினைத்து விடாதீர்கள், மாமா."

"முட்டாள் இல்லை முட்டாள்தனமான காரியம் எதிலாவது மாட்டிக் கொள்வாய். இந்தப் பெண் இங்கிருந்தும் ஏதும் பிரயோஜனமும் இல்லாமல் இருப்பதற்கு அனுப்பி விடுவது நல்லதுதான். ஏதாவது அநாதை ஆசிரமத்தில் விட்டிருக்கலாம். இத்தனை செலவு செய்து... சரி, இனிமேல் அதைப்பற்றி நான் பேசப்போவதில்லை. உன் பிடிவாதத்தைத் தளர்த்துவது சாத்தியமில்லை. ஜாக்கிரதையாய்ப் போய்விட்டு வரணும். நீ திரும்பி வருகிறவரை எனக்குக் கவலைதான்."

ஒரு விநாடி அவர் அவளை யோசனையுடன் பார்த்தார்.

"வந்து விடுவாய் அல்லவா?"

அவள் நெகிழ்ச்சியுடன் அவர் அருகில் சென்று அவர் தோளைப் பற்றினாள்.

"எனக்கு வேறு போக்கிடம் இல்லை, மாமா, வந்து விடுவேன். நீங்கள் இங்கிருக்கிறீர்கள் என்கிற தைரியத்தில்தான் நான் கிளம்புகிறேன்."

இரவு சரியாகத் தூக்கம் வரவில்லை. கல்லுளிமங்கனைப் போன்ற கோவிந்த் மாமா இப்பொழுதெல்லாம் உணர்ச்சிவசப்பட்டுப் போவது ஆச்சரியமாக இருந்தது. சில வருஷங்களாக அவளுள்

ஏற்பட்டிருக்கும் மாற்றம் அவரைப் பாதிக்கிறதோ என்று அனுதாபம் ஏற்பட்டது.

அதிகாலையில் அவர்கள் தயாராவதற்குள் அக்பர் வந்து விட்டான். மல்லிகாவும் சாந்தியும் மகாலட்சுமியும் சம்பாவுக்கு நீர் மல்கிய கண்களுடன் விடை கொடுப்பதும் சம்பாவின் கண்களும் கலங்கிப் போனதையும் கண்டு குலாபிக்கு ஆச்சரியம் ஏற்பட்டது.

குலாபி பதவிசாகப் புடவை ரவிக்கை அணிந்து மிக எளிமையான நகைகளுடன் புறப்பட்டாள்.

கோவிந்த்தைப் பார்த்து, "நான் இப்பொழுது சுபத்ரா, குலாபி இல்லை" என்றாள்.

"சுபத்ரா என்றுதான் டிக்கெட்டுக்குப் பெயர் கொடுத்திருக்கிறேன்" என்றார் மாமா.

ரெயில் நிலையமும் ரெயில் பெட்டியும் அவளுள் ஒரு நூதன உணர்வை ஏற்படுத்தின. சம்பாவை விட அவளுக்குத் தான் இந்தப் பயணம் அதிக ஆர்வத்தையும் குறுகுறுப்பையும் எதிர்பார்ப்பையும் ஏற்படுத்தியிருந்தது.

"ஜாக்கிரதையாக இரு, குலாபி" என்று கோவிந்த் மாமா திரும்பத் திரும்பச் சொல்லிக் கொண்டிருந்தார்.

"ரொம்ப அலையாதே. இந்தப் பெண்ணைக் கொண்டு விட்ட கையோடு திரும்பிவிடு."

தன் மனத்தில் தோன்றியிருந்த பயத்தை வார்த்தைகளில் வடிக்க மாமா தயங்குவதைப் பார்த்து அவளுக்குப் பரிதாபம் ஏற்பட்டது. இவளுடைய பால்யம் இவளுக்கு எத்தனை தாரம் நினைவிருக்கும் என்று அவர் யோசிப்பது புரிந்தது.

'எனக்கே நிச்சயம் இல்லை' என்று அவள் தனக்குள் சொல்லிக் கொண்டாள். புகை மூட்டமாய் இருக்கும் நினைவை எத்தனை புரட்டியும் எதுவும் தெளிவாகத் தெரியவில்லை. தெரு நினைவில்லை, இடம் நினைவில்லை, திரைக்குப் பின்னால்

தெரியும் நிழற் படங்களைப் போல் உள் மனத்தில் பதிந்திருக்கும் ஞாபகங்களால் என்ன லாபம்?

ரெயில் கிளம்பும்போது மாமாவின் முகத்திலும் அக்பர் முகத்திலும் கவலை ரேகைகள் தெரிந்தன. ரெயில் நகரத் தொடங்கியதும் அவள் சிரித்துக் கொண்டே சொன்னாள்.

“என்னைப் பற்றிக் கவலைப்படாதீர்கள். சம்பா படித்த பெண். என்னைக் கவனித்துக் கொள்வாள். அக்பர், மாமாவை நீதான் கவனித்துக் கொள்ள வேண்டும்.”

கொஞ்ச தூரத்துக்கு அவள் கைக்குட்டையை அசைத்துக் கொண்டிருந்தாள். கோவிந்த் மாமா கண்களைத் துடைத்துக் கொள்வதைப் பார்த்து, இந்த நாற்பது வருஷத்தில் இவர்கள் யாருடைய துணையும் இல்லாமல், எந்தப் பயணத்தையும் மேற்கொண்டதில்லை என்கிற ஞாபகம் வந்தது. பத்து வருஷத்துக்கு முன்னால் இப்படி ஒரு பயணத்தை மேற்கொள்ள அவள் எண்ணியிருந்தால், கோவிந்த் மாமா நிச்சயம் அனுமதித்திருக்க மாட்டார். முரட்டுத்தனமாக மறுத்து அவளைப் பணியச் செய்திருப்பார். இப்பொழுது மாமாவே மாறிவிட்டார் என்கிற எண்ணம் நெகிழ்வைத் தந்தது. கொஞ்ச நாட்களாக அவள் புலம்பும் புலம்பல் அவருள் குற்ற உணர்வைத் தோற்றிவைத்துவிட்டதோ என்று சந்தேகம் வந்தது.

“உங்ககிட்டா ரொம்பப் பிரியம் அவங்களுக்கு, இல்லே?”

குலாபி சுயநினைவுக்கு வந்தாள். சம்பாவின் வார்த்தைகளைக் கிரகித்துக் கொண்டு அவளைத் திரும்பிப் பார்த்துப் புன்னகை செய்தாள்.

சம்பா தயக்கத்துடன் தொடர்ந்தாள்:

“கோவிந்த மாமாவையும் உங்களையும் முதல் முதல்லே பார்த்தபோது அவங்க உங்க புருஷன்னு நினைச்சேன்.”

குலாபி வாய்விட்டுச் சிரித்தாள். இப்படிச் சிந்திக்கப் பழகிய சமூகத்தைச் சேர்ந்த பெண் இவள் என்கிற நினைப்புடன் அவளைப் பார்த்துப் புன்னகை செய்தாள்.

“இந்த மாதிரி ஏதாவது யோசனை பண்ணிக்கிட்டே இருப்பே போலிருக்கு.”

சம்பா கூச்சத்துடன் சொன்னாள்:

“எங்க பக்கமெல்லாம் மாமாவைக் கட்டிக்கிற வழக்கம் உண்டு. நீங்க அவங்களை ‘மாமா’ன்னு கூப்பிடறீங்களா? அதைத் தவிர.”

“எப்பொழுதும் சண்டை போட்டுக் கொண்டே இருக்கோம்!”

சம்பா சிரித்தாள்.

“எங்கம்மாவும் அப்பாவும் இப்படித்தான் சண்டை போட்டுப்பாங்க. நான் நினைச்சுக்குவேன், நான் கல்யாணம் செய்துகிட்டா புருஷனோட சண்டை போட மாட்டேன்னு.”

சட்டென்று சம்பா மௌனமாகிச் சன்னலுக்கு வெளியே தெரிந்த வெட்ட வெளியில் பார்வையைப் பதித்தாள்.

“உனக்குக் கற்பனை அதிகம், சம்பா” என்றாள் குலாபி அனுதாபத்துடன்.

“ரொம்ப எதிர்பார்ப்போடு கற்பனையும் சேர்ந்தா ஏமாற்றம் ஏற்படும்.”

“இந்த ரெண்டு மாசத்திலே பத்து வயசு ஏறிட்டமாதிரி இருக்குங்க எனக்கு.” சம்பாவின் கண்களில் நீர் படர்ந்தது. மெல்லிய உதடுகள் லேசாகத் துடித்தன.

“அதுவும் உங்களோடு இருந்த இந்த ஒரு மாசத்திலே எத்தனையோ விஷயங்களைப் புரிஞ்சுக்கிட்டேன்.”

கிளம்புகிறவரை இவளுடைய பெற்றோர்களிடமிருந்து கடிதமே வராத துக்கம் இந்தப் பெண்ணின் மனத்தில் பாரமாய் அமர்ந்திருக்கிறது என்கிற பச்சாதாபத்துடன் குலாபி அவள் முதுகை வருடினாள்.

சட்டென்று உடைந்து போனவள் போல், சம்பா அவள் மடியில் முகத்தைப் புதைத்துக் கொண்டு, குலுங்கக் குலுங்க அழ ஆரம்பித்தாள்.

"எங்கம்மாவும் அப்பாவும் என்னைச் சேர்த்துக்கல்லேன்னா உங்க கூடவே இருந்துடறேனுங்க!"

——

அத்தியாயம்

10

மதுரை ஸ்டேஷனை அடைகிற சமயத்தில் சம்பா மிகுந்த பரபரப்புடன் காணப்பட்டாள். அந்தப் பரபரப்புடன் பீதியும் கலந்திருந்ததைச் சுபத்ரா புரிந்து கொண்டாள்.

ரெயிலடியில் வண்டி நின்று, அந்தக் கலகலப்பும் கதம்பத்தின் மணமும், தென்னாட்டு உடையும் தமிழ்லோசையும் பார்வையிலும் செவியிலும் பட்டதும் சுபத்ராவுக்கே சிலிர்த்துப் போயிற்று. டில்லிக்கும் மதுரைக்கும் எத்தனை வித்தியாசம்! வடக்கில் அவள் டில்லியைத் தவிர, லக்னோ ரெயில் நிலையத்தைப் பார்த்திருக்கிறாள். அவற்றைவிட இது சுத்தமாகத் தெரிந்தது. காற்றிலேயே ஒரு வித்தியாசத்தை உணர முடிந்தது.

சாமானை இறக்கியதும் கூலி ஆள் காத்து நிற்கையில், சம்பா கேட்டாள்: "நேரா வீட்டுக்குப் போயிறலாமா?" வீட்டில் வரவேற்பு எப்படி இருக்குமோ என்று சம்பாவே பயப்படுகிறாள் என்று புரிந்து கொண்டு சுபத்ரா சொன்னாள்:

"இங்கே பக்கத்திலே தங்கறதுக்கு வசதியா ஒரு ஹோட்டல் இருந்தா சாமானை இறக்கி வெச்சுக்குளிச்சுச் சாப்பிட்டுப் போகலாம்."

"நிறைய லாட்ஜ் இருக்குங்க இங்கே. நான் இட்டுட்டுப் போறேன்." என்றான் கூலி.

சம்பா இந்த ஏற்பாட்டுக்கு உடனடியாக ஒப்புக் கொண்டது சுபத்ராவுக்கு விநோதமாக இருந்தது. டில்லியில் இருந்தவரை, 'மதுரைக்கு எப்ப அனுப்பப் போறீங்க?' என்று நச்சரித்தவள் மதுரையை அடைந்ததும் தயங்க ஆரம்பித்துவிட்டது பரிதாபமாக இருந்தது.

ஸ்டேஷனை ஒட்டினாற் போலவே இருந்த ஒரு சுத்தமான லாட்ஜுக்குக் கூலி அழைத்துப் போனான். அவன் பின்னால் அவர்கள் இருவரும் நடந்து போகையில் தெருவில் இருந்தவர்கள் அவர்களைக் குறுகுறுப்புடன் பார்ப்பதைச் சுபத்ரா கவனித்தாள். சம்பாவின் தலை குனிந்த நிலையிலேயே இருந்தது. முகம் லேசாகச் சிவந்திருந்தது.

"எப்படி வெறிச்சுப் பார்க்கறாங்க பாருங்க. பொம்பளைங்களையே பார்க்காதவங்களாட்டம், தூ, வெக்கம் கெட்ட ஜனங்க!" என்று அடிக் குரலில் முணுமுணுத்தாள்.

சுபத்ரா பதில் சொல்லாமல், மெல்லிய புன்னகையும் ஆர்வமும் மின்னும் பார்வையுடன் நடந்தாள்.

"டில்லியிலே ஸ்டேஷன்லேயோ தெருவிலேயோ யாராவது நம்மை இப்படி வெறிச்சுப் பார்த்தாங்களா?"

சுபத்திரா சமாதானமாக அவளுடைய தோளைப் பற்றினாள்.

"அநாவசியமா பதற்றப்படாதே, சம்பா! டில்லிக்கும் இந்த ஊருக்கும் எத்தனை வித்தியாசம்? அதோட ஒப்பிட்டுப் பார்த்தா இது சின்ன ஊர் இல்லையா? பல தினுசு மக்களைப் பார்த்துப் பழக்கப்பட்ட ஊர் அது. யாருக்கும் எதையும் பார்த்து அங்கே ஆச்சரியம் ஏற்படறதில்லே. அது ஒரு சோகம், சம்பா!"

இது என்ன அசட்டுத்தனமான வியாக்கியானம் என்று நினைத்தவள் போல் சம்பா அவளை ஏறிட்டுப் பார்த்துப் பிறகு தலையைக் குனிந்தபடி நடந்தாள்.

ஹோட்டல் மேனேஜரும் அவர்களை ஒரு மாதிரியாகப் பார்த்தார். சுபத்ராவின் கொச்சைத் தமிழைக் கேட்டு, "வடக்கத்திக்காரங்களா?" என்றார் சம்பாவிடம்.

“ஆமாம். கோயிலைப் பார்க்க வந்திருக்காங்க!” என்றாள் சம்பா சுருக்கமாக.

“ஆம்பிளை யாரும் இல்லையா?”

“இல்லை.” என்றாள் சம்பா அலுப்புடன்.

“தங்க அறை கிடைக்குமா இல்லையா?”

“பேஷாக் கிடைக்கும். ஆம்பிளை யாரும் இல்லேங்கறிங்க. ஜாக்கிரதையா இருக்கணும், அவ்வளவுதான். இது கௌரவமான இடம்!”

“நாங்களும் கௌரவமானவங்கதான்!”

“அட! இதென்னம்மா, இப்படிப் படபடக்கிறீங்க, ஒரு பேச்சுக்குச் சொன்னேன். நீங்களும் எச்சரிக்கையா இருக்கணுங்கறதுக்காக, டேய் மணி! இவங்களுக்கு அறையைக் காட்டு” என்று ஒரு பொடியனிடம் சாவியை நீட்டினார்.

சுபத்ரா தன் பெயரை ஹிந்தியில் பதிவுப் புத்தகத்தில் எழுதிவிட்டு, மேனேஜருக்கு நன்றி கூறிவிட்டு நகர்ந்த போது, மேனேஜர் வெகுநேரம் யோசனையுடன் உட்கார்ந்திருந்தார்.

அறை சுத்தமாகவே இருந்தது. டில்லியைப் போல் இல்லாமல் இங்கே புழுங்கிற்று. சண்பகம் இன்னும் பட படப்பாகக் காணப்பட்டாள். வரப்போகிற ஏமாற்றத்துக்கான கலக்கம் இது என்று தோன்றிற்று. ஏதாவது கேட்டால் உடைந்து போய் விடுவாளோ என்று பயமாக இருந்தது.

குளித்துச் சாப்பிட்டதும் சம்பாவின் முகத்தில் லேசான சமாதானம் தெரிந்தது.

“வீட்டுக்கு இப்பப் போனா யாரும் இருக்கமாட்டாங்க, அப்பா, அம்மா ரெண்டு பேரும் வேலைக்குப் போயிருப்பாங்க” என்றாள் தானாகவே.

சுபத்ரா மென்மையாகப் புன்னகை செய்தாள்.

“நல்லதாப் போச்சு! கொஞ்சம் இளைப்பாறலாம், சாயங்காலம் கோவிலுக்குப் போய் அங்கிருந்து உன் வீட்டுக்குப் போகலாம். உன் அப்பா என்னைத் திரும்ப லாட்ஜூக்குக் கொண்டுவிட மாட்டாரா?!”

“விடுவாங்க” என்றாள் சம்பா தன் வார்த்தையைத் தானே நம்பாதவள் போல்.

“எதைப் பத்தியும் யோசிக்காதே, சம்பா! கொஞ்ச நேரம் நிம்மதியாத் தூங்கு, ஆண்டவன் மேல் பாரத்தைப் போட்டுட்டு.”

சம்பா பதில் ஏதும் சொல்லவில்லை. வெடிக்கப் பார்த்த அழுகையை அடக்கிக் கொள்ள முயன்றவள், போய்க் கட்டிலில் குப்புறப் படுத்துக் கொண்டாள். சற்று நேரத்தில் அவள் முதுகு லேசாகக் குலுங்குவதைக் கண்டு சுபத்ரா அருகில் சென்று அமர்ந்து மிருதுவாக அவள் தலையைக் கோதி விட்டாள்.

“இதோ பார்! எதுக்கு இப்ப அழறே? டில்லியிலே இருக்கிற வரைக்கும் இங்கே வரணும்னு துடிச்சே. பிரயாணமே செய்யாத நான் உன்னை இவ்வளவு தொலைவு அழைத்து வந்திருக்கிறேன்! ஏன் இப்ப அதைர்யப் படறே?”

“என்னவோ, திடீர்னு பயமா இருக்குங்க அப்பாவுக்கு ரொம்ப முரட்டுச் சுபாவம். லேசிலே கோபம் அடங்காது. அம்மாவும் அவங்களோட ஒத்துபோவாங்க. என்னைப் பார்த்து வீட்டுப்படி ஏறாதேன்னாங்கன்னா!”

பெற்றவர்கள் அப்படிச் சொல்வார்களா என்று ஒரு விநாடி திகைப்பு ஏற்பட்டாலும் இந்தச் சந்தேகம் ஆரம்பத்திலிருந்து தனக்கும் இருப்பதை நினைத்துப் பேசாமல் இருந்தாள். சற்றுப் பொறுத்துச் சண்பகம் மல்லாக்காகப் படுத்து வற்றிப் போன கண்களுடன் விட்டத்தைப் பார்த்தபடி பேசினாள்!

“அவங்க அப்படிச் சொன்னா ஆச்சரியப்படதுக்கில்லே, இல்லே சுபத்ராம்மா?”

“எனக்குத் தெரியல்லே, மகளே!” என்றாள் சுபத்ரா ஆயாசத்தோடு. “இந்த உலகத்தோடு தொடர்பு விட்டு ரொம்ப காலமாயிட்டது எனக்கு!”

திடீரென்று மோங்கியாவின் மனைவி அன்று அவளைப் பார்த்துக் கத்தியது நினைவுக்கு வந்தது. ஆனால், அவள் இரத்த சம்பந்தம் இல்லாதவள். கணவனின் ஆத்மார்த்தப் பிரியத்தை இழந்தவள் அதற்குக் காரணம் நான் என்று தம்புபவள்.

“நான் செஞ்சது சாதாரணத் தப்பில்லையே!” என்று தனக்குத் தானே பேசிக் கொள்பவள் போல் பேசினாள் சம்பா.

“அவுங்க தடுக்கத் தடுக்கக் கேக்காம ஒரு போக்கிரியோட ஓடத் துணிஞ்சேன். அதுவும் வீட்டிலே இருந்த எல்லா நகையையும் தூக்கிக்கிட்டு அவங்க மானமும் போச்சு பண்டமும் போச்சு. மன்னிப்பாங்களா, பெத்த பெண்ணானாலும்?”

சுபத்ராவுக்குக் களைப்பு கண்ணை அசத்திற்று. இந்தப் பெண்ணின் சுய விசாரணையும் கவலையும் பயமும் சற்று அயர்வை ஏற்படுத்தின.

“அதைப் பத்தியெல்லாம் இப்ப யோசிச்சு என்ன பிரயோஜனம் சம்பா? நம்ம தலையெழுத்துப்படிதான் எல்லாம் நடக்கும். இப்ப தூங்கு, சாயங்காலம் முதலில் உன் வீட்டுக்குப் போகலாம். பிறகு கோவிலுக்குப் போவோம்.”

இனிமேல் என்னைத் தொந்தரவு செய்யாதே என்பது போல் அவள் கண்களை மூடிக்கொண்டாள்.

மூடிய விழிகளுக்குள் என்னவெல்லாமோ நினைவுகள் பைசாசமாக ஆடின. செய்த வினைக்காகத் தனக்குத் தண்டனை கிடைத்ததாக இந்தப் பெண் வருந்துகிறாள். எந்தப் பாவமும் செய்யாத எனக்கு என் வாழ்வே திசை மாறிப் போயிற்று?

நாற்பது வருடங்களுக்கு முன் அப்படி ஒரு விபத்து இந்தத் தெய்வீக அழகு பொருந்திய ஊரில் நடந்திராவிட்டால், இந்த ஊரின் முக்கியப் பிரமுக வட்டாரத்தின் அங்கமாக அவள்

இருந்திருப்பாள் இன்று. அவளுக்கு அறையை விடுவதற்குமுன், 'ஜாக்கிரதை. இது ஒரு கௌரவமான இடம்' என்று நாக்கை வளைத்துப் பேசும் துணிவு இந்த முன்பின் தெரியாத ஹோட்டல் காரனுக்கு இருக்கவே முடியாது.

என் வாழ்க்கையில் நானாகச் செயல்பட்ட பாசம், முதல்முறையாக இப்பொழுது மதுரைக்குப் பயணம் செய்ய முற்பட்ட போதுதான் ஆரம்பமாயிற்று. அதுவரை ஆற்றின் வேகத்தோடு மிதக்கும் இலையாய்த் தான் என் வாழ்வு மிதந்திருக்கிறது.

நான் நானாக இயங்கிய நேரமே இல்லை. ஆடியதும் பாடியதும், காதல் வயப்பட்டதும், குழந்தைகளைப் பெற்றதும், ஏதோ ஒரு மாபெரும் சக்தியின் உந்துதலினால்தான் நான் அப்படி ஒரு வாழ்வு வாழ்ந்திருக்க வேண்டும்.

என் கண்ணைக் கட்டித் தன் விருப்பத்துக்கு இழுத்துக் கொண்டு போன சக்தி அதுவேதான் நான் என்ற மயக்கத்தில் எத்தனை நாட்கள் இருந்தேன் எது நிஜம் எது பொய்? எது நித்தியம்? எது அநித்தியம் இது இரண்டுமே என் பிரமையா? என்ன என்னவோ மனத்தை வாட்டிய குழப்பங்களுடன் அவள் உறங்கிப் போனாள்.

"குதாவுக்கு நன்றி சொல்ல வேண்டும்" என்று புன்னகை செய்தாள்.

"ரோஷனாரா. நீ வந்த வேளை நல்ல வேளை..."

எது நல்லது? யாருக்கு நல்லது? "உன் பைரவிக்கும் மால் கோடிக்கும் ஒரு சாம்ராஜ்யமே கொடுக்கலாம்" தாடையைத் தடித்த வெண்மையான கைகள் வருடின. விரல்களில் வைரங்கள் பளபளத்தன. பார்வையைக் கூசின. அத்தரும் பன்னீரும், அயல் நாட்டு வாசனைத் தலமும், மணத்தன. தபேலாவும் சலங்கையும் சிதாரும் ஒலியெழுப்பின.

திடீரென்று சலங்கைகள், பல ஜன்மங்களைத் தேடிப் பின்னால் ஓட்டின. சந்தனத்தைக் குழைத்துத் தூபமேற்றி வேறு தரிசனத்துக்கு ஏங்கின.

"நேயத்தே நின்ற நிமலனடி போற்றி...
மாயப் பிறப்பறுக்கும் மன்னனடி போற்றி..."

அம்மாவின் மதுரக் குரல் சன்னமாகக் கேட்டது...

"அம்மா!"

தன் குரலைக் கேட்டுத் தானே விழித்துக் கொண்டு சரேலென்று சுபத்ரா எழுந்து உட்கார்ந்து கொண்டாள். கழுத்துப் பட்டையும், நெற்றியும் வியர்த்து வழிந்தன. நிலைக் கண்ணாடிக்கு எதிரில் அமர்ந்து தலையைப் பின்னிக் கொண்டிருந்த சண்பகம் திடுக்கிட்டுத் திரும்பினாள்.

"என்ன சுபத்ராம்மா? உடம்பு நல்லால்லியா?"

"ஒண்ணுமில்லே!" என்றாள் சுபத்ரா தன்னைச் சமாளித்துக் கொண்டு.

"மணி நாலரை ஆகுது. தயாராகிக் கிளம்பினால் சரியாயிருக்கும். வீட்டுக்குப் போய்ச் சேர அரைமணி ஆகும்."

"இதோ வரேன்." என்று சுபத்ரா குளித்து வேறு உடை உடுத்திக் கொண்டு தயாரானாள். இருவரும் அறையைப் பூட்டிக் கீழே சென்று காபி குடித்துத் தெருவுக்கு வந்ததும் மறுபடியும் சண்பகத்துக்குள் ஒரு கூச்சமோ பயமோ புகுந்ததைக் கவனித்தாள்.

"ஆட்டோரிக்ஷாவிலே போகலாமா?" என்று அவள் தயங்கிக் கொண்டு கேட்டதும்.

"பின்னே? எனக்குப் பஸ் ஏறிப் பழக்கமே இல்லை" என்றாள் சுபத்ரா மிருதுவாக. வண்டியில் ஏறி அமர்ந்த பிறகும் தன்னை மறைத்துக் கொண்டார் போல் சம்பா உட்கார்ந்ததைப் பார்க்கப்

பரிதாபமாக இருந்தது. இத்தனை மானம் மரியாதை பார்க்கும் பெண் எந்த அசட்டுத் துணிச்சலில் வீட்டை விட்டு ஓடினாள்.

நீள நெடுக அடைசலான தெருப் பகுதிகளைக் கடந்து சற்று விஸ்தாரமான பகுதியை அடையும் போது சுபத்ரா ஆர்வத்துடன் பார்த்தாள். தன்னுடைய ஞாப அலைகள் சலனப்படுமோ என்று. எதுவும் மனதில் பதியவில்லை.

ஒதுக்குப்புறமான ஒரு பகுதியில் தனித்தனியாக இருந்த சின்னச் சின்ன வீடுகள் ஒன்றின் எதிரில் சம்பா நிறுத்தச் சொன்னதும் வண்டி நின்றது. சுபத்ரா வண்டிச் சத்தத்தை அவளைக் கேட்டுவிட்டு எண்ணிக் கொடுத்ததும், சம்பா அவள் கையைப் பற்றி, "வாங்க" என்றபோது குரலில் மெல்லிய நடுக்கம் தெரிந்தது. கை விரல்கள் ஜில்லிட்டிருந்தன.

வீடு திறந்திருந்தது. உள்ளேயிருந்து ரேடியோவில் ஏதோ பாட்டுச் சத்தம் கேட்டது.

சம்பா மெல்ல நடந்து திறந்திருந்த கதவின் மரப் பலகையைக் கையால் தட்டினாள்.

"யாரது?" என்ற அதட்டலான குரலுடன் ஓர் ஆண் வேஷ்டி பனியனுடன் கையில் தினசரிச் செய்தித்தாளை ஏந்தியபடி எட்டிப் பார்த்தார்.

அவளையும் சுபத்ராவையும் ஒரே ஒரு விநாடி பார்த்து விட்டுச் சரேவென்று உள்ளே போனார்.

"பார்வதி" என்று அவர் உள்ளே படபடப்பது கேட்டது. "திறந்த வீட்டிலே நாய் நுழையற மாதிரி யாரோ நுழைஞ்சிருக்காங்க. அதுங்களைப் போய் விரட்டு!"

சுபத்ராவுக்கே அடி வயிறு ஜில்லிட்டது. சண்பகத்தின் கண்களிலிருந்து பொலபொலவென்று நீர் வழிந்தது. உள்ளேயிருந்து நாற்பது வயது மதிக்கும்படியாக லட்சணமான முகத்துடன் ஒரு பெண்மணி வந்தாள். சண்பகத்தைப் பார்த்துத்

தூக்கிவாரிப் போட்டவளாய் நின்றாள். முகத்தில் மித மிஞ்சிய துக்கமும் கோபமும் ஆத்திரமும் பிரதிபலித்தன.

சண்பகம் சரேலென்று அவள் கால்களில் விழுந்து நமஸ்கரித்தாள். கால்களைப் பிடித்துக் கொண்டாள்.

“அம்மா, என்னை மன்னிச்சிடுங்க, தெரியாத்தனமா தப்பு செஞ்சுட்டேன். மன்னிச்சுடுங்க...”

“இங்கே எந்த நாடகமும் வேண்டாம். முதல்லே அவளை விரட்டு.”

உள்ளே கர்ஜித்த குரல் இப்பொழுது வெளியே வந்தது. சம்பாவின் அப்பா பனியனுக்கு மேல் சட்டை அணிந்திருந்தார்.

சம்பா இன்னும் பெரிதாக அழ, கணவன் உள்ளே நுழைந்ததும், பார்வதி விடுக்கென்று கால்களை விடுவித்துக் கொண்டு அறையின் மறுபக்கத்துக்குச் சென்றாள்.

அவர்களுடைய கோபத்தை எதிர்பார்த்திருந்தாலும் சுபத்ராவுக்கு அவர்களுடைய நடத்தை திகைப்பேற்படுத்தியது. அவள் நிற்பதையே கவனிக்காமல் சம்பாவின் அப்பா இரைந்தார்:

“என்னடி நீலிக் கண்ணீர் வடிக்கிறே? எந்த முகத்தை வெச்சுக்கிட்டு இத்தனை தைரியமா இங்கே நுழைஞ்சே? நடுச் சந்தியிலே நின்னதும் வீட்டு ஞாபகம் வந்ததா? உன்னாலே எனக்கு ஏற்பட்ட அவமானம் போதும். போ இங்கேயிருந்து!”

“என்னை விரட்டாதீங்கப்பா”

“நீதானே கௌரவமான வாழ்க்கை வாணாம்னு சாக்கடையைத் தேடி ஓடினே! அதுவும் எப்படி? வீட்டிலேயிருந்து அம்பது பவுன் நகைகளோட! எங்கேடி அதெல்லாம்? இன்னும் கொஞ்ச நேரம் நின்னே, போலீஸ்லே புடிச்சுக் குடுப்பேன்.”

அவரது ஆத்திரத்தில் உடம்பெல்லாம் வெடவெடவென்று நடுங்கிற்று. “எத்தனை பெரிய துரோகம் செஞ்சே? எவ்வளவு நல்ல இடத்திலே கல்யாணம் பேசியிருந்தேன் எல்லார்

எதிரிலேயும் நான் தலை நிமிர முடியாம செஞ்சியேடி! உன்னை இந்த ஜன்மத்தில் மன்னிக்க முடியுமா? வெட்கம் இல்லாம இந்த வீட்டுக்குள்ளே எப்படி நுழைஞ்சே போ வெளியிலே!"

தான் குத்துக்கல்லாய் அங்கே நிற்கும் போது, யார், என்ன என்று கூட விசாரிக்காமல் அவர் தம் போக்கில் இரைவது சுபத்ராவுக்கு வினோதமாக இருந்தது. பார்வதியின் கண்களில் நீர் வழிந்தாலும் வாயைப் பொத்திக் கொண்டு நின்றாள்.

சுபத்ரா தன்னைச் சமாளித்துக் கொண்டு அவளைப் பார்த்து ஹிந்தியில் பேசினாள்:

"நீங்கள் ஹிந்தி படிப்பிக்கிறீர்கள் என்று சம்பா சொன்னாள். எனக்குத் தமிழ் நன்றாக வராது. அதனால் ஹிந்தியில் பேசறேன். இந்தப் பெண் படும் துக்கத்தைக் காணச் சகிக்காமல் நான் டில்லியிலிருந்து இங்கு அழைத்து வந்திருக்கிறேன். இரண்டுங்கெட்டான் வயதில் குழந்தைகள் தவறு செய்வது சகஜம். அவள் ஏதும் கொலைக் குற்றம் செய்யவில்லை, வழிதவறிப் போய் விட்டாள். இப்பொழுது தெளிந்து வந்திருக்கிறாள்."

"பார்வதி, இங்கே இந்தம்மாளுடைய லெக்சர் எதுவும் வேணாம்னு சொல்லு! இவங்க சரித்திரம் முழுதும் நமக்குத் தெரியும்னு சொல்லியனுப்பு."

சுபத்ரா லேசான அதிர்ச்சியுடன் அவரைப் பார்த்தாள். இவர்களுக்குச் சம்பாவின் கடிதம் கிடைத்தது மாத்திரமில்லை. யார் மூலமாகவோ அல்லது நேரிலோ வந்து எல்லா விவரங்களை அறிந்திருக்கிறார்கள். ரத்த சம்பந்தத்தை விடச் சுயகௌரவம் அதிகமாகப் போய்விட்ட இவர்களை நினைத்துப் பரிதாபமாக இருந்தது. மன்னிப்பு என்கிற வார்த்தையே கண்ணுக்குப் புலப்படாத போது காருண்யம் எங்கிருந்து சுரக்கும்? அகத்தில் கனிவு இருக்க வேண்டிய இடத்தில் 'காரம்' புகுத்துவிட்டால் அந்த 'அகத்'துக்கு விமோசனம் ஏது?

பார்வதி வாயே திறக்காமல் அதற்குள் துக்கத்தைச் சுருட்டிக் கொண்டு நிற்பதைப் பார்க்கத் தாங்காத ஆத்திரம் வந்தது. இவளும் ஒரு ஆசிரியையா?

“உம், கிளம்பு போலீஸைக் கூப்பிடவா?” சாட்டையடி மாதிரி ஈவு இரக்கமில்லால் வார்த்தைகள் விழுந்தன.

சண்பகம் விருக்கென்று எழுந்தாள். கண்களைத் துடைத்துக் கொண்டு சுபத்ராவின் கைகளைப் பற்றி, “வாங்க, போகலாம்” என்றாள் ஒரு தீவிரத்துடன்.

சுபத்ரா சிலையாக நின்ற அந்தப் பெண்மணியிடம் மெல்லிய குரலில் சொன்னாள்:

“சகோதரி மனசிருக்க வேண்டிய இடத்தில் கல்லை வைத்திருக்கிறீர்கள். அதன் சுமையைக் கடைசியில் உணருவீர்கள்.”

“அட, நீ சும்மா போம்மா! சாபம் கொடுக்க வேண்டியதில்லே!”

“சுபத்ரா அம்மா, நீங்க வாங்க. நீங்க வேற அவமானப் படணுமா?”

அவள் விருவிருவென்று சுபத்ராவின் கையைப் பிடித்துக் கொண்டு நடந்தாள். இப்பொழுது நடையில் தயக்கம் இல்லை. தலை குனியவில்லை. குற்ற உணர்வுடன், யார் என்ன நினைத்தால் என்ன என்கிற ஆத்திரம் முகத்தில் பளபளக்க சற்றுத் தொலைவில் நின்றிருந்த ஆட்டோரிக்ஷாவில் இருவரும் ஏறி அமர்ந்ததும், “கோவிலுக்கு விடுங்க!” என்று சொல்லிவிட்டு ஆயாசத்துடன் ஸீட்டின் பின்னால் சாய்ந்தாள்.

“உங்களுக்கு நான் ரொம்பத் தொந்தரவு கொடுத்திட்டேன், சுபத்ரா அம்மா! உங்களெயும் அவங்க அவமானப் படுத்திட்டாங்க, என்னை மன்னிச்சுக்குங்க!”

பொங்கிப் பொங்கி எழுந்த துக்கம் கண்ணீராய் வழிந்த வண்ணம் இருந்தது.

சுபத்ரா அவள் கைகளைப் பற்றியபடியே உட்கார்ந்திருந்தாள்.

“பழசையெல்லாம் மறந்து விடு சம்பா, நீ பண்ணின முட்டாள்தனத்துக்கு வேண்டிய அளவு கரைந்தாயிற்று. அதைப் பற்றி இனிமேல் வருந்துவதில் லாபம் இல்லை.

நான் இருக்கிறவரை உன்னைக் குறைவில்லாமல் பார்த்துக் கொள்வேன், கவலைப்படாதே. இன்றைக்கு நடந்ததை தான் ஓரளவு எதிர்பார்த்தேன். அதனால் அதிர்ச்சி ஏற்படவில்லை. இனிமேல் நீ அழக்கூடாது. அவர்கள் ஏற்றுக் கொள்ளாவிட்டால் என்னுடனேயே தங்கிவிடுவதாக நீயே சொல்லவில்லை!"

கண்களில் குழப்பம் நிழலாட, "ஆமாம்." என்றபடி சம்பா தலையைக் குனிந்து கொண்டாள்.

"பயப்படாதே. மற்ற பெண்களின் வழியில் உன்னை அனுப்ப மாட்டேன்"

"நன்றிங்க உங்களை நான் என்னைக்கோ புரிஞ்சிக்கிட்டேங்க?"

அதற்குப் பிறகு அவள் கண்ணீர் நின்றது. பலவந்தமான ஓர் உற்சாகத்தை வரவழைத்துக் கொண்டு மதுரை வீதிகளை அறிமுகப்படுத்த ஆரம்பித்தாள்.

கோவிலுக்குச் சற்றுத் தொலைவிலேயே வண்டியை நிறுத்திவிட்டு அவர்கள் நடந்தார்கள். சுபத்ரா தீராத தாகத்துடனும் ஆர்வத்துடனும் அங்கிருந்த கடைகளையும் ஜனங்களையும் பூக்களையும் பார்த்தாள். சென்ற ஜன்மத்தில் இதே தெருவில் யாருடைய கையையோ பிடித்தபடி மழலை மாறாத பேச்சோடு நான் நடந்திருக்கிறேன் என்கிற நினைப்பு மனசில் ஒரு சிலிர்ப்பை ஏற்படுத்திற்று. எத்தனை அற்புதமான, வித்தியாசமான சூழல் இது எத்தனை உச்ச நிலையிலிருந்து நான் கீழே தள்ளப்பட்டிருக்க வேண்டும் விதி செய்த இந்தச் குரூரத்துக்கு யார் காரணம்?

கோவிலின் உள் பிரகாரங்களுக்குள் சென்றதும் நெஞ்சு கொள்ளாமல் பரவசம் ஏற்பட்டது. அந்தராத்மாவிலிருந்து பைரவியும் கல்யாணியும் தோடியும் புதுப் புது அழகோடு பிரவகித்தன. அம்மனின் திருச்சந்நிதானத்தில் மெய் மறந்து நிற்கையில் சூடத்தை ஏந்தி வந்த முதிய குருக்கள் அவள் எதிரில் கண்களைச் சுருக்கிப் பார்த்து "கமலம்மா" என்றார் வியப்புடன்.

——

அத்தியாயம்

11

அவளுக்கு ஒரு நிமிஷம் புரியவில்லை. அந்தக் கிழவர் யாரைப் பார்த்து, அந்தக் கேள்வியைக் கேட்கிறார் என்று.

கிழவரின் முகத்தில் குழப்பம் தெரிந்தது. தம் கேள்வியைக் கண்டு தாமே சந்தேகித்தவர் போல், அங்கிருந்து நகரவும் விருப்பம் இல்லாதவர் போல், மீண்டும், “கமலம்மா வா?” என்றார்.

சண்பகம் சட்டென்று நிலைமையைப் புரிந்து கொண்டவளாய், “இவங்க பெயர் கமலம்மா இல்லே, ஐயா!” என்றாள்.

“என்னப்பா, அங்கேயே நின்னுட்டேள்?” என்று குங்குமத்தை ஏந்தி வந்த இளைய குருக்கள் பெரிய குரலில் வினவ, கிழவர் மன்னிப்புக் கோருகிற சிரிப்பை உதிர்த்த படி நகர்ந்தார்.

“வயசாயிடுத்தோல்லியோ? கண்ணிலேதான் சாளேசுவரம்னா, மூளையும் மங்கிப் போச்சு. கமலம்மா செத்துப் போய் எத்தனை வருஷமாச்சு!”

சுபத்ராவுக்கு மார்பு வெகுவேகமாக அடித்துக் கொண்டது. அந்தக் கிழவரின் பின்னாலேயே போய், ‘என்னைப் போல் இருந்த அந்தக் கமலம்மா யார் அவள் வீட்டவர்கள் எங்கே?’ என்று கேட்க வேண்டும் போல் இருந்தது. அவர் தமக்குத் தாமே பேசியபடி கர்ப்பக் கிருகத்துக்குள் நுழைந்து விட்டார். கூட்டம் நிரம்பி வழிந்தது.

"தரிசனம் ஆனவங்கள்ளாம் நகருங்க" என்று சச்சலில் அங்கு நிற்கவும் முடியாமல் சுபத்ராவும் சண்பகமும் வெளியில் வந்தார்கள்.

"ஆயிரங்கால் மண்டபம் பார்க்கலாம், வாங்க!" என்று சம்பா இழுத்தாள்.

சுபத்ராவுக்கு எதிலும் சுரத்தில்லாமல் போயிற்று.

"கூட்டம் எப்பக் குறையும் சம்பா?" என்றாள் மெல்ல.

"கூட்டம் இன்னும் ரொம்ப நேரத்துக்கு இருக்கும், ஏன்?"

"எனக்கு அந்தக் கிழவரைப் பார்த்துப் பேசணும்!"

"யாரு, கிறுக்குத்தனமா திருப்பித் திருப்பி நீங்க கமலம்மாவான்னாரே, அவரையா?"

"ஆமாம்"

சம்பா அவளை யோசனையுடன் பார்த்தாள்.

"கமலம்மா யாருன்னு உங்களுக்குத் தெரியுமா?"

நெஞ்சுக் குழிக்குள் ஏதோ ஒன்று சிக்கிக் கொண்டது.

"ராஜாத்தி! நல்ல வேளை சுபத்ரா உன்னையே உரிச்சு வெச்சிருக்கா!" என்கிற வார்த்தைகள், நினைவுப் பாதையின் மறு கோடியில் கேட்டன.

"தெரியாது. என் அம்மாவாக இருக்கலாம்!"

"ஆ!" என்று சம்பா புருவத்தை உயர்த்திக் கண்களை விரித்து வியந்தாள்.

"உங்கள்ளுக்கும் உங்கம்மாவுடைய பெயர்கூட நினைவில்லையா?"

"இல்லே ரொம்பச் சின்ன வயசிலே நாற்பது வருஷத்துக்கு முன் இங்கிருந்து உருவிக்கொண்டு செல்லப்பட்டேன். வேறு உலகத்துக்கு சம்பந்தமே இல்லாத பாஷைக்கும் கலாசாரத்துக்கும் உணவுக்கும். எப்படி ஞாபகம் இருக்கும்?"

சம்பா மெல்லிய சோகமும் யோசனையுமாக நின்றாள்.

“கமலம்மா இறந்துட்டாங்கன்னாரில்லே, அந்தப் பெரியவர்?”

“ஆமாம். இன்னும் என்ன விஷயம் அவருக்குத் தெரியும்னு விசாரிக்கலாம்.”

“கமலம்மா என்கிறவங்க உங்களுக்கு உறவுக்காரங்களா இருப்பாங்கன்னு உங்களுக்கு நிச்சயமாத் தோணுதா?”

“ஊகந்தான், சம்பா! என்னைப் போலவே ஒருத்தியின் நினைவு அவருக்கு அவள் இறந்த பிறகும் சடாரென்று ஏற்பட வேண்டுமானால் அதற்கு ஏதேனும் ஆதாரம் இருக்குமோ என்று பார்க்கலாம் என்றுதான்.”

“நீங்க சொல்றது சரிதான்.” என்றாள் சம்பா.

“அம்மன் சந்நிதிக்கு மறுபடி போய்ப் பார்ப்போம்.”

கூட்டம் இப்போது சற்றுக் குறைந்திருந்தாற் போல் இருந்தது. வெளிப் பிரகாரத்திலேயே கிழவர் ஓர் ஓரமாக நின்றிருந்தார்.

சுபத்ராவைப் பார்த்ததும் மறுபடியும் குழம்பியவரைப் போல் கூர்ந்து பார்த்தார்.

“வணக்கம் ஐயா!” என்றாள் சண்பகம்.

“இந்தம்மா வடக்கேயிருந்து வராங்க, நீங்க கமலம்மான்னு சொன்னது யாரு? எங்கிருக்காங்க? இவங்களை மாதிரியே இருப்பாங்களான்னு தெரிஞ்சுக்க ஆசைப்படறாங்க!”

கிழவர் வியப்பைக் காட்டிச் சிரித்தார்.

“கமலம்மா இப்ப இல்லையேம்மா! செத்துப் போய்ப் பத்து வருஷம் இருக்கும். ஆனா, அசப்பிலே பார்த்தா அச்சு இந்தம்மா மாதிரிதான் இருப்பா. நான் ஒரு மூடன் கமலம்மா காலம் முடிஞ்சு போச்சுன்னு தெரிஞ்சும் ஒரு நிமிஷம் அசந்து போயிட்டேன்.”

“அவங்களுக்கு வேற யாரும் இருக்காங்களா?”

"ஒரே மகன் இருக்கான். பெண்டாட்டி குழந்தைகளோட புதுப்புரத்திலே பெரிய பங்களா கட்டிண்டிருக்கான்."

சுபத்ரா ஹிந்தியில் மெல்ல எடுத்துக் கொடுக்க, சம்பா, "அவங்க புருஷன் உயிரோடிருக்காரா?" என்றாள்.

"ஆ. இருக்கார். கிழவர் பாவம். எண்பத்திரண்டு வயசாறது. பார்வை மங்கல்லே, நல்ல திடமாத்தான் இருந்தார். சமீபத்திலே, குளிக்கறச்சே கீழே விழுந்து காலை ஒடிச்சிண்டு ஆஸ்பத்திரியிலே கெடக்கார்."

"அவர் பெயர் என்ன?"

"பொன்னுரங்கம் பிள்ளை."

எந்த ஆஸ்பத்திரி என்று சம்பா விசாரித்து வைத்துக் கொண்டாள்.

"எதுக்கு இதெல்லாத்தையும்கேக்கறே? அவருக்குச் சொந்தமா இந்தம்மா?"

"அதைப்பற்றி விசாரிக்கத்தான், நன்றி ஐயா!" என்று மேற்கொண்டு எதுவும் பேசாமல் இருவரும் கிளம்பிப் போகையில் புரிந்து கொள்ள முடியாமல் அவர் விழிப்பதைச் சுபத்ரா உணர்ந்து கொண்டாள்.

அவர் பேசும் பாஷையைச் சரளமாகத் தன்னால் பேச முடிந்திருந்தால் அவர் பக்கத்திலேயே தரையில் அமர்ந்து எத்தனையோ விஷயங்களைக் கேட்டிருக்கலாம் என்று தோன்றிற்று.

'கமலம்மாவைப் பற்றி இன்னும் என்ன தெரியும்? அவளுடைய அச்சாய்ப் பிறந்து ஒரு பெண் குழந்தை நாற்பது வருஷங்களுக்கு முன் காணாமற்போனதைப் பற்றித் தெரியுமா? அது அவர்களை எப்படிப் பாதித்தது? அந்தப் பெண்ணின் கதி என்ன ஆயிற்று என்று அவர்களால் ஊகிக்க முடிந்ததா? உண்மை தெரிந்தால் அதை ஜீரணிக்கும் பக்குவம் இருக்குமா? காருண்யம் இருக்குமா?'

காரணம் புரியாமல் அவளுக்குக் கண்கள் இப்பொழுது பனித்தன. துக்கம் தீராத சுமையாய் நெஞ்சை அழுத்திற்று.

எத்தனை ஜன்மத்துச் சுமை இது! அதை நான் ஏன் சுமக்க நேர்ந்தது? சதுரங்கப் பலகையின் இரவு பகல் சதுக்கங்களில் ஏதோ ஓர் அமானுஷ்ய சக்தியின் வக்கரித்த ஆட்ட வெளியில் ஒரு பகடையாக நகர்த்தப்பட்டிருக்கிறேன். எது பகல், எது இரவு என்று புரியாத மயக்கத்தில் தள்ளப்பட்டு.

இதற்கெல்லாம் யார் பொறுப்பு? என் கண்கள் கட்டப்பட்ட நிலையிலேயே ஒரு நிர்ப்பந்தத்தால் இந்த நாற்பது வருஷங்களைக் கழித்திருக்கிறேன் என்றால் இப்பொழுது காலை ஒடித்துக் கொண்டு ஆஸ்பத்திரியில் கிடக்கும் பொன்னுரங்கம் பிள்ளை நம்புவாரா? இல்லை. சண்பகத்தின் அப்பா விரட்டின மாதிரி விரட்டுவாரா?

"நீ இப்பப் போறியா, போலீஸைக் கூடப்பிடட்டுமா?" அவள் உடல் எங்கும் ஒரு மெல்லிய நடுக்கம் பரவிற்று.

'கடவுளே, மனிதனுக்கு என்ன ஆகிவிட்டது? சமூகப் பார்வையில் தன்னை மட்டுமே காப்பாற்றிக் கொள்ளப் பார்க்கும் சுயநலம் சுபாவமாக ஏன் போயிற்று?'

சம்பா செய்த அசட்டுத்தனமெல்லாம் நான் செய்யவில்லை: மிகப் பணக்கார வீட்டில் பிறந்து செல்லப் பெண்ணாய் வளர்ந்து பத்து வயது நிறையாத பாலகியாய்த் திடீரென்று விதியால் வேறு உலகுக்கு எடுத்து செல்லப் பட்டேன். அதன் கொடூரம் எல்லாருக்கும் புரியுமா?

"இவுங்க சரித்திரம் முழுதும் நமக்குத் தெரியும்னு சொல்லு!"

என்ன தெரியும் அந்த மூர்க்கர்களுக்கு?

"லாட்ஜுக்குப் போயிறலாமா சுபத்ரா அம்மா?"

அவள் சட்டென்று சுயநினைவுக்கு வந்தாள்.

"போகலாம், கொஞ்ச தூரம் நடக்கலாம். டில்லி வீதிகளில் என்னால் நடக்க முடிவதில்லை. இங்கே நடக்கலாம். தெருவும் சுத்தமாக இருக்கு." என்று புன்னகை செய்தாள்.

சம்பா சற்று நேரம் மௌனமாக நடந்தாள். பிறகு மிருதுவாகச் சொன்னாள்: “ஜெயில் மாதிரி அந்த வீட்டிலே நீங்க எப்படி இருக்கீங்கன்னு எனக்கு ரொம்ப ஆச்சரியம்.”

சுபத்ரா சிரித்தாள்: “வாழ்க்கை முழுவதுமே, ஒவ்வொரு திருப்பு முனையிலும் ஆச்சரியந்தான், சம்பா. மனுஷனே ஓர் ஆச்சரியம். அவனுடைய கோபமும் சுயகௌரவமும் ஓர் ஆச்சரியம். இத்தனை புத்தியிருந்தும் எது சரி. எது தப்புன்னு புரியாம நிக்கிறது ஓர் ஆச்சரியம்.”

“எங்கப்பாவைப் பத்தி இனிமே பேசாதீங்க” என்றாள், சம்பா வெறுப்புடன்.

“நான் உங்கப்பாவைப் பத்திச் சொல்லவில்லை!” என்றாள் சுபத்ரா மென்மையாக.

“பொதுவான விஷயத்தைச் சொன்னேன். உங்கப்பாவுடைய நிலையிலே வேற யார் இருந்தாலும் அப்படித்தான் பேசியிருப்பார்கள் என்று நினைக்கிறேன். நம் சமூக அமைப்பு அப்படி.”

சற்று நேரம் சம்பா மௌனமாகத் தன்னுள் மூழ்கிய துக்கத்துடன் நடந்தாள்.

அவளுடைய மௌனத்தைக் கலைக்க விரும்பாமல் சுபத்ரா கடைத் தெருக்களை ஆர்வத்துடன் பார்த்தபடி நடந்தாள்.

இடையிடையே ஒரு மெல்லிய கேள்வி எட்டிப் பார்த்தது.

‘நாளைக்குப் பொன்னுரங்கம் பிள்ளையைப் பார்த்து நான் யார் என்று அவருக்குத் தெரிவித்தேனானால் அவருக்கு எப்படி இருக்கும்? நம்புவாரா? அதிர்ந்து போக மாட்டாரா அவளுடைய கதையைக் கேட்டு கதையை அவரிடம் சொல்லாமல் பொய் சொல்ல முடியுமா? சாகும் தறுவாயில் இருக்கும் ஒரு கிழவருக்கு அவருடைய நினைவேடுகளிலிருந்து கிட்டத்தட்ட நழுவி விட்டிருக்கும் அவளை ஞாபகப்படுத்துவதிலும் அவளது திசை திரும்பிய வாழ்வின் சீரழிவை விளக்குவதிலும் என்ன லாபம்?’

'அவரை எட்ட நின்று ஒரு முறை பார்த்து விட வேண்டும். அந்தராத்மாவில் ஒரு தாகமோ ஏக்கமோ ஏதோ ஒன்று வெகுநாட்களாகத் தகித்துக் கொண்டிருக்கிறது. எல்லாவற்றையும் கண்ணீராய்ப் பெருக்கிச் சாந்தப்படுத்த வேண்டும் என்று மனசு பறந்தது. வேர்கள் அற்ற மரத்தின் பலவீனம் சிந்தையைக் குழப்பிற்று.'

ஆஸ்பத்திரியில் படுத்திருக்கும் அந்தக் கிழவரை மட்டும் ஒருமுறை பார்க்க முடிந்தால்?

நம் உருவம் அவருடைய பார்வையில் பட்டு அவருடைய நினைவலைகளை அசைக்க முடிந்தால்?

இத்தனை தூரம் செய்த பயணத்துக்கு ஓர் அர்த்தம் ஏற்படும்.

"ஆஸ்பத்திரிக்கு எப்பப் போகலாம், சம்பா?" என்றாள் மெள்ள.

"நாளைக்குச் சாயந்திரந்தான் போக முடியும். நாலுலேந்து ஆறு மணி வரைக்கும் விடுவாங்கன்னு நினைக்கிறேன்."

'போய்ப் பார்ப்பதா வேண்டாமா?' என்று திடீரென்று மறுபடி தயக்கம் ஏற்பட்டது.

"அந்தப் பெரியவரைப் பார்க்கறோம்னு வெச்சுக்குங்க, நீங்க யாருன்னு சொல்லிப்பீங்க?"

சுபத்ரா குழப்பத்துடன் சிரித்தாள்.

"எனக்கு ஒண்ணும் புரியல்லே, சம்பா. சித்தமுன்னே உன் வீட்டுக்குப் போகிறதுக்கு முன் உனக்கு இருந்த பயம் போலவே எனக்கும் இப்ப இருக்கு."

"நீங்க என்ன தப்புப் பண்ணினீங்க?"

"இந்தப் பிறவியே தவறான பாதையில் போனது தான் காரணம். சம்பா. நீயே டில்லிக்கு வந்த புதுசிலே மகாலட்சுமியோ அல்லது வேறு பெண்ணின் கையாலே ஒரு சாமான் வாங்கிக்க மாட்டே, நினைவிருக்கா? எத்தனை அருவெறுத்துக் கொள்வாய். மறந்து போயிட்டியா?"

"என்னை மன்னிச்சுக்குங்க, சுபத்ரா அம்மா, அதுக்குத் தான் இன்னைக்குச் செமையா திருப்பி வாங்கிக்கிட்டேன். எங்கப்பாகிட்டே, என் கை பட்டால் தன் பவித்ரம் போயிடும்னு எங்கம்மாவே பயப்பட்டாங்க. இதைவிடத் தண்டனை என்ன வேணும்? ஒரு வேடிக்கை, சுபத்ரா அம்மா. இனிமே எந்தப் பெரிய விஷயமும் எனக்குத் துக்கத்தையோ அதிர்ச்சியையோ கொடுக்காது. திடீர்னு. மனசிலே ஒரு தைரியம் ஏற்பட்டுப் போச்சு."

கோபமாக, வார்த்தைகள் ஆணித்தரமாக வெளிப்பட்டாலும், கண்களில் நீர் தளும்பியிருந்ததைச் சுபத்ரா கவனித்துச் சமாதானமாக அவள் தோளை அணைத்துக் கொண்டாள்.

மறுநாள் மாலை வரையில் கூடியவரை மனத்தைப் பாதிக்கும் பேச்சைப் பேசாமல் இருக்க இருவரும் முனைத்தார்கள்.

சரியாக நாலே கால் மணிக்கு அந்தத் தனியார் மருத்துவமனைக்குச் சென்றபோது பொன்னுரங்கம் பிள்ளை இருக்கும் அறையின் விவரம் ரிஸப்ஷனில் இருந்த பெரிய போர்டில் தெளிவாக இருந்தது.

அவர்கள் மாடியேறி அறையை அடைந்தார்கள், உள்ளே இளசாக ஒரு நர்ஸ் அமர்ந்திருந்தாள்.

வாட்டசாட்டமாகக் காலில் பிளாஸ்டருடன் கட்டிலில் படுத்திருந்த முதியவரைச் சுபத்ரா ஆர்வத்துடன் பார்த்தாள்.

புகை உருவமாய் மனதில் நிழலாடிய நினைப்புக்கும் இந்த உருவத்துக்கும் சம்பந்தமில்லை. பத்தே வருஷத்தில் மோங்கியாவின் உருவம் மாறி விட்டபோது நாற்பது வருஷத்தில் இவர் உருவம் மாறாமல் எப்படியிருக்கும்?

"யாரும்மா அது?"

நர்ஸ் சினேகிதமாகப் புன்னகை செய்தாள். நல்ல வேளையாய்.

"பெரியவருக்கு உறவுக்காரங்க. பார்க்க வந்தோம்!" என்றாள் சம்பா.

“சரி, வாங்க. எனக்கும் கொஞ்சம் கீழே போகணும். நீங்க இருப்பீங்க இல்லே, பத்து நிமிஷம்?”

“இருப்போம்”

“ஐயா, உங்களை யாரோ பார்க்க வந்திருக்காங்க!” என்று சற்று பலக்கக் கட்டிலருகில் நின்று நர்ஸ் சொன்னாள்.

“யாரு?” என்றபடி பொன்னுரங்கம் பிள்ளை கண்ணைத் திறந்தார்.

சுபத்ரா வார்த்தையாக எதுவும் சொல்லாமல் முகம் மலர்ந்து சிறிய புன்னகையை விரித்துக் கை கூப்பி வணக்கம் தெரிவித்தாள். மார்பு வெகுவேகமாக அடித்துக் கொண்டது. மிகப் பெரிய பிரவாகமாக அணை உடைந்தாற் போல் பொங்கிப் பொங்கி ஆர்ப்பரித்தது.

கிழவரின் கண்களில் மெல்லிய குழப்பம் தெரிந்தது. தன் கண்களை நம்ப முடியாதவர் போல் மெல்லிய குரலில், “கமலமா?” என்றார்.

சுபத்ராவுக்கு அவருடைய கைகளைப் பிடித்து வருட வேண்டும்போல் இருந்தது. நரைத்த தலையைக் கோதிவிட வேண்டும் போல் பரபரத்தது.

ஆனால், இப்பொழுது ஏற்பட்டுப் போன வித்தியாசம், ஒரு கலாச்சார வித்தியாசம் மட்டும் இல்லை. ஜன்ம தன்மாந்திர வித்தியாசம் என்று மூளை எச்சரித்தது.

“இல்லே” என்று மென்மையாகப் புன்னகை செய்தாள். “சுபத்ரா என்கிற பெயர் ஞாபகமிருக்காது” என்றாள், கொச்சையான உச்சரிப்புடன்.

அவர் சற்று நேரம் கண் கொட்டாமல் அவனைப் பார்த்தார். நினைவுத் திரைகளைக் கிழிக்க முயன்றவர் போல.

“என்ன அதிசயம்மா இது, இத்தனை வருஷம் கழிச்சு!” என்றார் மெல்ல.

"இறந்து போனவங்க திரும்பி வந்தாப்பலே!"

என்னவெல்லாமோ பேச வேண்டும், கொட்ட வேண்டும் என்றிருந்தது அவளுக்கு. 'எப்படி நீங்கள் கற்பனைக் கூடச் செய்ய முடியாத இடத்துக்குப் போனேன் தெரியுமா?' என்று தெரிவிக்க வேண்டும் போல் இருந்தது.

பாஷை தெரியாததால் அவள் வாயை மூடிக்கொண்டு மென்மையாகப் புன்னகை செய்தபடி அமர்ந்திருந்தாள்.

அவர் சில விநாடிகள் அந்தப் புன்னகையால் ஆட்கொள்ளப்பட்டவராய்ப் பார்த்தார். பிறகு சரேலென்று சுய நினைவுக்கு வந்தவர் போல் முகத்தில் ஒரு சுறுசுறுப்புப் பரவிற்று.

"நர்ஸ்!" என்றார் சற்று உரத்த குரலில்.

"அவங்க இல்லே, கீழே போயிருக்காங்க!" என்றாள் சம்பா.

அவர் சந்தேகமும் கலவரமுமாக இருவரையும் பார்த்தார். மெல்லிய கோபம் இழையோடச் சம்பாவைப் பார்த்து, "நீ யாரும்மா? இந்தம்மா நடத்தற தொழில்லே தான் நீயும் இருக்கியா?" என்றார்.

அவருடைய வார்த்தைகள் சரியாகப் புரியாமல் சுபத்ரா விழிக்கையில், சம்பாவின் முகத்தில் அதிர்ச்சி தெரிந்தது.

"என்ன சொல்கிறார், சம்பா?" என்றாள் மெள்ள.

"வாங்க, சுபத்ராம்மா. இங்க நாம வந்தது தப்பு" என்றாள் சம்பா ஆயாசத்துடன். பிறகு ஹிந்தியில், "உங்களைப் பத்தின விவகாரம் இவருக்குத் தெரிந்திருக்கிறது!" என்றாள்.

சுபத்ரா அதிர்ந்து போனாள். அப்படியானால், அவள் எங்கே போய்ச் சேர்ந்தாள் என்று இவர்களுக்குத் தெரிந்திருக்கிறது. தெரிந்தும் மீட்டுக் கொள்ள முயலவில்லை.

அந்த ஆஜானுபாகுவான உடம்பையும், நேர்மையைத் தவிர, வேறு எதுவும் பேசாததைப் போன்ற வாயையும் அவள் நம்ப முடியாத திகைப்புடன் பார்த்தாள்.

தன்னைக் காப்பாற்றிக் கொள்ளும் பரபரப்புடன் கிழவர் தொடர்ந்தார்:

“இதப்பார், காலொடிஞ்சு படுத்திருக்கிற கிழவன் ஏமாந்து போவான்னு நீ நினைச்சியானா, என்னைப் பத்தி உனக்குத் தெரியாதுன்னு அர்த்தம். என் பிள்ளை வர்ற சமயம், போலீஸ் கீல்ஸ்னு கூப்பிடறதுக்கு முந்திக் கிளம்பிப் போங்க. அவன் என்னைவிட ரோசக்காரன், மானம் மரியாதை பார்ப்பவன்.”

சுபத்ராவின் முகம் நிமிரவேயில்லை. கன்னங்கள் சிவந்து கண்களில் நீர் சுட்டி நின்றது. மோங்கியாவின் மனைவி கத்தியபோது ஏற்படாத அவமானமும் சோகமும் இப்பொழுது ஏற்பட்டன.

அவள் நிதானமாக எழுந்தாள். “வா, சம்பா!” என்றாள் மெள்ள. “இவர்களுடைய மானமும் மரியாதையும் நமக்கும் உண்டு”

இந்த அறைக்குள் நுழைந்தபோது பலவிதக் கற்பனைகளில் மென்மையாக நெஞ்சுக்குள் ஆர்ப்பரித்த உணர்வுப் பிரவாகம் சூறாவளியின் சீற்றத்தோடு பொங்கிற்று.

விடுவிடுவென்று சம்பா பின்தொடர வாயிலுக்கு வந்தபோது, நிமிர்ந்த நடையும் பார்வையில் செருக்குமாக அவளைப் போன்ற சாயலுடன் ஓர் ஆண் உள்ளே நுழைந்தார். அவள் தன்னையறியாமல் இரண்டு விநாடிகள் நிதானித்தாள். ‘இவன் இடுப்பில் இருந்ததால்தான் கையைப் பிடித்திருந்த பெண்ணைக் கோட்டை விட்டாள் அம்மா அன்று’ என்று நினைவுக்கு வந்தது. மறுவிநாடி தன்னைச் சமாளித்துக் கொண்டு அவள் தெருவுக்கு நடந்தாள்.

நாற்பது வருஷங்களாக மனசை அரித்த ஏக்கத்திற்கு இன்று ஏற்பட்ட பைத்தியக்காரத்தனமான முடிவை நினைத்துப் பெரிதாகச் சிரிக்க வேண்டும் போல் இருந்தது.

“இந்த உலகத்தை விட்டு நாம் வெளியிலே போன பிறகு இதுக்குள்ளே மறுபடியும் நுழைய வாசலே கிடையாது, சம்பா.

அதை நாம் மறக்கக் கூடாது. எட்டிப் பார்க்கக்கூட நமக்கு யோக்கியதை இல்லை."

திடீரென்று முதிர்ச்சியடைந்துவிட்ட மௌனத்தோடு சம்பா மௌனமாக நடந்தாள்.

அன்றிரவு சம்பா புரண்டு புரண்டு தூங்காமல் நெளிகையில் சுபத்ரா நிம்மதியாகத் தூங்கினாள். பாரம் இறங்கி விட்டதைப் போல.

மறுநாள் காலையில் காலை உணவு சாப்பிடக்கீழே இறங்கியபோது, ஹோட்டல் மேனேஜர் சொன்னார்: நீங்க வேற இடம் பார்த்துக் கிட்டுப் போயிடுங்க, நம்ம ஹோட்டல்லே சௌகரியப்படாது எங்களுக்கு."

——

அத்தியாயம் 12

“ஏன் சௌகரியப்படாது?” என்றாள் சம்பா வெடுக்கென்று.

“இன்னும் நாலைஞ்சு அறைகள் காலியா இருக்கு. நாங்க எதுக்கு அவசரமாக் காலி பண்ணனும்? எல்லாரும் வாடகை கொடுக்கிற மாதிரிதானே நாங்களும் கொடுக்கப் போறோம்!”

“இதப் பாரும்மா, சும்மா வம்பு பண்ணாதே. எங்களுக்குச் சௌகரியப்படாதுன்னா விட வேண்டியது தானே!”

“வம்பு செய்யறேனா? நல்லாயிருக்கே நீங்க சொல்றது? நீங்க இல்லே வம்பு செய்யறீங்க வெளி ஊர்லேர்ந்து வந்து தங்கறவங்களை இந்த மாதிரி நடத்தினீங்கன்னா. இந்த ஊரைப் பத்தி என்ன நினைப்பாங்கா.”

சம்பாவின் குரல் கேட்டுப் பலதலைகள் திரும்புவதைக் கண்டு சுபத்ரா அவளிடம் மெல்லிய குரலில் சொன்னாள்:

“விடு சம்பா. அவர்களுக்குச் சௌகரிப்படாது என்றால் கிளம்புவோம்.”

“எங்கே?”

“ரெயில்வே ஸ்டேஷனுக்கு. இந்த ஊரைப் பார்த்தது போதும் பில்லைக் கொடுக்கச் சொல்லு. கட்டிட்டுக் கிளம்புவோம்!”

விருப்பம் இல்லாமல் மேனேஜரிடம் ஏதோ முணு முணுத்தபடி சம்பா பில் போடச் சொல்லச் சென்றாள்.

மேனேஜர் பதிலுக்குப் பரிகாசமாகச் சொல்வதும் போலீஸ் என்கிற வார்த்தை அடிபடுவதும் சாமானைக் கட்டுவதற்காக அறையை நோக்கி மாடிப்படி ஏறுகையில் சுபத்ராவுக்குக் கேட்டன. மேனேஜர் யாருடைய கட்டளைக்கோ பணிந்துதான் இத்தனை அடாவடித்தனமாகத் தங்களை விரட்டுகிறார் என்று புரிந்து அவமானத்தில் கண்கள் பனித்தன.

நேற்று ஆஸ்பத்திரியிலிருந்து அவளும் சம்பாவும் புறப்பட்டதும், பொன்னுரங்கம் பிள்ளை மகனிடம் சொல்லி, அவளைத் தொடரச் செய்திருக்க வேண்டும். இல்லாவிட்டால் இந்த லாட்ஜில் அவள் தங்கியிருப்பது அவர்களுக்கு எப்படித் தெரியும்? அவளைப் பெற்றவரும் உடன் பிறந்தவனுமே, இந்த மேனேஜர் இப்பொழுது கழுத்தைப் பிடித்துத் தள்ளாத குறையாகத் தள்ளுவதற்குக் காரணம்!

எத்தனைக் கேவலம் இது!

அவளால் நம்ப முடியவில்லை. புரிந்து கொள்ள முடியவில்லை தாளவில்லை.

சண்பகத்தின் அப்பாவை அவளால் புரிந்து கொள்ள முடிந்தது. அவருடைய கோபம் சற்று மூர்க்கமானது என்று தோன்றினாலும் நியாயமானது என்று பட்டது. பெண்ணின் எதிர்காலத்தைப் பற்றின அவர்களுடைய எதிர்பார்ப்பையும் கற்பனையையும் மிக நீசத்தனமாக அழித்தவளைத் தங்கள் ரத்தமானாலும், தங்கள் ரத்தம் என்கிற காரணத்தாலேயே மன்னிக்க முடியாத கோபமாகப் போயிற்று என்று புரிந்தது.

ஆனால், நான் என்ன தவறு செய்தேன்? தவறான வாழ்வை வாழ நேர்ந்ததற்கு நான் பொறுப்பில்லை என்று அப்பாவுக்குத் தெரியாதா?

அந்த ஆஜாநுபாகுவான உடம்பில் கடுகளவு காருண்யத்துக்கு இடம் இல்லாமல் போயிற்றா? அரை விநாடி தம்மையறியாமல் நெகிழ்ந்தவர் உடனடியாக எப்படி விரைத்துக் கொண்டார்.

தப்பு செய்து விட்டவரைப் போல! பேசக் கூடச் சந்தர்ப்பம் கொடுக்காமல் எப்படி விரட்டினார்.

நான் இங்கு வந்து ஒட்டிக்கொண்டு விடுவேன் என்ற பயமா? நாற்பது வருஷங்களாக என்னுள் இருந்து வரும் தாகம் அவருக்குப் புரியுமா? தான் வாழ்ந்த வாழ்க்கை என் சிந்தையிலும் ஆன்மாவிலும் இன்று ஒட்டாமல் தனித்து நிற்பதற்குக் காரணம் நேற்றுவரை இருந்த தாகமும், தாபமும்தான் என்று அந்தப் பொன்னுரங்கத்துக்கு, மதுரை மேல் மட்டத்து அங்கத்தினருக்குப் புரியாதது நியாயந்தான். ஏனென்றால் அவருக்குப் புற வாழ்வைப் பற்றித் தான் தெரியும். அதன் வெளித் தோற்றங்களும், அவை காட்டும் சாயைகளுமே தெரியும்.

அகத்துக்குள்ளே எண்பத்து நாலு வயதிலும் பார்வையைச் செலுத்தாதவருக்கு அகத்தைப் பற்றி என்ன தெரியும்?

பூட்டைத் திறந்து உள்ளே சென்று அவள் பிரமையுடனேயே கட்டிலில் உட்கார்ந்தாள்.

எதற்குமே அர்த்தமில்லை என்று தோன்றிற்று. நீரை விட ரத்தத்திற்கு அதிகச் சக்தி என்பதற்கும் அர்த்தம் இல்லை. மனிதனின் அகங்காரமோ, அஞ்ஞானமோ அவற்றுக்கு முன் அவை உருவமில்லா அருவக் காற்று. அதை தான் போர்வையாய் எண்ணி, அதில் குளிர் காய நினைத்தேனால் நான்தான் முட்டாள்.

“என்ன திமிரு பார்த்தீங்களா, அந்த மேனேஜருக்கு?”

சுபத்ராவுக்குச் சிரிப்பு வந்தது. இந்தப் பெண்ணுக்கு இத்தனை அடிகளுக்குப் பிறகும் எத்தனை ரோசமும் துடுக்கும் இருக்கின்றன!

“என்ன, உங்களுக்குச் சிரிப்பு வேற வருதா, சுபத்ரா அம்மா?”

சுபத்ரா சட்டென்று சம்பாவை நிமிர்ந்து பார்த்தாள். சம்பாவின் கண்களில் நீர் நிறைந்திருந்தது.

சுபத்ரா சமாதானப்படுத்துகிற குரலில் சொன்னாள்:

"இதப் பார் சம்பா. நம்ம நிலை சிரிப்பாச் சிரிக்கிறதைப் பார்த்து நாம் அழறதினாலே ஒரு பிரயோஜனமும் இல்லே. குஷ்டரோகிகள் மாதிரி இந்தச் சமூகத்தோட நாம் ஒட்டாமல்தான் வாழக் கத்துக்கணும். ரோகம் சுவஸ்தமாயிட்டது என்று நாம் சொன்னா அதை நம்ப எந்தக் கௌரவமான பிரஜைக்கும் தைரியம் வராது. இதையெல்லாம் யோசித்துப் பார்க்காம நாம வந்தது முட்டாள்தனம்."

சம்பா கண்களைத் துடைத்துக் கொண்டாள். "கன்னத்திலே பளார்னு அடி விழும்போதுதானே வலி தெரியுது!"

பரபரவென்று வெளியிலிருந்த சாமான்களைப் பெட்டியிலும் பையிலும் திணிக்கும் அவளைப் பார்க்கப் பரிதாபமாக இருந்தது.

"ஆமாம். அடி விழுமோ என்று சந்தேகப்படும் போது அந்தப் பயத்துக்கு இடையிலே லேசான நம்பிக்கையும் இருக்கும். அடி விழாமல் போனாலும் போகலாம்னு! அடி கிடைச்சப்புறம்தான் உண்மை புரியறது. ஆனா இனிமே கலக்கம் கிடையாது, சம்பா. ஏன்னா எதிர்பார்ப்பு எதுவும் கிடையாது!"

"ரெயில்வே ஸ்டேஷனுக்குப் போகலாம்னீங்களே, எந்த ஊருக்குப் போகப் போறீங்க? மதுரையைக் கூட இன்னும் சுத்திப் பார்க்கல்லே; தெப்பக் குளத்தைப் பார்க்க வேணாம்? லிங்கப் பூவை முகர வேணாம்."

"வேண்டாம்" என்றாள் சுபத்ரா மெல்லிய குரலில்.

"மனசிலே இருக்கற அந்த நினைவாவது கலையாம இருக்கட்டும். இங்கிருந்து கன்யாகுமரிக்குப் போவோம். அங்கேயிருந்து வேறு என்ன கோவில்களைப் பார்க்கலாம்னு யோசிப்போம். டிக்கெட்டை வாங்கிக் கொண்டு மறுபடியும் மீனாட்சியைத் தரிசனம் பண்ணி விட்டுக் கிளம்பலாம்."

"சரி." என்று சம்பா சிரித்தாள். "மனிதன் காண்பிக்காத இரக்கத்தை இனிமே தெய்வம் காட்டும்னு எதிர்பார்க்கிறீங்களா? உங்களை இந்த நிலைமைக்கு ஆளாக்கியதே அந்தத் தெய்வந்தானே?"

“ரொம்பப் பெரிய விஷயங்களைப் பத்தியெல்லாம் நீ என்னைக் கேள்வி கேட்டியானா எனக்குப் பதில் சொல்லத் தெரியாது. சம்பா! அதைப் பத்தின அறிவு எனக்குக் கிடையாது. இப்பத்தான் மனசிலே கொஞ்ச நாளாகக் கேள்விகள் எழும்ப ஆரம்பிச்சிருக்கு. இந்த க்ஷேத்திராடனத்தாலே அந்தக் கேள்விகளுக்கு விடை கிடைக்குமான்னு பார்க்கப் போறேன். அதனாலே தப்பொண்ணும் இல்ல, சம்பா. எந்த நிலையிலேயும் ஞானத்தைத் தேடலாம்.” என்றாள் சுபத்ரா மென்மையாக.

“இந்தக் கணத்தில் எனக்குச் சூன்யந்தான் கண்ணுக்குப் படுது. வாங்க, போகலாம்.”

சாம்பாவிடம் ஏற்பட்டுப் போன மாற்றம் ஆச்சரியமானதாக இருந்தது. ஒரே நாள் போதில் பத்து வயது கூடிவிட்டவள் போல நடந்து கொண்டாள். அவளுக்குப் பாதுகாப்பும் அரவணைப்பும் கொடுப்பவளாக, உரிமை தெரிந்தது பேச்சிலும் தோரணையிலும். திடீரென்று அதிக நெருக்கத்தைக் காட்டிற்று. மனத்தை நெகிழ்வித்தது. கூச்சமில்லாமல் வெடுக் வெடுக்கென்று வந்த வார்த்தைகள் மனத்தின் சுமையை இளக்கின.

“பணத்தைக் கட்டும் போது மேனேஜர்கிட்ட மறுபடி எந்தப் பேச்சும் வேண்டாம், சம்பா.”

“அந்தத் திமிர் பிடிச்சவன்கிட்ட நா ஏன் பேசறேன்?” சம்பா பணத்தைக் கட்டும் போது சுபத்ரா சற்று எட்டியே நின்றாள்.

அவளை ஓரக் கண்ணால் பார்த்துக் கொண்டு மேனேஜர் சம்பாவிடம் கேட்டது துல்லியமாகக் கேட்டது.

“பொன்னுரங்கம் பிள்ளையை இந்த அம்மாவுக்குத் தெரியுமா?”

சம்பா வெடுக்கென்று அவரைக் கோபமாகப் பார்த்தாள்.

“அணிப்பிள்ளை, தென்னம்பிள்ளைகூட இந்த அம்மாவுக்குத் தெரியாது! அவங்க இருக்கிற ஊர்லே அது இல்லே! வாங்கம்மா போகலாம்”

விடுவிடுவென்று சாமானைத் தூக்கிக் கொண்டு அவள் முன்னால் நடக்க, சுபத்ரா தலைப்பை இழுத்துப் போர்த்திக் கொண்டு பின்னால் பதவிசாக நடப்பதை மேனேஜர் சற்று நேரம் யோசனையுடன் பார்த்தார்.

சாமான்களை ரெயில் நிலையத்துக்கு எடுத்துச் சென்று வைத்துவிட்டுக் கன்யாகுமரிக்கு டிக்கெட் வாங்கிக் கொண்டார்கள். அவர்கள் மறுபடி மீனாட்சி அம்மன் கோவிலுக்குச் சென்றார்கள்.

கோவிலுக்குள் நுழைந்ததுமே மனத்தில் மறுபடி ஒரு பிரவாகம் பொங்கிப் பொங்கி ஆர்ப்பரித்தது. தூண்களையும் சிற்பங்களையும் பிரகாரங்களையும் பார்த்த மாத்திரத்தில் பலயுகத்துப் பனிப் பாறைகள் கரைந்தாற் போல் கண்கள் பனித்தன. மணியோசையும் தூபத்தின் மணமும் கர்ப்பக் கிருகத்திலிருந்து ஒழித்த மந்திரச் சொற்களும் அம்மனின் ஆட்கொள்ளும் பார்வையும் நாடி நரம்பையெல்லாம் சிலிர்த்தெழுப்பி, சப்த ஸ்வரங்களை இசைத்தன. இதுவரையில் கற்பனையில் உதிக்காத ஸ்வரப் பிரஸ்தாரங்கள் உள்ளத்தில் ஜனித்தன.

சுபத்ராவுக்குத் தன்னைச் சுற்றிலும் பார்க்க பார்க்கத் திகைப்பு அதிகரித்தது. மனிதனின் எத்தனை உச்சகட்டத்தின் பிரதிபலிப்பு இவை! சாதாரண மானுடன் இதைச் சிருஷ்டித்திருக்க முடியுமா?

மனசு விம்மி விம்மி எழுந்ததில் ஒன்று புரிந்தது. ரத்தம் நீராகிப் போனாலும், வேர்கள் அவ்வளவு சீக்கிரம் நசித்து விடுவதில்லை. என்னுள் பிரவகிக்கும் இந்த ரீங்காரமெல்லாம் அவற்றின் ஆகர்ஷண சக்தியால் உற்பவிக்கின்றன.

திடீரென்று கண்களிலிருந்து நீர் கட்டுப்படுத்த முடியாமல் சரம் சரமாய் வழிந்தது.

"என்ன சுபத்ரா அம்மா, என்ன ஆச்சு? எதுக்கு இப்படி வருத்தப்படறீங்க?"

சம்பாவின் உடலுக்கலிலும் கண்ணீர் அடங்கவில்லை. ஜன்மாந்திரப் பாபங்களைக் கரைக்க இந்தக் கண்ணீர் போதாது என்பதுபோல் பெருகிற்று.

"வருத்தப்படாதீங்க, சுபத்ரா அம்மா" என்றாள் சம்பா நெகிழ்ந்த குரலில். "நீங்களே சொன்னீங்களே. இந்த உலகத்திலே நமக்கு இடமில்லேன்னு. எல்லாத்தையும் பார்த்துக் கிட்டுப் பேசாம உட்கார்ந்திருக்கும் இந்தச் சாமிகிட்ட வந்து கண்ணீர்விட்டும் என்ன பிரயோசனம் சொல்லுங்க?"

அவளுடைய கண்ணீர் அடங்குகிறவரை சம்பா அவள் தோளை அணைத்தபடி சமாதான வார்த்தைகள் சொல்லிக் கொண்டிருந்தாள்.

மெல்ல மெல்லக் கண்ணீர் அடங்கிற்று, கவலையுடன் அவளையே பார்த்துக் கொண்டு அமர்ந்திருந்த சம்பாவிடம் சுபத்ரா கனிவுடன் சொன்னாள்:

"உனக்கும் எனக்கும் பிறந்த வீட்டிலே கிடைச்ச வரவேற்பைப் பத்தி நான் இப்ப வருத்தப்படல்லே சம்பா. கடந்து போன வருஷங்களை நினைச்சு வருத்தப்படறேன், வாழ்க்கை எப்படி விரயமாச்சு பார்த்தியான்னு வருத்தப் படறேன்."

கூட்டத்தை வேடிக்கை பார்க்கிற மாதிரிச் சம்பா சற்று நேரம் மௌனமாக இருந்தாள். பிறகு மெல்லச் சொன்னாள்:

"நீங்க வருத்தப்பட்டுக்க வேண்டியதில்லே, சுபத்ரா அம்மா! நான் இதுவரை சந்திச்ச ஜனங்கள்லே ரொம்ப உசந்த மனுஷியா நீங்கதான் தெரியறீங்க!"

சுபத்ரா சட்டென்று புன்னகை செய்தாள்.

"நீ அறியாப் பொண்ணு சம்பா! என்னுடைய வருத்தம் உனக்குப் புரியாது. வாழ்க்கையில் நாம் தெரிந்து கொள்ள வேண்டிய மிக உன்னதமான விஷயங்கள் இருக்கு. அதையெல்லாம் தெரிஞ்சுக்கத்தான் இந்தச் சரீரத்தோட நாம் பிறந்திருக்கோம்னு இப்பப் புரிகிறது. ஆனால், என்ன கேவலம் பாரு. இந்தச் சரீரந்தான் வாழ்க்கைங்கற மயக்கத்திலே நாற்பது வருஷம் வாழ்ந்திருக்கேன்! அத்தனை வருஷமும் வீண் இல்லையா?"

"எனக்கு உங்க பேச்சும் தத்துவமும் புரியல்ல, சுபத்ரா அம்மா!"

"உனக்குப் புரியாது!" என்று மிருதுவாகச் சுபத்ரா புன்னகை செய்தாள். பூவும் பொட்டும் பட்டுமாக நகர்ந்த மங்கல முகங்களையும், உருவங்களையும் சிநேக பூர்வமாகப் பார்த்தபடி தொடர்ந்தாள்.

"எனக்கே இப்பத்தான் புரிய ஆரம்பிச்சிருக்கு இந்த இடத்துக்கு வந்த உடனேயே எனக்குத் தெரிஞ்சு போச்சு, சம்பா. என்னுடைய ஜன்மம் தாய் ஜன்மமாய்ப் போனது. வாழ்க்கையிலே பாதுகாப்புப் போச்சு, கௌரவம் போச்சு, என்றெல்லாம்கூட வருத்தப்படல்லே. உடம்பைத் தவிர, வயிற்றுக்காக அதைப் பயன்படுத்தறதைத் தவிர, வேறு விஷயங்கள் இருக்கும் என்கிற பிரக்ஞையேயில்லாமல் இருந்திருக்கிறேன், சம்பா! அதப் பாரேன், அந்த அர்ச்சகர் பாடற பாட்டைக் கேளேன். எனக்கு அந்த வார்த்தைகள் சரியாகப் புரியவில்லை. இருந்தாலும் அதிலே இருக்கிற தெய்வீகம் என்னை ரொம்ப உயரத்துக்கு அழைத்துக் கொண்டு போகிற மாதிரி இருக்கு. இந்த உடம்போடு இந்த சன்னதியிலே நிற்பதுகூடப் பாவம்னு தோணுகிறது."

சம்பா வியப்புடன் அவளைப் பார்த்தாள். மெல்லிய கண்டிப்பு குரலில் தொனிக்கச் சொன்னாள்:

"சும்மா இருங்க, சுபத்ரா அம்மா. நீங்க வருத்தப்பட்டுக்க வேண்டிய அவசியம் இல்லே. பெரிய விஷயங்களைப் பத்தித் தெரிஞ்சுக்க வாய்ப்பில்லேன்னா என்ன? உங்களுக்குப் பெரிய மனசு இருக்கு. இந்தச் சந்நிதிக்குத் தினம் தினம் வந்து கும்பிட்டுப் போகிறவங்களுக்கு இல்லாத கருணையும் மனுத்தனமும் இருக்கு."

இந்தப் பெண்ணுக்கு என்னுடைய துக்கம் புரியாது என்கிற புன்னகையுடன் அவள் தோளைப் பற்றியபடி சுபத்ரா நடந்தாள்.

"எங்கிட்ட என்ன இருந்தாலும் பிரயோஜனம் இல்லே சம்பா! பட்டுப் பீதாம்பரத்தை உடுத்திக்கிட்டுச் சாக்கடையிலே புரண்ட மாதிரி..."

அவள் சட்டென்று சோகமாகச் சிரித்தாள்.

"என்னுடைய உடுப்பு பட்டுன்னு யாருக்குக் கண்ணுலே படும்? சாக்கடை அழுக்குத்தானே கண்ணுக்குப் படும்?"

"போங்கம்மா!" என்றாள் சம்பா லேசான அலுப்புடன். "அதுக்கு இப்ப என்ன செய்யறது? நீங்களாகவா விழுந்தீங்க சாக்கடையிலே?"

சுபத்ரா அந்தக் கூட்டத்துக்கப்பால் தூரப் பார்வை பார்த்தாள்.

"அந்தக் கேள்விக்குத்தான் விடை கிடைக்குமான்னு பார்க்கப் போறேன்!"

"பாருங்க" என்று சம்பா சமாதானமாகச் சிரித்தாள்.

"எங்கேயாவது கண்ணுலேப் பட்டதுன்னா எனக்கும் காமிங்க. நா எதையும் தேடப் போறதில்லே. என் தலையெழுத்துக்கான காரணம் எனக்குத் தெளிவாத் தெரியும்."

இரண்டு நாட்களாகச் சம்பாவின் பேச்சில் தென்பட்ட கசப்பும் வெறுப்பும் சுபத்ராவுக்குக் கவலையை அளித்தன.

இவள் சமாதானமாகாவிட்டால் இவளுடைய சுபாவமே மாறிப் போகும் என்று தோன்றிற்று.

"அதோ பாருங்க அந்தக் கிழவர். முந்தா நாள் பேசினமே, அங்கே நிற்கிறார் உங்களையே பார்த்தபடிக்கு, பேசறீங்களா?"

சுபத்ரா நிமிர்ந்து பார்த்தாள். அர்ச்சகக் கிழவர். 'கமலம்மா வா' என்று அதிசயித்தவர். இன்றும் மெல்லிய திகைப்புத் தெரியப் பார்த்துக் கொண்டு நின்றிருந்தார்.

"பேசறதுக்கு இனிமே என்ன இருக்கு சம்பா? நேத்து எங்கம்மாவைப் பத்தி விசாரிக்கணும்னு நினைச்சேன். அதை விசாரிச்சு, ஏதும் தெரிஞ்சு, இப்ப என்ன லாபம்?"

"நீங்க விசாரிச்சாலும் அந்தக் கிழவர் உங்ககிட்ட ஏதும் பேசுவார்னு தோணல்லே. நீங்க பார்த்தது தெரிஞ்சதும் சடார்னு உள்ளே போயிட்டார் பாருங்க!"

அவர் உள்ளே சென்றதைத் திகைப்புடன் பார்த்த சுபத்ரா தன்னைச் சமாளித்துக் கொண்டு சம்பாவைப் பார்த்துப் புன்னகை செய்தாள்.

“அவரும் இந்தச் சமூகத்தைச் சேர்ந்தவர், சம்பா.”

“அம்மன் சந்நிதியிலேயே இருந்தும் அவருடைய மனசு வெளியிலே இருக்கறவங்க மாதிரியில்லே குறுகி இருக்கு!”

“அவர் மேலே தப்பில்லே, சம்பா! நாம் போகலாம் வா.”

மனசு திடீரென்று மௌனமாகிப் போனாற்போலத் தோன்றிற்று. இந்தக் கூட்டத்துக்கும் அவர்களுக்கும் நிச்சயம் சம்பந்தம் இல்லை. இவர்களுடைய மனசு சின்னதோ பெரிசோ, சத்தியமாக இவர்கள் புண்ணியம் செய்தவர்கள்.

கோவிலை விட்டு வெளியே வந்து கடைத் தெருக்களைத் தாண்டி ஸ்டேஷனை அடையும் வரை இருவரும் அவரவர்களுடைய சிந்தனைகளில் ஆழ்ந்திருந்தார்கள்.

ரெயில் நிலையத்தை அடைந்து எளிமையாக ஆகாரத்தை முடித்துக் கொண்டு கன்யாகுமரியை நோக்கிப் பயணம் செய்யப் பெட்டியில் அமர்ந்ததும் சம்பா சுபத்ராவைப் பார்த்துச் சிரித்தாள்.

“மதுரைப் பயணம் முடிஞ்சு போச்சுங்க!”

சுபத்ரா பதில் சொல்லாமல் உள்ளார்ந்த புன்னகையுடன் பெட்டிக்கு வெளியே தெரிந்த ஜன சமுத்திரத்தை ஆராய்ந்தாள்.

“ஒரு வேடிக்கை, சுபத்ரா அம்மா! நேத்து வரைக்கும் மனசுலே ஒரே கலக்கமும் பீதியும் எதிர்ப்பார்ப்பும் இருந்தது. இன்னிக்கு மனசு காலியாகக் கிடக்கு, ஈரத் துணியாலே துடைச்ச பலகை மாதிரி.”

அதற்கும் பதில் சொல்லாமல் சுபத்ரா வெளியில் பார்வையை ஒட்டியபடி அமர்ந்திருந்தாள்.

கிட்டத்தட்ட தன்னுடைய மனநிலையும் அப்படித்தான் இருக்கின்றது என்று அவள் நினைத்துக் கொண்டாள்.

“ஈரத் துணியாலே துடைச்ச பலகை மாதிரி.”

சம்பாவின் வார்த்தைகளை நினைத்து மெல்லிய பரிதாபம் ஏற்பட்டது. இந்தப் பெண்ணுக்கு வாழ்க்கையே இனிமேல்தான் ஆரம்பமாக வேண்டும்.

“துடைச்ச இடத்திலே இப்ப என்ன இருக்கு தெரியுமா ஒரு பெரிய கேள்விக் குறி.”

அவள் திடுக்கிட்டுத் திரும்பிப் பார்த்தாள். சம்பாவின் கண்களில் நீர் படர்ந்திருந்தது. இந்தப் பெண் இப்போதைக்குச் சமாதானமாகமாட்டாள் என்கிற உணர்வு மனத்தை உலுக்கிற்று.

“நீங்க ஏதோ விடையைத் தேடப் போறதாச் சொன்னீங்க! என்னுடைய கேள்விக்கும் விடை கிடைக்குமா, சுபத்ரா அம்மா?”

சுபத்ரா உடனடியாக ஏதும் பேசாமல் அவளுடைய கையைச் சமாதானமாக வருடினான். பிறகு மெல்லிய குரலில் சொன்னாள்:

“உனக்கு ஏதாவது வழி பண்றேன், சம்பா. என் சக்திக்குப் புலப்பட்ட வழியை.”

சுபத்ரா ஒரு விநாடி தயங்கினாள். “அது சிரமமான காரியந்தான். யோசிச்சுப் பார்க்கும்போது அதைப் பத்திச் கவலைப்படறதிலே ஏதும் லாபம் இல்லேன்னு தோண்றது. தமக்குள்ளே நாம் சத்தியமா இருந்தாபோதும்னு நினைக்கிறேன். நம்ம அந்தரங்க சுத்தத்தை இந்த உலகத்துக்கு நிரூபிச்சு என்ன ஆகப் போகிறது? நம்மை ஏற்காத உலகம் நம்ம நிரூபணத்தை ஏற்கப் போறதா?”

பக்கத்தில் உட்கார்ந்திருப்பவர்களுக்கு ஒருத்தி புரியாது என்கிற நிச்சயத்தில் மெதுவாகப் பேசினாள்.

“என்மேல் எப்படிப்பட்ட பட்டம் இருந்தாலும், நான் ஒருத்தரை மட்டுந்தான் மனப்பூர்வமாக நேசித்தேன் என்பது சத்தியம். அவருடைய தொடர்பு விட்டுப் போனதிலிருந்து சந்நியாச வாழ்க்கை வாழ்வதும் ஆண்டவனுக்கு நன்றாகத் தெரியும். நான் இதையெல்லாம் யாரிடம் போய் நிரூபிப்பது யார் நம்புவார்கள் நம்ப மாட்டார்கள் என்று நிச்சயமாகத் தெரிந்த பிறகு. அதைப்

பற்றிக் கவலைப்படுவது பைத்தியக்காரத்தனமல்லவா? நீயும் ஒருத்தனையே நம்பித்தான் கிளம்பினாய். அது சரியா தப்பா என்பது வேறு விஷயம். நீ இந்த மாதிரி நிலைமைக்கு ஆளாவாய் என்று தெரிந்திருந்தால் கிளம்பியிருக்க மாட்டாய் என்று யார் யோசிக்கப் போகிறார்கள்? அந்தச் சம்பவத்துக்குப் பிறகு உன் வரையில் பவித்திரமாக இருந்து வந்திருக்கிறாய் என்றால், யார் நம்பப் போகிறார்கள்?"

"ஆயுசுக்கும் தான் இப்படியேதான் இருக்கப் போறேன்னா நீங்களே நம்புவீங்களா, அம்மா?"

சுபத்ரா அவளை அணைத்தபடி மிருதுவாகச் சொன்னாள்:

"நான் நம்பறேன், சம்பா!"

சரேலென்று சுயநினைவுக்கு வந்தவள் போல் சம்பா கூடச்சத்துடன் தலையைக் குனிந்தபடி சொன்னாள்:

"எத்தனை நன்றிகெட்டதனமாப் பேசறேன் என்னவோ நான் கட்டுப்பாட்டோடு இருந்ததுக்கு நான்தான் காரணம் என்கிற மாதிரி உங்ககிட்டே வராம நான் வேற இடத்திலே மாட்டிக்கிட்டிருந்தா என் கதி என்ன ஆகியிருக்கும்! நாய் பட்ட பாடா ஆகியிருக்காதா?"

"அதனால்தான் சொல்கிறேன் மகளே. எல்லா நிகழ்ச்சிகளுக்கும் ஏதோ ஒரு பின்னணியிருக்கிறது. ஒவ்வொரு காரியமும் ஒரு காரணத்தால்தான் நடக்கிறது. நீ என்னிடம் வந்து சேர்ந்தது தெய்வாதீனத்தால். உன் வரவால்தான் எனக்கு மதுரையின் ஞாபகம் வந்தது. இந்தப் பயணம் கிடைத்தது."

"அதனாலே ஒரு லாபமும் ஆகல்லீங்களே! மனசு உடைஞ்சதுதான் மிச்சம்!"

"மனசு உடையல்லே, தெளிந்து போய் விட்டது. நாற்பது வருஷமாக உள்ளே இருந்த பிரமை விலகிப் போனது நல்லதில்லையா?"

சம்பா பதில் சொல்லவில்லை. ஜன்னல் வழியே பார்வையைப் பதித்தாள். ரெயிலின் துரிதத்துக்கு ஏற்ப ஓடிய மரங்களையும், வயல்களையும் அவளுடைய கரிய விழிகள் பிடிக்க முயன்றன.

'பிரமை விலகியது மாத்திரமில்லை' என்று சுபத்ரா தனக்குள் சொல்லிக் கொண்டாள். இனிமேலும் வாழ்வை விரயமாக்கக் கூடாது' என்கிற பிரக்ஞை ஏற்பட்டிருக்கிறது. டில்லியில் இருந்த வரையில் கொஞ்ச நாட்களாகத் தோன்ற ஆரம்பித்திருந்த ஏக்கம் மனத்தில் ஒரு புகை மூட்டத்தைத் தான் கிளப்பியிருந்தது. மதுரை கோவில் தரிசனத்தால், புகை மூட்டம் விலக ஆரம்பித்த மாதிரி மெலிதான ஒரு நம்பிக்கை ஒளி ஏற்பட்டது.

கன்யாகுமரிக்குச் சென்று அன்று மாலை கடற்கரையில் நின்றபடி சூர்யாஸ்தமனத்தைப் பார்த்த போது தெய்வ தரிசனம் ஆனாற்போல் சிலிர்ப்பு ஓடிற்று மேனியெங்கும். அந்த நிமிஷத்துத் தாய்மையில் கரைந்து சம்பாவின் மெல்லிய விரல்களைப் பற்றிய படி அவள் நாத்தழுதழுக்கச் சொன்னாள்.

"நீயும் நானும் தாய்மையானவர்கள், சம்பா இது சத்தியம்!"

——

அத்தியாயம் 13

நெருப்புப் பந்தம் நீருள் சங்கமித்துக் கொண்டிருந்தது. நீரும், நெருப்பும், ஆகாசமும், காற்றும் எங்களுக்குள் எல்லாம் அடக்கம் என்றனர். உலகத்து எல்லாத் தத்துவங்களும் எல்லா விடைகளும் இங்கே சங்கமம் என்றன. காலையும் - மாலையும், இருளும் - ஒளியும், உறவும் - துறவும் எல்லாம் ஒன்றுதான் என்று வேத கோஷம எழுபபின. இனபத்துக்கும் - துன்பத்துக்கும், மானத்துக்கும் - அவமானத்துக்கும் ஏதும் அர்த்தமில்லை என்று உணர்த்தின.

ஆதியும் அந்தமுமில்லாத இந்த நீரிலும் காற்றிலும் வானிலும் தானும் கலந்திருப்பது போல் சுபத்ராவுக்குப் பிரமை ஏற்பட்டது. குலாபி, சுபத்ரா எனும் வெறும் கூட்டை விட்டு வெளியே நின்று நிச்சலனமாய்க் கூட்டை ஆராய்கிறாற் போல் தோன்றிற்று. வெளியே நிற்கும் அவள் வானத்துக்கும் பூமிக்கும் படர்ந்து சர்வ வியாபியாய், சத்தியமாய், தூய்மையாய் அந்த நெருப்புத் துண்டு நீருள் முங்குவது போல் எதிலோ முங்கி முங்கி...

விவரிக்க முடியாத பரவசத்துடன் சுபத்ரா கடலைப் பார்த்தபடி அமர்ந்திருந்தாள். சரசரவென்று விரிந்துவிட்ட இருளை உணராமல்.

“போகலாமா சுபத்ரா அம்மா?”

“இந்த இடத்தைவிட்டு எழுந்திருக்கவே மனசு வரவில்லை சம்பா. புரியாததெல்லாம் புரிகிறமாதிரி இருக்கு, நிஜம்னு நினைச்சதெல்லாம் நிழலாய்ப் போன மாதிரி தோன்றுகிறது.”

“நீங்க போற போக்கைப் பார்த்தா சந்நியாசம் வாங்கிக்கிடுவீங்க போலேயிருக்கு. நானும் நீங்களும் ரொம்ப நிஜம். நமக்குள்ளே இருக்கிற பசியும் நிஜம் - கொஞ்சம் பொறுத்துப் போனா ஹோட்டல்லே சாப்பாடு தீர்ந்து போச்சுன்னு கேட்கப் போறதும் நிஜம்.”

சுபத்ரா மென்மையாகப் புன்னகை செய்தபடி எழுந்தாள்.

“நீ சொல்றது சரிதான். எதை மறந்தாலும் அதை மறக்க முடியாது.”

கன்யாகுமரியில் இருந்த இந்த இரண்டு நாட்களில் சம்பாகூடக் கொஞ்சம் சமாதானமாகிப் போனவள் போல் தென்பட்டாள். பயங்களை மறந்து சிரித்தாள். கலகலவென்று சுதந்திரத்தைப் பூரணமாக அநுபவிக்கும் துடிப்புடன் செயல்பட்டாள்.

“சமுத்திரத்தை நான் இதற்கு முன் பார்த்ததே இல்லை, சம்பா. தெரியுமோ?”

“சமுத்திரத்தை விடுங்க! நிலத்தைப் பார்த்திருக்கீங்களோ? பரந்த வானத்தைப் பார்த்திருக்கீங்களோ? சுதந்திரக் காத்தைச் சுவாசிச்சிருக்கீங்களோ? ஜன்னலுக்கு வெளியே தெரியற வானமும் ஜன்னல் வழியா நுழையற காத்தும் இங்க நீங்க அநுபவிக்கறதுக்குச் சமானமாயிடுமா?”

இந்தப் பெண்ணின் கேள்விகளுக்குப் பதில் சொல்வது அசாத்தியமான காரியம் என்று சுபத்ரா மௌனமாக நடந்தாள்.

“நீங்க அங்க சிறைக்குள்ள இல்லே இருக்கீங்க”

இந்தப் பெண் பேசுவதெல்லாம் வெட்டு ஒன்று துண்டு இரண்டு என்று நினைத்ததும் சிரிப்பு வந்தது. இத்தனை சாதுர்யம் உள்ளவள் எப்படி ஒரு போக்கிரியிடம் ஏமாந்தாள் என்று

ஆச்சரியமாக இருந்தது. பருவக் கோளாறு என்பது இவளுடைய சிந்தையை எத்தனை குழப்பியிருக்கிறது!

அதனால்தான், அதிலிருந்து மீண்ட பின் இவளுக்கு இத்தனை ஆத்திரம். இத்தனை கோபம். 'எத்தனை முட்டாள் தனம் செய்தோம்' என்று அவமானம். இனிமேல் அந்த மாதிரி ஒரு முட்டாள்தனம் ஜன்மத்துக்கும் இவள் செய்ய மாட்டாள்.

சட்டென்று அவளை நினைத்ததும் பாவமாக இருந்தது. இரண்டே மாதப் புயல்வேகக் காதலில் இவளுடைய வனம் கருகி மடிந்து போய் விட்டது. மீண்டும் துளிர்க்குமா என்று நிச்சயம் இல்லை.

கடல் அவர்கள் நடக்க நடக்கக் கூட வருகிறாற்போல் ஓசை கேட்ட வண்ணம் இருந்தது.

கடலைப் பார்ப்பதும் அதன் ஓசையைக் கேட்பதும் மிகப் பெரிய அநுபவம் என்று சுபத்ரா நினைத்துக் கொண்டாள். சம்பா சொன்னது போல் எப்படிப்பட்ட சிறையில் இருக்கிறேன் நான் சமுத்திரத்தைப் பார்க்காத நிலையில் என்ன என்னவோ கற்பனை தோன்றும். சினிமாவில் வரும் கனவுக் காட்சியைப் போல.

சினிமா என்பதே அவள் முன்பின் கண்டிராதது. அதைப் பார்த்த அநுபவமும் எத்தனை நாதனமானது!

நேற்று முற்பகல் திடீரென்று சம்பா நச்சரிக்க ஆரம்பித்தாள், "ஒரு சினிமாவுக்குப் போகலாம் வாங்க. ரொம்பப் போர் அடிக்குது. எத்தனை தடவை கோயிலையும் கடலையும் பார்க்கறது?"

"நான் சினிமா பார்த்ததே இல்லே, சம்பா!"

"அப்ப நிச்சயமாப் பார்க்கணும்."

"ரொம்பச் சுத்தத் தமிழ்லே பேசுவார்களானால் எனக்குப் புரியக்கூடப் புரியாது."

"கவலையே படாதீங்க. இப்பல்லாம் யாரும் அப்படிப் பேசறதில்லே. கொச்சையாகத்தான் பேச்சு இருக்கும். உங்களுக்குப்

புரியாத இடத்திலே நான் விளக்கறேனே!" சம்பாவின் திருப்திக்காகச் சுபத்ரா கிளம்பினாள்.

தமிழ் நாட்டுத் தெருக்களிலும் கடற்கரையிலும் பார்க்காத அசிங்கங்களைத் திரையில் கண்டு, எடுத்த எடுப்பிலேயே அதிர்ந்தாள்.

அரை நிஜாரும் மார்பின் பரிணாமத்தை மிகைப் படுத்திக் காண்பிக்கும் சட்டையும் அணிந்த யுவதி சைக்கிளில் விருவிருவென்று வந்து ஓர் ஆடவனின் சைக்கிளில் மோதி, விவஸ்தையில்லாமல் சண்டையில் ஆரம்பித்துக் கடைசியில் இருவருக்கும் பரிச்சயம் ஆவதற்கு முன்பே காதல் மலர, பொது ஜனப் பூங்காக்களில் அவர்கள் பெற்றோர்களுக்குத் தெரியாமல் சந்திப்பதும் - பாடுவதும் - கட்டிப் புரள்வதும்.

இந்தப் பிரத்தியட்ச விரசத்தைக் கண்டு சுபத்ரா கூசிப் போனாள். சம்பாவும் மற்றப் பார்வையாளர்களும் இந்த விரசத்துக்குப் பழகிப் போனவர்கள் என்று புரிந்தது. இயற்கைக்கு விரோதமான இந்த சத்தை நிச்சவனத்தோடு அவர்கள் பார்ப்பதிலிருந்து. வரையறையை மீறியதாய் இருக்கும் இந்தக் காட்சிகளை இவர்கள் எப்படி நிதானம் இழக்காமல் பார்க்கிறார்கள் பருவ வயதுக்காரர்களைக் கேவலமாகத் தவறான பாதையில் ஊக்குவிக்கும் இந்த அனர்த்தங்களை எப்படி அனுமதிக்கிறார்கள்!

புத்திசாலியான சம்பா புத்தி பேதலித்துப் போனதற்கு இந்தச் சினிமாதான் காரணம் என்று தோன்றிற்று. காதலனுடன் வீட்டை விட்டு ஓடிப் போனது மிக நியாயமான தியாகமாகத் தோன்றியிருக்கும். பெரியவர்களுக்கு ஏதும் மரியாதை கொடுப்பது போல் திரையில் இளசுகள் நடந்து கொள்ளவில்லை...

அவள் பொறுக்க முடியாமல் சம்பாவைக் கேட்டாள்: "இந்தச் சினிமா பண்ணுகிறவர்களுக்கும் குழந்தைகள் இருக்காதா? தங்கள் பிள்ளைகள் இப்படி நடந்து கொண்டால் சும்மா இருப்பாங்களா?"

சம்பா பதில் சொல்லவில்லை. படத்தில் லயித்திருந்தாள்.

வெறும் காசுக்கான வியாபாரம் இது என்றாலும் இதுவும் ஒரு வேசித்தனம் இல்லையா? எத்தனை சம்பாக்களின் நிஜ வாழ்வு இந்த நிழற் படங்களால் பாழாகும்.

என்னை ஒதுக்கும் இந்தச் சமூகம் இதை எப்படி ஆதரிக்கிறது?

அவளுக்கு உண்மையிலேயே குழப்பம் ஏற்பட்டது. இந்த வெளியுலகத்து முரண்பாடுகளைத் தன்னால் புரிந்து கொள்ள முடியாது என்று தோன்றிற்று.

சினிமாவை விட்டு விடுதிக்குத் திரும்பும் வழியெல்லொம் அவள் புலம்பித் தீர்க்கையில் சம்பா சமாதானமாகச் சொன்னாள்:

“எல்லாச் சினிமாவும் இப்படி இருக்காது, சுபத்ரா அம்மா! சில நல்ல படங்களும் வருது!”

“பத்திலே ஒண்ணு இப்படி இருந்தாலும் போதும், சம்பா குடியைக் கெடுக்க.”

சற்று நேர மௌனத்துப் பிறகு அவள் சிரித்தாள்.

“எனக்குச் சிரிப்புத்தான் வருகிறது. சம்பா நம்மை ஏதோ குஷ்டரோகிகளைப் போலப் பெத்தவர்களே விரட்டினார்கள். நம்மை விடப் பெரிய சமூக விரோதிகளை மறைமுகமா ஆதரிக்கிறார்கள் எந்த ஜி.பி. ரோடும் பரப்புற வியாதியைவிட இந்தச் சினிமாவால் பரவுகிற வியாதி கொடுமையானது, சம்பா!”

அவளை விநோதமாகப் பார்த்துச் சம்பா சிரித்தாள். “நீங்க அநாவசியமா உணர்ச்சி வசப்படறீங்கம்மா, இப்படியெல்லாம் இங்கே யாரும் நினைக்கறதில்லே. கவலைப் படறதில்லே.”

“அதான் எனக்கு வேடிக்கையாக இருக்கு. எத்தனை முரண்பாடான உலகம் இது!”

அவளுடைய பிரலாபத்தைக் கேட்டு அலுத்துப் போனவள் போல், சம்பா சற்றுமுன் பார்த்த சினிமாவின் நினைவில் மூழ்கினவளாய் நடந்தாள்.

இந்தப் பெண் மூன்று மாதங்களுக்கு முன்பு வரை நிறையச் சினிமாக்கள் பார்க்கும் வழக்கம் கொண்டவள். அவை ஏற்படுத்திய பிரமையினாலேயே ஒரு கயவனைச் சினிமாவில் வரும் ஆதரிசக் காதலனைப் போன்றவன் என்று நம்பி ஓடினது இவளுக்குப் புரியாது. இந்த நிழற் படங்களின் சக்தி மிக தீர்க்கமானது. நிழலுக்கும் நிஜத்துக்கும் வித்தியாசம் தெரியாமல் கண்ணை மறைத்து விடும் சக்தி.

தீவிர யோசனைக்கு நடுவில் அவளுக்குச் சிரிப்புக் கூட வந்தது. இந்த உலகத்துக்கும் அவளுக்கும் சம்பந்தமே இல்லை. அதனால்தான் இங்கு இயல்பாகப் போய்விட்டால்.

விஷயங்கள் முரண்பாடாகத் தோன்றுகின்றன. நாற்பது வருடங்களாக இந்தச் சமூகத்தின் அங்கத்தினளாகத் தொடர்ந்து வசித்து வந்திருந்தால் அவளே இந்த முரண்பாடுகளுடன் ஐக்கியமாகியிருப்பாள். அவளுடைய ரசனைகள் வேறு விதமாக இருந்திருக்கும் அதிர்ச்சி அடைய வேண்டிய விஷயத்துக்கு முகம் சுளித்திருப்பாள். கௌரவம் என்னும் கனமான போலிப் போர்வைகளைப் போர்த்தியிருப்பாள். பல ஜன்மத்து இடைவெளிகளை மறந்து ஆத்மதாகத்துடன் நினைவுப் பிச்சை ஒன்றை யாசித்தபடி வந்து நிற்கும் ரத்த சம்பந்தத்தைக் கூட ஏற்க மறுக்கும் வீம்பு அவளுள்ளும் ஏறியிருக்கும்.

சிலுசிலுவென்று கடல் காற்று கூடவே வந்தது இதமாக இருந்தது. சம்பா ஏதோ பாட்டை சினிமாப்பாட்டாகத் தான் இருக்க வேண்டும் முணுமுணுத்துக் கொண்டு நடந்தாள்.

இத்தனை வருஷங்களாக இந்த உலகத்தோடு ஒட்டி வளர்ந்துவிட்ட இவளுக்குத்தான் எதிர்காலம் ஒரு பிரச்சனை என்று அவளுள் அனுதாபம் ஏற்பட்டது. சரியான மார்க்கம் கிடைக்காவிட்டால் புத்திசாலிப் பெண்ணான இவளுக்கு மனக் கசப்புத்தான் எஞ்சும்.

“சுபத்ரா அம்மா!”

அவள் திடுக்கிட்டுச் சுய நினைவுக்கு வந்தாள். தெரு விளக்கின் வெளிச்சத்தில் சம்பாவின் முகத்தில் யோசனையும் தயக்கமும் தெரிந்தன.

"என்ன சம்பா?"

"திரும்பத் தில்லிக்குத்தான் போகணுமா?"

"ஆமாம், பின்னே எங்கே போறது?" என்றாள் சுபத்ரா வியப்புடன்.

சம்பா சில விநாடி மௌனத்திற்குப் பிறகு கேட்டாள்:

"மறுபடி அந்தச் சிறை வாசத்துக்குத் திரும்பலாம் என்கிறீர்களா?"

"எனக்கு வேறு போக்கிடம் கிடையாது, சம்பா. எனக்கு அதுதான் பாதுகாப்பாயிருக்கு."

சம்பா இன்னமும் தயங்குவது தெரிந்தது.

"என்ன சம்பா, என்ன யோசனை?" என்றாள் அவள் மென்மையாக.

"உனக்கு என்னோடு திரும்பி வர இஷ்டமில்லையா?"

எப்படிச் சொன்னால் அவள் மனசு புண்படாமல் இருக்கும் என்று யோசிப்பவள் போல் சம்பா தயக்கத்துடன் தொடர்ந்தாள்:

"உங்களோடு இருக்க இஷ்டந்தான். ஆனால், தில்லிக்குத் திரும்பப் பயமாயிருக்கு. உங்களுக்கு அது பழகின இடம். எனக்கு அங்க என்ன செய்யறதுன்னே புரியல்லே."

இந்தக் கோணத்தில் நாம் யோசிக்காதது எத்தனை அசட்டுத்தனம் என்று சுபத்ராவுக்கு வெட்கம் ஏற்பட்டது.

"நீ சொல்வது வாஸ்தவந்தான். என்னோடு நீ திரும்ப வேண்டியது அவசியமில்லைதான்."

"நான் உங்களோடு திரும்பிப் போய் நின்னா கோவிந்த் மாமாவுக்குக்கூடக் கோபம் வரும்!"

சுபத்ரா சிரித்தாள்.

"அது ஒரு முக்கிய காரணம் இல்லே. அவர் பேச்சு அப்படியிருந்தாலும் மனசு கடினமில்லே. அவரைச் சமாளிக்கிற வழி எனக்குத் தெரியும்!"

"அவருடைய கோபம் நியாயமானதுதான், சுபத்ரா அம்மா. தொழில் ரீதியா என்னாலே உதவ முடியாது. நான் வெறும் சுமையாத்தான் இருப்பேன்."

"இதெல்லாம் முக்கிய காரணமில்லே, மகளே. உன் எதிர்காலம் உனக்குத் தெரிஞ்ச உலகத்திலே உபயோகமா அமையணும்ங்கறதுதான் முக்கியம். இத்தனை தூரம் யோசனை செய்பவள் அதைப் பத்தியும் யோசனை பண்ணி வெச்சிருப்பியே. சொல்லேன்."

"சில விடுதிகள், இல்லங்கள் இருக்கு, சுபத்ரா அம்மா. என்னை மாதிரிப் பெண்களுக்கு, இன்னும் பல விதமாகக் கஷ்டப்பட்ட பெண்களுக்கு அங்கே ஏதாவது கைத் தொழில்கூடக் கத்துத் தராங்க..."

"பின்னே பார்ப்போமே. விலாசம் எல்லாம் தெரியுமா?"

"தெரியாது. ஆனாக் கண்டுபிடிச்சுடலாம். சென்னைக்குப் போகலாம். அம்மா. அங்கே ஏதாவது வழி தெரியும்."

"சரி, நாளைக்கே கிளம்புவோம்."

தன் நன்றியைத் தெரிவிக்கும் வகையில் சம்பா அவளுடைய கையை மெல்ல அழுத்தினாள்.

"இந்த விடுதிகளும் என்னை ஏத்துக்கல்லேன்னா, உங்களோடுதான் இனிமே ஆயுள் முழுக்க...!"

நேற்றுச் சினிமா பார்த்தபோது இவள் முகத்தில் தெரிந்த பாமரத்தனம் இப்போது இல்லாமல் ஒரு முதிர்ச்சி தெரிந்தது. வயசுக்கு மீறிய கவலைகளை அநுபவித்துவிட்ட சோகம் தெரிந்தது.

"கவலைப்படாதே, சம்பா!" என்றாள் சுபத்ரா மென்மையாக.

"இந்த விடுதிகள் உன்னை ஏத்துக்காமப் போகாது, இல்லேன்னா அதோட அமைப்புக்கு அர்த்தமில்லாமப் போயிடும்"

சம்பா சிறிது நேரம் மௌனமாக நடந்தாள். நீண்ட பெருமூச்சு விட்டாள்.

"என்ன சம்பா?"

"ஒண்ணுமில்லேம்மா" என்று அலுப்புடன் சிரித்தாள்.

"அர்த்தமெல்லாம் அனர்த்தமா போயிட்ட சமயத்திலே எதுக்குத்தான் அர்த்தமிருக்குன்னு புரியல்லே"

"இத்தனை கலங்கிப் போகக்கூடாது நீ, சம்பா" என்றாள் சுபத்ரா விசனத்துடன்.

"இந்தப் பயணத்தினாலே எனக்கு வெறுப்பும் விரக்தியும் ஏற்பட்டுப் போனாலும், ஒரு விஷயம் தெளிவாகியிருக்கு. எல்லாக் காரியத்துக்கும் ஒரு காரணம் இருக்கணும்ங்கற நம்பிக்கை ஏற்பட்டுப் போச்சு. அது என்ன காரணம் என்கிறதுதான் நம்ம புத்திக்குத் தெரியல்லே"

"எந்தக் காரியத்துக்கு என்ன காரணமானாலும் என் வரையிலே நான் தீர்மானிச்சுட்டேன் சுபத்ரா அம்மா. அசட்டுத்தனமா சூட்டைப் போட்டுக்கிட்டேன். அதுக்கு மருந்து போடப் பெத்தவங்களே சித்தமாயில்லாத நிலையிலே நானேதான் அதைச் சரி செய்துக்கணும்னு தோணிப் போச்சு. இந்த ஒரு வாரமா நீங்க கடலையும் வேதாந்தத்தையும் ஆராய்ச்சி செய்துகிட்டிருந்தபோது நான் இனிமே என்ன செய்யணும் என்கிறதை நிறைய யோசித்துப் பார்த்துட்டேன். திரும்ப உங்களோட தில்லிக்கேப் போறதிலே எனக்கும் லாபமில்லே. உங்களுக்கும் லாபமில்லேன்னு புரிஞ்சுப் போச்சு. என்னுடைய அதிர்ஷ்டத்தாலே உங்க அறிமுகம் கிடைச்சது. அதை என்னிக்கும் மறக்க மாட்டேன், சுபத்ரா அம்மா."

சம்பாவுக்கு நா தழுதழுத்துப் போயிற்று. கண்களில் மெல்லிய நீர்த்திரை படர்ந்திருந்தது. அன்று மதுரையை நெருங்கும்போது மனச் சஞ்சலத்திலும் பீதியிலும் அவளது மடியில் முகத்தைப்

புதைத்து, “என்னைப் பெத்தவங்க என்னை ஏத்துக்கல்லேன்னா உங்களோடயே இருந்துடறேன்.” என்று உணர்ச்சிவசப்பட்டுக் கண்ணீர் வடித்ததற்கும், இப்பொழுது உணர்ச்சிவசப்பட்டிருப்பதற்கும் நிறைய வித்தியாசம் இருப்பது புரிந்தது. இந்தப் பத்து நாட்களில் பத்து வயது கூடி விட்ட முதிர்ச்சி தெரிந்தது.

சுபத்ரா அவளைச் சமாதானமாக அணைத்துக் கொண்டாள்.

“நான் உன்னைப் புரிந்து கொண்டேன், சம்பா. நீ புத்திசாலிப் பெண் என்று எனக்குத் தெரியும். நல்ல மனசுள்ளவள்னும் தெரியும். உன் எதிர்காலத்தை நல்ல படியா அமைத்துக் கொடுப்பது என் பொறுப்பு. நாளைக்கே மதராசுக்குப் புறப்படுவோம். கவலைப் படாதே.”

அன்று சாப்பிட்டுவிட்டுப் படுக்கப் போகும் முன், அவள் மடியில் முகத்தைப் புதைத்து எந்தப் பேச்சும் பேசாமல் சம்பா வெகுநேரம் அழுதாள். காரணம் ஏதும் கேட்காமல் சுபத்ரா அவள் முதுகைத் தடவியபடி அமர்ந்திருந்தாள்.

இதுவரை எந்தச் சிறுமியுடனும் ஏற்படாத ஒரு பிணைப்பு இவளுடன் தனக்கு ஏற்பட்டுப் போனதை நினைத்து விநோதமாக இருந்தது.

இந்தப் பெண்ணிற்கு ஒரு வழியைத் தேடி அமைத்துக் கொடுப்பது முக்கியமான காரியமாகப் போனதில் இனிமேல் தெற்கைச் சுற்றிப் பார்க்கும் எண்ணத்தை விட்டுவிட வேண்டியதுதான் என்று தோன்றிற்று. அவளுடன் பயணம் செய்ய இனிமேல் சம்பாவுக்குப் பொறுமை இருக்காது.

மறுநாள் ரெயிலைப் பிடித்துச் சென்னையை அடைந்து ஒரு ஹோட்டலில் அறை எடுத்துக் கொண்டார்கள். மறுநாள் மதியத்துக்குள் சம்பா இரண்டு மூன்று இல்லங்களின் விலாசங்களைச் சேகரித்துக் கொண்டு வந்தாள்.

இரண்டு இல்லங்களில் சிபாரிசுக் கடிதம் இல்லாமல் சேர்த்துக் கொள்ள முடியாது என்று கூறி விட்டார்கள். மூன்றாவதின் தலைவி ஹிந்தி தெரிந்தவளாக இருந்தாள். அவளிடம் சுபத்ரா

வக்கணையாகப் பேசிக் கதை ஜோடித்ததில், அவள் இல்லத்துக்கு நன்கொடையாக நூறு ரூபாயை முன் பணமாக வைத்ததில், தலைவி சமாதானமாகிச் சம்பாவின் பெயரைப் பதிவு செய்து கொண்டாள். அப்பொழுதிலிருந்தே இல்லத்தில் தங்கலாம் என்றதும் சுபத்ரா நன்றியுடன் அவள் கைகளைப் பற்றினாள்.

“இந்தப் பெண்ணுக்கு ஒரு நல்ல எதிர்காலத்தை அமைத்துக் கொடுத்தீர்களானால் நீங்கள் தெய்வத்துக்குச் சமானம், அம்மா!” என்றாள்.

“நீங்கள் கவலைப்படாமல் செல்லுங்கள்!” என்றாள் தலைவி புன்னகையுடன்.

“இந்த அமைப்பின் குறிக்கோள் அது - நாங்கள் தெய்வங்கள் இல்லை - அவனுடைய கருவிகள்தான்!”

பிரியும்போது சம்பா மறுபடி தன்னைக் கட்டுப்படுத்திக் கொள்ள முடியாமல் அவளை அணைத்துக் கொண்டு விசித்து விசித்து அழுதாள்.

“நீங்க எனக்குத் தெய்வந்தான். அதைப் பத்தி எனக்குச் சந்தேகமேயில்லை.”

பல வார்த்தைகள் சொல்லி அவளைத் தேற்றி, “அடிக்கடி கடிதம் போடு” என்று நினைவுபடுத்தி, ரெயிலடிக்குச் சென்று, தில்லியை நோக்கித் தனியாகப் பயணம் செய்கையில் மனசிலிருந்து ஒரு பெரிய பாரம் இறங்கினாற் போல் சமாதானம் ஏற்பட்டது. தலைவியின் வார்த்தைகள் தொடர்ந்து ரீங்காரமிட்டன.

“நாங்கள் தெய்வங்கள் இல்லை, அவனுடைய கருவிகள்தான்!”

திடீரென்று அவளுக்குப் புரிந்து போயிற்று.

நாற்பது வருஷங்களுக்கு முன் அவள் கடத்தப்பட்டு வேறு உலகத்துக்கு அழைத்துச் செல்லப்பட்டதற்கான – அர்த்தம்.

அந்த உலகில் திசை தவறி வந்து சேர்ந்த சம்பாவைக் கடைத்தேற்ற ஆண்டவன் ஏற்படுத்திய கருவி அவள்!

——

அத்தியாயம்

14

சம்பாவின் உதவியுடன் முன்யோசனையாகச் சென்னையை விட்டுப் புறப்படுவதற்கு முன் கோவிந்த் மாமாவுக்கு அவளுடைய வருகையைப் பற்றித் தெரிவித்தது நல்லதாய்ப் போயிற்று என்று பழைய தில்லி ரெயில்வே ஸ்டேஷனில் போய்த் தனியாக இறங்கிய போது சுபத்ராவுக்குத் தோன்றிற்று.

அந்தக் கும்பலையும் நெரிசலையும் பாராமுகத்தனமான அவசரத்தையும் சில நிமிஷங்களுக்குப் பரிச்சயமான முகம் எதுவும் கண்ணில் படாத பரிதவிப்பின் போது பார்த்துக் கொண்டு நிற்கையில் மனித சஞ்சாரம் உள்ள எந்த இடத்திலும் நான் ஒரு பரதேசி என்று அவள் தனக்குள் சொல்லிக் கொண்டாள்.

"ஸலாமலேகும் ஸாஹிபா!" பழக்கமான அந்தக் குரல் காதில் பட்டவுடன் உள்ளே பிரவகித்த சந்தோஷத்துடன் அவள் சரேலென்று திரும்பினாள்.

"ஆ, அக்பர்!" என்று அவள் புன்னகை செய்தாள், எதிரில் நின்றவனைப் பார்த்து, "ஆலேகும்ஸ்லாம் என் தந்தி கிடைத்ததோ இல்லையோ என்று கொஞ்சம் கவலையாகப் போய்விட்டது!"

"கிடைத்தது ஸாஹிபா அதில் இருந்த ஆங்கில வார்த்தைகளைப் படிக்கத்தான் திணறினோம்"

சுபத்ரா சிரித்தாள்.

"தெற்கே ஹிந்தியில் சொன்னால் திணறுகிறார்கள்! நீ மட்டுந்தான் வந்தாயா?"

"கோவிந்த் மாமா வராமலா? அவர் வேறு பக்கம் கூட்டத்தைத் துழாவுகிறார். தந்தி கிடைக்காவிட்டாலும் நீங்கள் கவலைப்பட வேண்டியதில்லை. நேற்றிலிருந்தே கோவிந்த் மாமா தெற்கேயிருந்து வண்டி வரும் நேரத்துக்கு இங்கே ஆஜராகி விடுகிறார்!"

தன்னுள் ஏற்பட்ட நெகிழ்வை மறைத்தபடி, அவள், "ஏன்?" என்றாள்.

"நீங்கள் கிளம்பிப் போய் இருபது நாட்கள் ஆகிவிட்டன, ஸாஹிபா!"

"எத்தனை தொலைவு போயிருக்கிறேன் நான் நினைத்ததை விடச் சீக்கிரம் திரும்பியிருக்கிறேன் அக்பர்."

அக்பர் கூட்டத்தில் பார்வையைப் பதித்தபடி சொன்னான்:

"மாசக் கணக்காக ஆகிவிட்ட மாதிரி எங்களுக்கெல்லாம் தோன்றிவிட்டது ஸாஹிபா. கோவிந்த் மாமாவுக்குப் பித்தே பிடித்துவிட்டது. அதோ பாருங்கள், வருகிறார்."

எதிரே வந்த உருவத்தைக் கண்டு அவளுக்குத் தூக்கி வாரிப் போட்டது.

எப்படி இளைத்து விட்டார்! நிமிர்ந்த நடையும் செருக்குப் பார்வையும் கொண்ட அவருடைய வயோதிகத்தில் இப்பொழுது கூன் விழுந்திருந்தது. ஒரு பரிதாபம் தென்பட்டது. என்ன ஆகிவிட்டது இவருக்கு என்று அவளுக்குத் தூக்கிவாரிப் போட்டது.

அவள் மேல் பார்வை பதிந்ததும், கோவிந்த் மாமாவின் முகச் சுருக்கங்கள் மகிழ்ச்சியில் அதிகமாகச் சுருங்கின.

"வந்துவிட்டாயா, குலாபி"

அவர் ஆர்வத்துடன் அவளுடைய தோளைப் பற்றினார். பனித்த பார்வையும், தோளில் பதிந்திருந்த கைகளின் நடுக்கமும் பேசிய செய்தியில் அவள் நெக்குறுகிப் போனாள்.

சட்டென்று இருபது நாட்களாக மனத்தை ஆக்கிரமித்திருந்த ஆற்றாமையும் சூன்யமும் அகன்றுவிட்டது போல் மலர்ச்சி ஏற்பட்டது.

இவர்களுக்கும் எனக்கும் என்ன உறவு? இரத்த சம்பந்தம் இல்லை, ஒரே இனம் இல்லை, மதம் இல்லை, பாஷை இல்லை. ஆனாலும் என் வாழ்வுடன் எப்படிப் பிணைந்திருக்கிறார்கள். இவர்களும் நானும் விதியின் ஒரு வக்ர விளையாட்டில் ஒரே இடத்தில் சேர்த்துவிட்டோம். என் வரையில் இந்த உலகம்தான் என்னைச் சேர்ந்தது. என்னை ஏற்க வல்லது. அதனால் இதுவே நிஜம்!

அவள் சில விநாடிகள் ஏதும் பேசத் தோன்றாமல் நின்றாள்.

"வாருங்கள் மாமா, போகலாம்." என்று அக்பர் சொன்னதும் தான், அது நடுத் தெரு என்ற உணர்வு ஏற்பட்டாற்போல் அவளுடைய தோளை அணைத்தபடி கோவிந்த் மாமா நகர்ந்தார்.

"நீங்கள் ஏன் மாமா, இப்படி இளைத்து விட்டீர்கள்? உடம்பு சரியில்லையா" என்றாள் அவள் மெல்லிய குரலில்.

"உடம்புக்கு ஒன்றுமில்லை - மனசுதான் ரொம்பச் சங்கடப்பட்டுவிட்டது!"

"ஏன்?"

"நீ நம்ப மாட்டாய், சிரிப்பாய். ஆனால், உன்னைப் பற்றி நான் கவலைப்பட்டது அந்த ஆண்டவனுக்குத்தான் தெரியும்."

அவளுக்கு உண்மையில் சிரிப்பு வந்தது.

"இத்தனை வயசானவளைப் பற்றி என்ன கவலை?"

அவர் அவளை ஒரு விநாடி ஆழமாகப் பார்த்து விட்டு முகத்தைத் திருப்பிக் கொண்டார்.

“அதனாலேயே கவலை! நாற்பது வருஷங்களாக வெளி உலகத்தில் காலடி வைக்காதவள். அந்த உலகத்தைப் பத்தி உனக்குத் தெரியாது அதிலே புகுந்த உடனே அரண்டு போகலாம். இல்லே ஐக்கியமாயிடலாம். நீ பிறந்த ஊருக்கு வேற போயிட்டே, கடலைத் தேடிப் போகிற நதி மாதிரி.”

அவர் மீண்டும் அவள் பக்கம் தயக்கத்துடன் திரும்பி ஒரு சங்கடப் பார்வை பார்த்தார்.

“ஐந்து நிமிட முன்வரை, உன் முகம் தெரிகிற வரைக்கும் எனக்கு நிச்சயமில்லே. நீ திரும்பி வருவாய் என்று...!”

அவள் தலையைக் குனிந்தபடி நடந்தாள். மெல்லிய தழுதழுத்த குரலில் சொன்னாள்:

“எனக்கு வேறு போக்கிடம் இல்லே மாமா எங்கேயும் எனக்கு இடம் இல்லே.”

சட்டென்று நிமிர்ந்து அவளைச் சில விநாடிகள் கோவிந்த் மாமா சுடர்ந்து பார்த்தார்.

அக்பர் டாக்ஸியின் கதவைத் திறந்து கொண்டு நின்றதால் பேசாமல் அவளைத் தொடர்ந்து வண்டிக்குள் ஏறி அமர்ந்தார்.

அவள் கையைச் சமாதானமாகத் தட்டி, “வீட்டுக்குப் போய் நிதானமாகப் பேசலாம்” என்றார்.

எந்தவித அநாவசியமான கேள்வியும் கேட்காமல் ஒரு நாகரிக மௌனத்துடன் அக்பர் வண்டியை ஓட்டியது மனசுக்கு இதமாக இருந்தது. அவளைச் சார்ந்த இந்தச் சிறிய வட்டம் எந்தச் சமயத்திலும் பரஸ்பர நாகரிகத்தைப் பாதுகாத்து வந்திருக்கிறது என்று அவளுக்கு மெலிதான பெருமை ஏற்பட்டது.

சாந்தினி சௌக் வழக்கமான உற்சாகப் பரபரப்புடன் இருந்தது. காலை நேரமாதலால் ஜி.பி. சாலை தூங்கி வழிந்து கொண்டிருந்தது. அதை நீளக் கடந்து, சரேலென்று வலப்புறத் திருப்பத்தில் நுழைந்ததும் பழைய கால பாணியில் இருக்கும் அவளுடைய மொகல்லாவின் முன் வண்டி நின்றது. முகப்பிலேயே அவளுடைய

வருகையை எதிர்நோக்கிப் பெண்களும் வாத்தியக்காரர்களும் நின்றிருந்தார்கள். அவள் காலைத் தொட்டு வணங்கினார்கள். பளீரென சந்தோசம் எல்லார் முகத்திலும் அவளைப் பார்த்ததும் மலர்ந்ததை அவள் கவனித்தாள்.

என்னைப் போல் இவர்களும் விதி வசத்தால் இங்கே சிக்கிக்கொண்ட அநாதைகள் - போக்கிட மற்றவர்கள். அதனால்தான் இந்தப் பரஸ்பர அன்பு என்கிற விசனத்துடன் அவள் மென்மையாகப் பெண்களை அணைத்தபடி உள்ளே சென்றாள்.

அவளுடைய பயணத்தைப் பற்றியும் சம்பாவைப் பற்றியும் அவர்கள் கேள்வி மேல் கேள்வி கேட்கையில் கோவிந்த் மாமா எல்லாரையும் கடுமையாக அடக்கினார்.

“சும்மா தொந்தரவு செய்யாதீர்கள் நெடுதூரம் பயணம் செய்து வந்திருக்கிறாள். முதலில் தேநீர் கொண்டு வாருங்கள். நல்ல சாப்பாடு தயார் செய்யுங்கள். குளிக்க வெந்நீர் போடுங்கள். இன்றைக்கு அவளை இளைப்பாற விடுங்கள். நாளைக்குப் பேசிக் கொள்ளலாம்.”

இத்தனை அதட்டலுக்கும் அந்தப் பெண்கள் முகத்தில் பயமோ வருத்தமோ தெரியவில்லை. மாறாக ஒருத்தருக்கொருத்தர் சமிக்ஞையால் பார்த்து நமட்டுச் சிரிப்புச் சிரித்தார்கள்.

“அரே வாஹ்!” என்று மகாலட்சுமி கைகொட்டிச் சிரித்தாள்.

“இன்னிக்குத்தான் மாமாவுடைய முகத்திலேயும் பேச்சிலேயும் உசிர் வந்திருக்கு!”

“முதுகு நிமிர்ந்து போச்சு பார்த்தியா?”

“இன்னிக்கு அல்வாவும், பூரியும் பண்ணலாமா? மாமா!”

“அட, வேலையைப் பாருங்கள், பெண்களா!”, இந்தக் கிண்டலையெல்லாம் ரசித்தபடி வாத்தியக்காரர்கள் மூலையில் சிரித்துக் கொண்டு நின்றார்கள்.

எல்லாரையும் பொதுவாக, "நன்றாக இருக்கிறீர்களா?" என்று கேட்டுவிட்டு அவள் தன் அறைக்குச் சென்றாள். அவள் வருகிறாள் என்று அறையைப் பிரத்யேகமாகத் துப்புரவாக்கியிருந்தது பளிச்சென்று தெரிந்தது. அவள் திருப்தியான புன்னகையுடன் தன் கட்டிலில் அமர்ந்தாள்.

"அங்கே சிறையிலே இல்லே இருக்கீங்க!" சம்பாவின் வார்த்தைகள் நினைவுக்கு வந்ததும் அவளுக்குச் சிரிப்பு வந்தது.

சம்பா இப்போது போய்ச் சேர்ந்திருப்பதும் ஒரு வகைச் சிறைக்குத்தான். எனக்கு இந்தச் சிறை பழகிவிட்டது போல் அவளுக்கும் அது பழகிவிடும்.

வெட்ட வெளியில் இருக்கும் ஜனங்கள் தங்களுக்குள் ஏற்படுத்திக் கொண்ட சிறைகளில் வாழ்கிறார்கள். அதற்கு இந்தச் சிறை தேவலை.

நீல வானமும், சுதந்திரக் காற்றும், தண்ணென்ற நிலத்தின் ஸ்பரிசமும் இங்கு இல்லாவிட்டாலும், அன்பைத் தேக்கிக் கொண்டு நிற்கும் ஜீவன்கள் உள்ள இடம் இந்த மொஹல்லா. இவர்கள் வாழும் வாழ்க்கையில் பவித்திரம் இல்லாவிட்டாலும் மனசில் சுத்தம் இருந்தது, வாழ்க்கைக்குக் கனமான வேலிகளைப் போட்டு அதன் முட்களை மனத்தில் ஏந்திக் கொண்டு பெற்ற குழந்தையை ஏற்க மறுக்கும் கயவர்களைவிட, இந்த நான்கு சுவர்களுக்குள் வாழும் மனிதர்கள் கேடு கெட்டவர்கள் இல்லை.

கோவிந்த் மாமாவே தேநீருடன் உள்ளே வந்துவிட்டார்.

"சூடாகக் குடி, குலாபி ரொம்பக் களைப்பாயிருக்கு. உனக்கு!"

"உங்களுக்குத்தான் ஓய்வு தேவை என்று தோன்றுகிறது, உங்களைப் பார்த்தால்!"

அவர் மெல்லிய பெருமூச்சு விட்டார்.

"இருபது நாட்களாகத் தூக்கமே இல்லை, குலாபி. கண்ணை மூடக்கூட முடியவில்லை. நாற்பது வருஷத்து ஞாபகங்களும்

குற்ற உணர்வுகளும் தூங்க விடவில்லை வேர்களைத் தேடப் போனவள் அங்கேயே தங்கினாயானால்..."

"நான்தான் சொன்னேனே மாமா, எனக்கு வேறு போக்கிடம் இல்லை!"

அவர் சிறிது நேரம் அவளை அநுதாபத்துடன் பார்த்தார்.

"நாற்பது வருஷங்கள் மிக நீண்ட இடைவெளி, குலாபி"

"நாற்பது நாட்கள் போதும் மாமா, என்னைப் போன்று பெண்களைச் சமூகம் ஒதுக்குவதற்கு!"

"அந்தப் பெண் அந்தப் பெண்ணை அவள் பெற்றோர் ஏற்கவில்லையா?"

"வீட்டுப் படியேறவிடவில்லை" என்றாள் அவள் வெறுப்போடு. "நாய் மாதிரிக் குரைத்துத் துரத்திவிட்டார்கள்"

"பின் எங்கே அவள்?"

அவள் விவரங்கள் சொன்னாள். சற்றுநேரம் மௌனமாக அமர்ந்திருந்த கோவிந்த் மாமா யோசனையுடன் அவளைப் பார்த்துக் கேட்டார்:

"உன் வீட்டவர்களைக் கண்டு பிடிக்க முடிந்ததா?"

அவள் திடீரென்று சிரித்தாள்.

"ஆமாம். ஆச்சரியகரமாக! என்னுடைய தாய் காலமாகிவிட்டாள். தந்தையின் கால்கள் சாவை நோக்கிய பயணத்தில் இருக்கின்றன. ஆனாலும் சமூக அந்தஸ்தையும் போலிக் கௌரவத்தையும் விட அவருக்கு மனசில்லை! அந்த ஊரிலேயே தங்க முடியாதபடி என்னை விரட்டி விட்டார்."

அவள் சிரிக்கச் சிரிக்கக் கோவிந்த் மாமாவின் சிரம் தாழ்ந்தது.

"ஆனால், கோவிலைப் பார்க்க முடிந்தது. ஆத்ம பரிசோதனை செய்ய முடிந்தது. சமுத்திரத்தைப் பார்த்தேன். வெளிக் காற்றைச் சுவாசித்தேன். இதெல்லாம் எனக்கு ரொம்பப் பெரிய அநுபவம், மாமா!"

"இந்தப் பயணம் முழுவதும் நீ என்னை வெறுத்திருப்பாய், குலாபி. உன் வீட்டவர்கள் ரொம்பப் பெரிய மனிதர்கள் என்று கேள்விப்பட்டிருக்கிறேன். அமோகமாக வாழ வேண்டிய உன்னை இங்கு இழுத்து வந்தது நான்தான்."

அவள் விரக்தியுடன் சிரித்தாள். "யாரையும் நொந்து கொள்வதில் லாபமில்லை, மாமா. கண்ணுக்குத் தெரியாத ஒரு கை விளையாடும் சதுரங்க விளையாட்டில் நகர்த்தப் படும் காய்கள் நாம். வெற்றியும் தோல்வியும் நம்மைச் சார்ந்தது அல்ல. துக்கமும் ஏமாற்றமும் நம்மைச் சார்ந்ததில்லை."

"நல்ல கூத்து, குலாபி இந்த மொஹல்லாவில் அமர்ந்து கொண்டு நீ யோகியைப் போல் பேசுவது வேடிக்கை தான்."

அவள் மீண்டும் சிரித்தாள்.

"போகத்திலிருந்து யோகத்துக்குப் போன யோகிகள் நிறைய இருக்கிறார்கள், மாமா."

அவள் சற்று மௌனத்துக்குப் பிறகு சொன்னாள்:

"என்னளவில் துறவறம் பூண்டு பத்து வருஷங்கள் ஆகிறது மாமா!"

"ஆ. மறந்து போய் விட்டேன் சொல்ல. அந்தப் பிள்ளை, நந்தலாலா வந்திருந்தான். ஆச்சரியமாயிருக்கிறது குலாபி. அந்தப் பிள்ளைக்கு உன்மேல் இருக்கும் அபிமானம்"

அவள் புன்னகை செய்தாள்.

"வெறும் அபிமானமில்லே - மனிதாபிமானம் அது. எதற்கு வந்தான்?"

"தெரியாது. நீ வந்து விட்டாயா என்று விசாரித்தான். இல்லை என்றதும் போய் விட்டான். தேர்தல் ஏற்பாடுகளை இந்த வட்டாரத்தில் பார்த்துப் பத்திரிகைக்கு எழுத வந்தான் என்று நினைக்கிறேன்!"

“தேர்தலா? இங்கு யார் நிற்கிறார்கள்?” என்றாள் அவள் வியப்புடன்.

“உனக்குத் தெரியாதா? பேகம் அக்தரி நிற்கிறாள் கீழ்ச் சபைக்கு! அடுத்த மாதக் கடைசியில் தேர்தல், தினமும் பிரசாரம் செய்ய, வீடு வீடாகச் செல்ல ஆரம்பித்து விட்டாள். ஜி.பி. ரோடு வாடிக்கைக்காரர்களுக்கெல்லாம் பிரசாரப் பரிமாறலும் நடக்கிறது!”

திகைப்பு அடங்காமல் அவள் சிரித்தாள்.

“பேகம் அக்தரியா? எந்தத் தைரியத்தில் நிற்கிறாள்? யார் ஓட்டுப் போடுவார்கள்?”

“விவஸ்தை இல்லாத ஜனங்கள் இருக்கிறவரை ஓட்டுக்கு என்ன பஞ்சம்? பிரசாரத்துக்கு பணம் முக்கியம். அதைக் கொட்டப் பல பிரமுகர்கள் அவளுக்கு உதவ இருக்கிறார்கள்.”

“தேர்தலில் ஜெயித்து என்ன செய்யப் போகிறாள்?”

“என்ன செய்ய மாட்டாள்? ஏற்கனவே அவளுடைய ஆட்சி இங்கு. இனிமேல் எட்டுக் கண் விட்டெறியும். நீயும் நானும் இனிமேல் வாசற் கதவைத் திறக்க வேண்டிய அவசியமேயில்லை. முஜ்ராவுக்குக் கூட இனி ஆள் கிடைக்கப் போவதில்லை.”

“நீங்கள் வீண் கற்பனையில் பேசுகிறீர்கள், மாமா. அக்தரி பேகத்தைப் பற்றி இந்த வட்டாரம் முழுவதுக்கும் தெரியும். யாராவது அவளைத் தேர்ந்தெடுப்பார்களா?”

“ஏன் மாட்டார்கள்? அவள் என்ன சொல்கிறாள் தெரியுமா? உங்கள் மந்திரிகள் எல்லாம் என்னிடம் வருகிறார்கள். நான் அவர்களைவிட எதிலும் குறைந்தவள் இல்லை. இந்த வட்டாரத்துக்கு நல்லது செய்ய என்னால் தான் முடியும் என்கிறாள். உன்னிடமே பிரசாரத்துக்கு வருவாள் பார்!”

“என் வீட்டுக்குள் நுழைவது தனக்குக் கௌரவக் குறைவு என்று நினைப்பவள் அவள்!”

“உனக்குத் தேர்தலைப் பற்றித் தெரிந்த லட்சணம் அவ்வளவுதான். மானம், அவமானம், கௌரவம் என்கிற

வார்த்தைகளே தேர்தல் அகராதியில் கிடையாது. நீ கொஞ்சம் இளைப்பாறு. சிறிது நேரம் போனால் பிரசார சப்தம் ஆரம்பித்து விடும்.”

“நல்ல கூத்து” என்று புன்னகை செய்தபடி அவள் படுக்கையில் படுத்துக் கண்களை மூடினாள்.

பேகம் அக்தரி...

எத்தனை வருஷங்களாக அவளுடைய தொழில் எதிரி! அதாவது அக்தரி அவளை அப்படிப் பாவித்து வந்திருக்கிறாள். அவளுடைய அழகைக் கண்டு, பாட்டுத் திறமையைக் கண்டு, ரோஷனாரா அவள் மேல் பொழிந்த அன்பைக் கண்டு எழுந்த பொறாமையின் விளைவு பேச்சிலும் செய்கையிலும் மிகையான அலங்காரத்திலும் வெளிப்பட்டது. ரோஷனாராவின் கூரையின் அடியில் அவளும் வாழ்ந்து வந்தவள். குலாபியைப் போல் எங்கிருந்தோ கடத்தப்பட்டவள். ‘சமேலி’ என்று ரோஷனாரா பெயர் வைத்திருந்தாள். குலாபியின் மேல் ஏற்பட்ட பொறாமையினாலேயே ரோஷனாராவை விரோதித்துக் கொண்டு ஜி.பி. ரோட்டில் குடியேறிப் போனாள். ரோஷனாரா மிக ஜாக்கிரதையாகப் பாதுகாத்து வந்த பண்புகளை, நாகரிகத்தைத் துச்சமாக நினைத்தவள் போல் நடந்து கொள்வதாகப் பலர் வந்து புகார் செய்திருக்கிறார்கள். அவளுக்குப் புத்தி சொல்ல நினைத்து ரோஷனாரா அவளைக் கூப்பிட்டனுப்பியும் அவள் திரும்ப வரவேயில்லை.

வெகு சீக்கிரத்தில் அந்த வட்டாரத்தை ஆட்டிப் படைக்கும் ‘பேக’மாகப் போய் விட்டாள் அக்தரி. பல பெண்களை வேலைக்கு அமர்த்தி வியாபாரத்தை நடுத் தெருவுக்குக் கொண்டு வந்து விட்டாள். ஜி.பி. சாலை இன்று நாற்றமெடுத்து விட்டதற்கு இவள்தான் காரணம் என்று அந்த வட்டாரம் முழுவதும் அறியும்.

ஆனால், அவளை யாரும் எதுவும் செய்ய முடியாது. யாரும் எந்த நடவடிக்கையும் எடுக்க முடியாது. அரசியல் வட்டாரத்தில் பல தொடர்புகளையும் சிநேகிதங்களையும் ஏற்படுத்திக்

கொண்டிருந்தாள். அந்தத் திமிரில் யாரையும் லட்சியம் செய்யும் நிலையில் அவள் இல்லை.

இப்பொழுது அவளே தேர்தலுக்கு நிற்கிறாள் எத்தனை பெரிய கேலிக்கூத்து இது! இவளைப் போன்றவர்கள் நாட்டை ஆள முற்பட்டால், தேசத்துக்குச் சரியான சவுக்கடி.

அவளுக்குச் சிரிப்பு வந்தது. போலித்தனமே வாழ்க்கை முறையாகப் போய்விட்ட இந்தச் சமூகத்துக்கு இப்படிப் பட்ட சவுக்கடி தான் தேவை.

பயண அசதியினால் அவள் தன்னையறியாமல் தூங்கிப் போனாள்.

ஏதோ பேச்சுக் குரல் கேட்டு அவள் விழித்துக் கொண்டாள்.

ஆண்களும் பெண்களுமாய் நடுக்கூட்டத்திலிருந்து பல குரல்கள் வந்தன.

அவள் எழுந்திருப்பதா வேண்டாமா என்கிற யோசனையுடன் படுத்திருந்தாள்.

"அவள் நெடுந்தூரம் பிரயாணம் செய்த அலுப்பில் தூங்குகிறாள். இப்பொழுது அவளை எழுப்ப முடியாது!" என்றார் கோவிந்த் மாமா கண்டிப்புடன்.

"நாங்கள் காத்திருக்கிறோம், பரவாயில்லை."

இத்தனை பிடிவாதமாக வந்து அமர்ந்தவர்கள் யாராக இருக்கும் என்று அவளுக்கு ஆவல் ஏற்பட்டது. வரும்படி இல்லாத விஷயமாக இருக்க வேண்டும். அதுதான் கோவிந்த் மாமா அலட்டிக் கொள்ளாமல் இருக்கிறார் என்று புரிந்தது. அல்லது பேகம் அக்தரியா?

அவள் அவசரமாக எழுந்து குளியலறையில் தயாராக இருந்த வெந்நீரில் அலுப்புத் தீரக் குளித்து மாற்றுடை உடுத்திக்கொண்டு கூடத்துக்கு வந்தாள்.

பழைய தில்லியின் வியாபார சமூகத்தைச் சேர்ந்த பிரமுகர்கள் வந்திருந்தார்கள். இவர்களைச் சாதாரணமாக

அதீதமாக உபசரிக்கும் கோவிந்த் மாமா இன்று ஏன் பாராமுகமாக இருக்கிறார் என்று அவளுக்கு ஆச்சரியமாக இருந்தது.

அவர்களுக்கு அவள் நமஸ்கரித்துவிட்டு மென்மையான புன்னகையுடன் கேட்டாள்:

"உங்களுக்கு நான் என்ன சேவை செய்ய முடியும். சொல்லுங்கள்"

"உன்னால் ஒரு பெரிய காரியம் ஆக வேண்டும், குலாபி நீ மறுக்கக் கூடாது."

அவள் குழப்பத்துடன் புன்னகை செய்தாள். "என் சக்திக்கு உட்பட்ட காரியமானால் சொல்லுங்கள்."

"உட்பட்டது என்று நாங்கள் நினைக்கிறோம். உன் சக்தியைப் பற்றி உனக்கே தெரியாது. குலாபி"

"சொல்லுங்கள்."

"இந்த வட்டாரத்துக்குப் பேகம் அக்தரி தேர்தலுக்காக நிற்கிறாள். அவள் ஜெயித்துவிட்டால் பழைய தில்லி முழுவதையும் சிவப்பாக்கி விடுவாள். கௌரவமான மனிதர்கள் வாழவே தகுதியில்லாமல் போய் விடும். அதனால்..."

"அதனால்...?"

"நீ அவளுக்குப் போட்டியாக நிற்க வேண்டும்."

அவள் சில விநாடிகள் அவர்களுடைய வார்த்தைகளின் சாராம்சம் புரியாமல் விழித்து, பிறகு புரிந்ததும் நிலைமையின் அசம்பாவிதத்தை நினைத்துக் கடகடவென்று சிரித்தாள்.

"இது விளையாட்டுச் சமாசாரம் இல்லை, குலாபி. தேர்தலுக்குப் பெயரைப் பதிவு செய்ய இன்றுதான் கடைசி நாள். நீ மறுக்கக் கூடாது. உன்னால்தான் இந்த இடம் சீரடைய வேண்டும். உன் சமூகத்துக்கு நீ செய்ய வேண்டிய தொண்டு நிறைய இருக்கிறது. குலாபி. தேர்தலில் ஜெயித்து வந்தாயானால் உன்னால் செய்ய முடியாதது ஒன்றுமில்லை."

ஓ, இவர்கள் வெட்டிப் பேச்சுப் பேச இங்கு வரவில்லை என்கிற உணர்வில் அவள் நிமிர்ந்து உட்கார்ந்தாள்.

சதுரங்கப் பலகையின் மத்தியில் பகடைக் காயாகத் தன்னை ஓர் அமானுஷ்ய சக்தி நகர்த்துவதாகப் பிரமை ஏற்பட்டது. செல்லப் போகும் கட்டம் கறுப்பா வெளுப்பா?

——

அத்தியாயம்

15

கோவிந்த் மாமாவின் முகத்தில் அலுப்பும் கோபமும் தெரிந்தன. தூரத்தில் சாந்தினி சௌக்கிலோ, ஜி.பி. சாலையிலோ மட்டரகச் சினிமாப் பாட்டு எட்டூருக்குக் கேட்கும்படியாக அலறிற்று. மூலையில் வாத்தியங்கள் மௌனமாக அமர்ந்திருக்க, பழுதடைந்த சுவர்களின் பின்னணியில் மோங்கியா அனுப்பிய புதிய மலிவான ரத்தினக் கம்பளத்தின் மேல் சுருக்கம் இல்லாத பளபளத்த மேனியுடன் அந்தப் பிரமுகர்கள் உட்கார்ந்திருந்தார்கள். முகத்திலும் பார்வையிலும் போர்த்தியிருந்த வினயத்துக்குப் பின்னால் பேராசைகளும் இச்சைகளும் மெல்லிய நிழற் கோடுகளாய்ப் பளிச்சிட்டன.

தூரத்தில், வெகுதூரத்தில் கடலோசை கேட்டது. வானும் நிலமும் நீரும் நெருப்பும் என்னுள் ஐக்கியம் என்றது. வானை எட்ட வேண்டிய தொலைவு இன்னும் இருக்க, நிலத்தில் மனத்தைப் புதைத்துக் கொள்வதா என்றது.

குலாபி மெள்ளத் தனது பிரமையிலிருந்து விடுபட்டு அவர்களைப் பார்த்துப் புன்னகை செய்தாள்.

"நீங்கள் எல்லாரும் என்னை மன்னிக்க வேண்டும். வெளி உலகத்தோடு தொடர்பே வைத்துக் கொள்ளாமல் தான் அமைதியாக வாழ்ந்து வருகிறேன். எனக்குப் பொது வாழ்வில் விருப்பம் இல்லை. என்னைத் தயவுசெய்து வற்புறுத்தாதீர்கள்."

“நீ அப்படிச் சொல்லக் கூடாது, குலாபி. உன் வரையில் நீ அமைதியாக இருந்தால் போதுமா? நீ நின்று ஜெயித்தால் இந்த வட்டாரத்து மக்கள் அமைதியாக இருப்பார்கள். பேகம் அக்தரி வந்துவிட்டால் அனர்த்தமாகிப் போகும்.”

“அவள் வரக்கூடாது என்று தடுக்கத்தான் நானா?”

“அவள் வராமல் தடுக்கக்கூடிய சக்தி உனக்குத்தான் உண்டு என்கிற காரணத்தால்! உனக்குத் தெரியாது, குலாபி. உன் பெயரைச் சொன்னால் கண்ணை மூடிக்கொண்டு இந்த வட்டாரத்து மக்கள் ஓட்டுப் போடுவார்கள் - ஜி.பி. சாலையில் அவள் ஆட்சியின் கீழ் இருக்கும் பெண்கள் முதற்கொண்டு!”

“அக்தரியோடு போட்டி போட்டு ஜெயித்து எனக்கு என்ன ஆகப் போகிறது, ஜனாப்? வீண் மனஸ்தாபமும் துவேஷமும்தான் மிஞ்சும்!”

அந்த அவர்கள் பொறுமையுடன் அவளுக்கு விளக்க முற்பட்டார்கள்.

“குலாபி ஒரு விஷயம் நீ புரிந்து கொள்ள வேண்டும். இது உனக்கும் அக்தரிக்கும் நடக்கும் போட்டி இல்லை. நல்லதுக்கும் பொல்லாதற்கும் இடையே நடக்கும் போட்டி. நீ ஜெயித்தாயானால் தர்மத்துக்கு வெற்றி. அக்தரியின் கொட்டம் அடங்கினால் இந்த வட்டாரத்து ஜனங்களுக்கு வெற்றி!”

இவர்கள் விடமாட்டார்கள் போல் இருந்தது. அக்தரியின் மேல் இருக்கும் ஏதோ கோபத்தினாலேயே இவர்கள் தன்னைப் பகடையாக உபயோகிக்க வந்திருக்கிறார்கள் என்று புரிந்தது. இவர்கள் எல்லோரும் கொடுத்த இடத்தினால் தான் அக்தரி இத்தனை திமிர் பிடித்துப் போய் விட்டாள் என்கிற கோபம் சுர்ரென்று ஏற்பட்டது.

‘நீங்கள் இனிமேல் போகலாம்’ என்கிற தினுசில் அவள் எழுந்தாள்.

“தயவுசெய்து மன்னியுங்கள். எனக்கு இந்த விவகாரங்களில் சம்மதம் இல்லை. இல்லாததையும் பொல்லாததையும் தேர்தல் பிரசாரங்களில் பேசுவார்கள் என்பது உங்கள் பேச்சில் தெரிகிறது. தர்மத்துடன் என்னை ஒப்பிடாதீர்கள். என்னை ஒரு கௌரவமான பிரஜையாக வெளியுலகம் ஏற்காது என்று எனக்குத் தெரியும். உங்கள் வீட்டு நிலைப் படிகளைத் தாண்டி உள்ளே நுழைய எனக்கு அனுமதி கிடைக்காது என்று எனக்குத் தெரியும். தேர்தலில் நுழைந்து இன்னும் சகதியைப் பூசிக் கொள்ள எனக்கு இஷ்டமில்லை.”

“நீ ஜெயித்தாயானால் உன் நிலையே மாறிப் போகும், குலாபி கிடைக்காத கௌரவம் கிடைக்கும். யார் கண்டது, நீ மந்திரியானாலும் ஆகலாம்!”

அவள் பெரிய ஹாஸ்யத்தைக் கேட்டவள் போல் சிரித்தாள்.

“வேண்டாம். எனக்கு அந்த மாதிரிப் பதவி ஏதும் வேண்டாம்!”

“உன் சமூகத்துக்கு நீ செய்யக்கூடிய சேவையை நினைத்துப் பார். நீ பாதுகாப்பாக உன் மொகல்லாவில் உட்கார்ந்திருக்கிறாய். ஜி.பி. ரோட்டில் ஒரு நடை போய்ப்பார், அங்கிருக்கும் வியாதியையும், அசுத்தத்தையும் ஏழைமையையும் அசிங்கத்தையும் பார்த்தாயானால், ‘நான் என்ன செய்ய முடியும்’ என்று விட்டேற்றியாக இருக்க மாட்டாய். அந்த நகரத்தையே உன்னால் நேராக்கி விட முடியும். உனக்கு ஆண்டவன் அளித்திருக்கும் வாய்ப்பு இது!”

அவள் குழப்பத்துடன் அவர்களைப் பார்த்தாள். இவர்கள் சொல்வதெல்லாம் சாத்தியமா? ஒரு மனுஷத் தனத்தினால் ஆகக்கூடிய காரியமா அது?

முடியாது என்கிற மாதிரி கோவிந்த் மாமா மண்டையாட்டிக் கொண்டு நின்றிருந்தார்.

அவள் தயக்கத்துடன் அவர்களைப் பார்த்துச் சொன்னாள்.

“இதற்கெல்லாம் நிறையச் செலவாகும் என்று சொல்வார்கள்.”

“அதைப் பற்றி நீ கவலைப்படாதே. நீ ஒரு பைசா செலவழிக்க வேண்டியதில்லை. எல்லாம் கட்சி பார்த்துக் கொள்ளும்.”

அவள் சற்று நேர மௌனத்திற்குப் பிறகு மெல்லச் சொன்னாள்.

“எனக்கு அவகாசம் வேண்டும். நீங்கள் என்னை நெருக்கிப் பிடித்தால் என்னால் பதில் சொல்ல முடியாது. நான் யோசிக்க வேண்டும்.”

“மாலை வரை நேரம் தருகிறோம், குலாபி. இன்றுதான் பதிவு செய்து கொள்ளும் கடைசி நாள். மாலை நான்கு மணிக்கு வருவோம். அதற்குள் நல்ல முடிவாக எடு.”

“ஆண்டவனின் சித்தம் எப்படியோ, அப்படித்தான் நடக்கும், ஜனாப்”

அவர்கள் சென்றதும் விரைந்து வாசல் கதவைத் தாழ்ப்பாள் போட்டு விட்டுக் கோவிந்த் மாமா அவளைக் கோபத்துடன் பார்த்தார்.

“உனக்கென்ன புத்திபிசகி விட்டதா, குலாபி அவர்கள் மறுபடியும் வந்து கழுத்தறுக்க ஏன் சந்தர்ப்பம் கொடுத்தாய்?”

“என்னை அவர்கள் குழப்பிவிட்டார்கள், மாமா, சேவை, தொண்டு என்கிற வார்த்தைகளைப் போட்டுத் தடுமாற வைத்து விட்டார்கள்!” என்றாள் அவள் குற்ற உணர்வுடன்.

“அதெல்லாம் வெறும் வார்த்தைகள். நீ வேண்டாத வம்பை வாங்கிக் கொள்ளாதே. அக்தரி பேகத்தைப் பிடிக்காதவர்கள் இவர்கள். அதனால்தான் இத்தனை நாளாக இருக்கிறாயா செத்தாயா என்று அக்கறை காட்டாதவர்கள் வீடு தேடி வந்திருக்கிறார்கள். அக்தரிக்கு வேண்டியவன்கள் எத்தன்கள். நீ நின்றால் உன்னைக் கவிழ்க்க எத்தனை மார்க்கமுண்டோ அத்தனையிலும் நுழைவார்கள். வீணாக இதில் மாட்டிக் கொள்ளாதே. அரசியல் விளையாட்டு மிகப் பயங்கரமானது. இருக்கும் நல்ல பெயரும் பிறகு போய்விடும்.”

“ஜி.பி. ரோட்டைச் சீராக்கலாம் என்று சொன்னாரே”

"உன்னை வளைக்கும் வழி எது என்று தெரிந்து வைத்திருக்கும் எத்தர்கள் அவர்கள்! ஜி.பி. ரோட்டின் தலையெழுத்தை உன்னாலும் என்னாலும் மாற்ற முடியாது, குலாபி. அக்தரி பேகம் போன்றவர்களும் அவர்களை உபயோகித்துக் கொள்ளும் மனிதர்களும் இருக்கும் வரை ஒன்றும் செய்ய முடியாது."

அவள் சற்று நேரம் பதில் பேசாமல் தீவிர யோசனையில் இருந்தாள். கோவிந்த் மாமாவின் முகத்தில் கோபம் பளபளப்பாதைக் கவனிக்காமல் மெல்லிய குரலில் சொன்னாள்:

"அக்தரி ஜெயித்து விட்டாளானால் அவள் கொட்டத்தை அடக்க முடியாது என்கிறார்கள் மாமா!"

அதிர்ந்து போனவர் போல் கோவிந்த் மாமா அவளைப் பார்த்தார். "அந்த வேஷக்காரர்களின் பேச்சு உன்னை மயக்கி விட்டதா, குலாபி தேர்தல் வெறி உன்னையும் பற்றிக் கொண்டுவிட்டதா? பதவி மோகம் வந்துவிட்டதா உனக்கும் இல்லை அக்தரியைப் பழிதீர்க்க இப்பொழுது சந்தர்ப்பம் கிடைத்துவிட்டதாக நினைக்கிறாயா?"

சாட்டையடி மாதிரி விழுந்த வார்த்தைகளில் அவள் சற்றுத் தடுமாறிப் போனாள்.

இந்த உணர்வுகள்தான் நம்மை மறைமுகமாக உலுக்குகின்றனவா?

அவள் தன்னைச் சமாளித்துக் கொண்டு சிரித்தாள்.

"பழி வாங்கும் உணர்ச்சி எனக்குச் சுபாவத்தில் இல்லை. அதுவும் அக்தரியின் மேல் அதைக் காண்பிக்க காரணமேயில்லை."

"என்ன காரணமோ, அவர்களது பேச்சில் மயங்கிப் போய் இப்பொழுது தடுமாறுவது நன்றாகத் தெரிகிறது. பதவி மோகம் வந்திருக்கலாம். ஜெயித்தால் மந்திரிப் பதவி கிடைக்கும் என்று ஆசை வேறு காட்டிவிட்டார்கள் அந்த வியாபாரிகள்."

அவள் பதில் சொல்லாமல் சிரித்தாள்.

“அந்த ஆசை காட்டலுக்கு நான் மசிந்து போவேன் என்று நினைக்கிறீர்களா, மாமா?”

“இதற்கு இல்லாவிட்டால் இன்னொன்றுக்கு மசிவாய். சமூக சேவை என்கிற அலங்கார வார்த்தைக்கு வணங்குவாய், சமூகம் எங்கே வந்தது திடீரென்று? சாந்தினி சௌக்கின் ஒரு தெரு உன்னை அங்கீகரித்தால் போதுமா? ஓட்டுக்கள் அந்தத் தெருவிலிருந்து மட்டுந்தான் வரும் என்று நினைக்கிறாயா? அக்தரியைத் தவிர இந்தத் தொகுதிக்கு இன்னும் இரண்டு பேர்கள் நிற்கிறார்கள் - பொதுஜன சேவைக்கு உங்களுக்கு என்ன தகுதி இருக்கிறது என்று அக்தரியைச் சந்தியில் சிரிக்க வைக்கிற அதே வேகத்தோடு உன்னையும் சிரிக்க வைக்கப் போகிறார்கள். தெற்கே ஒரு முறை பயணம் செய்து வந்துவிட்டால் உலக ஞானம் வந்துவிட்டதாக நினைக்கிறாயா?”

அவளுக்கு இந்த ஆத்திரமும் எரிச்சலும், சிரிப்பையும் துக்கத்தையும் அளித்தன.

“என்னைப் பற்றிய நினைப்பே எனக்குக் கிடையாது என்று உங்களுக்குத் தெரியும், மாமா.”

“அதைத்தான் அந்தப் பசப்புக்காரர்கள் உபயோகித்துக் கொள்ளப் பார்க்கிறார்கள். சேவை அது இது என்று சொல்லி. உன்னைப் பற்றியும் நீ நினைத்துப் பார்க்கத்தான் வேணும். அவர்கள் சொல்கிறபடியே நடக்கிறது என்று வைத்துக் கொள்வோம். நீ ஜெயித்து மந்திரியாகி, உன் பிள்ளைகளே உன்னை ஏற்கும் அளவுக்கு உன் கௌரவம் ஏறப் போகிறது என்று வைத்துக் கொள். உன் பாஷையிலேயே சொல்கிறேன். அந்தக் கௌரவம் நிஜமானதாகிப் போகுமா? செயற்கையான கௌரவம் இல்லையா அது?”

தன் கண்களில் நிறைந்த நீரை மறைக்க அவள் தலையைக் குனிந்து கொண்டாள்.

“அந்தச் செயற்கைக் கௌரவத்தை என் ஆயுதமாக உபயோகிக்கலாமோ என்கிற சபலம் எழுகிறது, மாமா.”

"உன்னை நீயே ஏமாற்றிக் கொள்ளாதே, குலாபி. அந்த ஆயுதத்தினால் உனக்கேதான் ஆபத்து. ஜி.பி. ரோட்டை உதாரணம் பண்ணப் போக, அதன் சகதி உன் மேல்தான் விழும். நான் சொல்வதைச் சொல்லிவிட்டேன். யோசிக்கும் திறமை உனக்கு உண்டு. உசிதம் போல் முடிவெடு."

கோவிந்த் மாமா சால்வையை உதறிப் போர்த்திக் கொண்ட வேகத்தில் அவருடைய கோபம் தெரிந்தது. விருக்கென்று அறையை விட்டு அகன்றதில் ஏமாற்றம் தெரிந்தது.

சற்று நேரத்துக்கு அவள் திகைப்புடன் நின்றாள்.

மாமாவின் போக்கில் கொஞ்ச நாட்களாக ஒரு குற்ற உணர்வு இழையோடு வதாகப்பட்டது. அதனால்தான் அவளிடம் எஞ்சியிருக்கும் கௌரவத்தை, அவளது தொழிலில் அவளுக்கு இருக்கும் மரியாதையைக் காப்பாற்ற வேண்டிய அவசியத்தை வலியுறுத்துகிறார் என்று தோன்றிற்று. சில மாதங்களுக்கு முன்பாக இந்தத் தேர்தல் இருந்திருந்தால் இவருடைய பார்வையே வேறாக இருந்திருக்கலாம். அவள் வெற்றி பெறுவதனால் வரக்கூடிய ஆதாயத்தை அவர் தீர்க்கமாக யோசித்து அவரே அவளைச் சம்மதிக்க வைத்திருப்பார். மோங்கியாவின் சடலத்தைப் பார்க்கப் போன அன்றிலிருந்து மோங்கியாவின் மனைவியின் தூஷணையைக் கேட்ட விநாடியிலிருந்து - கோவிந்த் மாமாவுக்குள் ஒரு மாற்றம் ஏற்பட ஆரம்பித்து விட்டார் போல் தோன்றிற்று. 'என்னால் உனக்கு நேர்ந்து விட்ட அநீதி போதும், போதும்' என்று மானசீகமாகச் சுவரில் மண்டையை மோதிக் கொள்பவர் போல...

அவள் சட்டென்று தன் பிரமையிலிருந்து விடுபட்டவள் போல் எழுந்தாள். கோவிந்த் மாமா தன் அறையில் கட்டிலின் மேல் முழங்காலில் கைகளைக் கோத்து முகத்தைப் புதைத்தபடி அமர்ந்திருந்தார்.

ஓ! இருவருக்கும் ஒருவரை இன்னொருவர் விட்டால் வேறு நாதி கிடையாது என்கிற சுய பச்சாதாபம் அவளை

ஆட்கொண்டது. அவள் அவர் அருகில் அமர்ந்து அவருடைய முதுகை மென்மையாகத் தடவினாள்.

அவர் தலையை நிமிர்த்தாமலே, "என்னை நீ அந்நியமாக நினைக்கிறாய், குலாபி என்னை உன்னால் மன்னிக்க முடியவில்லை" என்றார்.

"குழந்தை மாதிரிப் பேசுகிறீர்கள், மாமா. யாரை யார் மன்னிப்பது?" என்றாள் அவள் வாஞ்சையுடன்.

"என்ன முடிவு செய்யப் போகிறாய்?" என்றார் அவர் ஜாக்கிரதையாக.

"தேர்தலுக்கு நிற்கமாட்டேன், கவலைப்படாதீர்கள். நீங்கள் சொல்கிற மாதிரி எனக்கு இதனால் எந்த ஆதாயமும் இல்லை. என்னை ஒரு பகடையாக உபயோகிக்கத் தான் இந்த முயற்சி என்று புரிகிறது, மாமா!"

கோவிந்த் மாமா தலையை நிமிர்த்தி நிம்மதி அடைந்த சிறுவன் போல் வெள்ளையாகச் சிரித்தார்.

"இந்தக் கிழவன் பேச்சுக்கு மரியாதை கொடுத்தற்கு நன்றி, குலாபி நல்ல காரியம் செய்வதற்கு மந்திரி ஆக வேண்டிய அவசியமில்லை."

"வாஸ்தவம், மாமா!" என்று அவள் புன்னகைத்தாள். அவர் ஒரு கையால் அவளை அணைத்தபடி மிருதுவாகச் சொன்னார்:

"வயசானால் சின்னக் குழந்தைகளாகி விடுகிறோம், குலாபி. குழந்தைகளுக்கிருக்கும் பயம் நமக்கும் வந்து விடுகிறது. நீ திரும்பி வருகிறவரை பயந்தேன். வந்து விட்டாய் என்கிற நிம்மதி ஏற்படுமுன் இந்தத் தேர்தல் சமாச்சாரம் தனிமையையும் அதிர்ச்சிகளையும் தாங்கும் வயசில்லை எனக்கு இப்போது, குலாபி."

அவருடைய பார்வையைக் கண்டு அவள் நெகிழ்ந்து போனாள்.

"உங்களைத் தனிமையில் ஏங்க விடமாட்டேன், மாமா. உங்களுக்கு எந்த அதிர்ச்சியையும் கொடுக்கவும் மாட்டேன்."

அவர் தம்மைக் கட்டுப்படுத்திக்கொள்ள இயலாதவர் போல் அவள் தோள் மேல் முகத்தைப் புதைத்து விசித்து விசித்து அழுதார்.

எத்தனை விசித்திரமான, தூய்மையான பாசம் இது என்று அவளுக்கு நினைக்க நினைக்க ஆச்சரியமாக இருந்தது. சற்று நேரத்தில் அவர் தம்மைச் சமாளித்துக் கொண்டு கண்னணத் துடைத்துக் கொண்டு நிமிர்ந்தார்.

"நான் கொஞ்சம் வெளியில் போய் நிலவரம் எப்படியிருக்கிறது என்று பார்த்துவிட்டு வருகிறேன்" என்று எழுந்தார்.

"நான்கு மணிக்கு அவர்கள் வந்தால் மறுப்பைத் தெரிவித்து விடு. அவர்கள் வரும் சமயத்தில் நான் இருக்க வேண்டாம் என்று பார்க்கிறேன். நான்தான் உன் எண்ணத்தை உன் மேல் நிர்ப்பந்தப்படுத்துகிறேன் என்று நினைப்பார்கள். வெளி நிலவரத்தையும் பார்க்க வேண்டும். நீ அக்தரிக்கு எதிராக நிற்கப் போகிறாய் என்கிற புரளியை அதற்குள் இவர்கள் பரப்பியிருந்தாலும் ஆச்சரியப்படுவதற்கில்லை. எந்த அளவுக்குச் செய்தி போயிருக்கிறது என்று பார்த்துவிட்டு வருகிறேன்."

"எதற்கு மாமா?" என்றாள் குலாபி தயக்கத்துடன்.

"அவர்கள் வரும்போது நீங்களும் இருங்களேன்!"

"ஏன், உன்னை வளைத்து விடுவார்கள் என்று பயப்படுகிறாயா?"

"இல்லை, அந்தப் பயம் இல்லை. உங்கள் விருப்பத்துக்கு எதிராகச் சத்தியமாகப் போகமாட்டேன், மாமா!"

அவர் அவள் கையைப் பற்றித் தம் அதரங்களில் பதித்தார்.

"நன்றி, குலாபி" என்றார்.

அவரது கண்கள் பனிப்பதைக் கண்டு அவளுக்கு மெல்லிய ஆச்சரியும் ஏற்பட்டது.

இருபது நாள் பிரிந்ததில் எத்தனை பலவீனமாகி விட்டார் இவர் என்று நினைக்க வேதனையாக இருந்தது.

அவர் கிளம்பும்போது அவளைத் திரும்பிப் பார்த்துப் புன்னகை செய்தார்.

“அக்தரிக்கும் உனக்கும் ஏணி வைத்தால்கூட அவள் உன் கால் தூசுக்குச் சமதையில்லை, அவளுக்கு எதிராக உன்னை நிறுத்தினால் உனக்கு நிகர் அவள் என்பது போல் ஆகிவிடும். உன்னை யாரும் கேவலப்படுத்தாதபடி பார்த்துக் கொள். வெளி உலகம் உன்னை எப்படி எடை போட்டாலும் நீ ரொம்பக் கௌரவமானவள், குலாபி. அதை நீ மறக்கக்கூடாது.”

“நான் மறக்க மாட்டேன், மாமா!”

“அப்புறம், குலாபி. உன் வாழ்க்கையில் எல்லாமே பொய்யாகப் போய் விட்டதாகச் சொல்லி வருகிறாய். ஒன்று நீ ஞாபகம் வைத்துக்கொள்ள வேண்டும். உன்மேல் எனக்கிருக்கும் பிரியம் சத்தியமானது.”

இவர் என்ன காரணத்தினால் இன்று இப்படி உணர்ச்சி வசப்படுகிறார் என்று அவள் நெகிழ்ந்து போனாள்.

“அதை நான் சத்தியமாய் அறிவேன், மாமா” என்றாள் அவள் மென்மையாக.

“கதவைத் தாழ் போட்டுக் கொள். காலம் சரியில்லை. தேர்தல் சமயத்தில் என்ன நடக்கும் என்று சொல்வதற்கில்லை!” என்றார்.

அவள் யோசனையுடன் கதவைத் தாழ்ப்பாள் போட்டுவிட்டு நடுக்கூடத்துக்கு வந்தாள்.

பிரம்மாண்டமான அந்தக் கூடத்தில் ஒரு மூலையில் வாத்தியங்கள் மௌனமாய் அமர்ந்திருக்க, மோங்கியாவின் ரத்தினக் கம்பளத்தின் மேல் தன்னந்தனியாக நிற்பது ஒரு விசித்திரமான உணர்வை ஏற்படுத்திற்று. இனம் புரியாத ஒரு சங்கடம் அடி வயிற்றில் சுழன்றது.

பெண்கள் எல்லாரும் முற்றத்து வெளியில் போர்வையால் முகத்தை மூடிப் படுத்திருந்தார்கள். அவள் நிதானமாக வாத்தியங்கள் வைத்திருந்த மூலைக்குச் சென்று தம்பூராவின் உறையைக் கழற்றி மீட்ட ஆரம்பித்தாள். சுருதி கூட்டி ஸட்ஜமும் பஞ்சமமும் மாறிமாறிப் பிரவசிக்கையில் புதிதாக ஏதோ உள்ளுக்குள்

ஜனித்து மலர்ந்தாற் போல் உடல் சிலிர்த்தது. அவள் கண்களை மூடிக்கொண்டு சுருதியில் லயித்து மானசீகமாக ஸா பா பா என்று இழுத்து யமன் கல்யாணியைத் தொடங்கியதும், அக்தரி பேகமும் தேர்தலும் தந்திர வியாபாரிகளும் அவமானங்களும், 'கமலமா?' என்ற அதிர்ந்த கேள்வியும், 'அந்தம்மாளுடைய சரித்திரம் நமக்குத் தெரியும்னு சொல்லு' என்ற திமிரான வார்த்தைகளும், வெப்பம் தாங்காத பனித் துளிகளாய் ஆவியாய் மறைந்து.

யமன் கல்யாணியின் சாம்ராஜ்யத்தில் இதுவரை கைப்பற்றியிராத பிரதேசங்களைத் துழாவ அவள் ஒரு வேட்கையுடன் தாவினாள். மோங்கியா பரவசத்துடன் தலையசைத்துக் கொண்டு, எதிரே அமர்ந்திருக்க, ஓர் ஓரமாய்த் தாண்களின் மறைவில் கோவிந்த் மாமா கன்னத்தில் நீர் வழிய, கண்களில் பேரொளியுடன் காணப்பட்டார்.

'இதென்ன ஒளி, இத்தனை நாள் நான் எப்படிக் கவனிக்காமல் இருந்தேன்' என்கிற நினைப்புடனேயே அவள் பிருக்காக்களைக் கண்ணை மூடிக் கொண்டு உதிர்க்கையில் 'உன் மேல் எனக்கு இருக்கும் பிரியம் சத்தியமானது' என்கிற வார்த்தைகள் திடீரென்று எதிரில் நிற்க - அவள் அதிர்ந்தவளாய்ப் பாட்டை நிறுத்திக் கண்களைத் திறந்தாள். வாசற் கதவை யாரோ பலமாகத் தட்டிக் கொண்டிருந்தார்கள். அலறிப் புடைத்துக் கொண்டு மகாலட்சுமி கதவைத் திறந்ததும், பேயறைந்த முகத்துடன் அக்பர் முன்னால் நுழைந்தான். அவனைத் தொடர்ந்து காலையில் வந்த பிரமுகர்கள்.

குலாபி சரேலென்று எழுந்தாள்.

"அக்பர் என்ன சமாசாரம்?" என்றாள் பதைப்புடன்.

"குலாபி ஸாஹிபா, கோவிந்த் மாமாவை யாரோ குத்திக் கொன்று விட்டார்கள்...!"

விழி பிதுங்கக் குலாபி அவனைப் பார்த்தாள். பிறகு வெகு ஆவேசத்துடன் அந்தப் பிரமுகர்களை நோக்கி முன்னேறினாள்.

——

அத்தியாயம்

16

நெஞ்சம் முழுவதும் அக்கினிப் பிழம்பாய்ப் போயிற்று. தேகமே அந்தச் சூட்டில் பதறித் துடித்தது. பார்வையிலும் வார்த்தைகளிலும் அனல் பறந்தது.

எதிரில் நின்றிருந்த அக்பரும் பிரமுகர்களும் அதிக வாட்டமடைந்தவர்களாய் லேசான அதிர்ச்சியுடன் அவளைக் கவனித்தார்கள். அவர்களுக்குப் பழக்கப்பட்ட மென்மையும் நளினமும் உருவமான குலாபியில்லை இது; காளியின் சொரூபம்.

“யாரோ என்று சொல்லாதே, அக்பர்!” என்றாள் குலாபி உணர்ச்சிவசப்பட்டு.

“இந்தப் பெரிய மனிதர்களைக் கேள், யார் இதற்கெல்லாம் காரணம் என்று.”

“என்ன சொல்கிறாய், குலாபி?” என்றார் ஒருவர் மெல்லிய சீற்றமும் ஆச்சரியமும் தொனிக்க.

“எங்களுக்கு என்ன சம்பந்தம் இதில் நாங்களே சேதியைக் கேள்விப்பட்டு அதிர்ச்சியுடன் ஓடி வந்திருக்கிறோம்.”

“யார் கொலை செய்திருப்பார்கள் என்று நினைக்கிறீர்கள்? கொலைக்குக் காரணம் என்ன? திடீரென்று இப்பொழுது, சொல்லுங்கள், பார்க்கலாம்” என்றாள் அவள், ஆத்திரம்

குறையாமல், கண்களிலிருந்து நீர் பீரிட்டுக் கொண்டு வர, துக்கத்தில் நெஞ்சு விம்மி விம்மித் தணிந்தது.

அவர்கள் சற்று நேரம் பதில் பேசாமல், என்ன பேசினாலும் அது அவளுடைய ஆத்திரத்தைக் கிளப்பும் என்று அனுமானித்தவர்கள் போல், மௌனமாக நின்றார்கள்.

"சொல்லுங்கள்!" என்றாள். அவள் மறுபடியும், "இன்று காலை நீங்கள் இங்கு வரும் வரையில் எங்களுக்கு யாரும் விரோதிகள் இல்லை."

"குலாபி! இது மிகவும் அதிர்ச்சி தரும் சம்பவம்தான். இருந்தாலும் உன்னைச் சற்று நிதானப்படுத்திக் கொள். போலீஸ் விசாரணைக்கு முன் நமது அனுமானங்களை வெளியில் பகிரங்கமாகச் சொல்லக் கூடாது. ஆனால், இது நிச்சயம் அக்தரியின் ஆட்களின் வேலைதான். சந்தேகம் இல்லை."

"கொலை செய்யுமளவுக்கு அவளுக்கு என் மேல் துவேஷம் இருக்க முடியாது; அதுவும் கோவிந்த் மாமாவை அபாண்டமாகச் சொல்லாதீர்கள்!" என்றாள் அவள் அதிர்ந்து.

அக்பர் அவசரமாக வாயிற் கதவைத் தாழ்ப்பாள் போட்டான். வாசலில் ஒரு சின்னக் கூட்டம் சேர்ந்திருந்தது.

குலாபி கூடத்து ரத்தினக் கம்பள விரிப்பில் அமர்ந்து முழங்கால்களில் முகத்தைப் புதைத்துக் கொண்டாள். மற்றவர்களும் அவள் அருகில் அமர்ந்து மெல்லிய குரலில் பேசினார்கள்.

"அபாண்டமாகச் சொல்லவில்லை, குலாபி. இரண்டும் இரண்டும் நாலு என்கிற கணக்கைப் போட மண்டையை உடைத்துக் கொள்ளத் தேவையில்லை. இந்தக் கொலை உன்னை எச்சரிப்பதற்காக..."

அவள் சட்டென்று தலையை நிமிர்த்தினாள்.

"எதற்கு எச்சரிக்கை?"

"தேர்தலில் அக்தரிக்கு எதிராக நீ நிற்கக் கூடாது என்பதற்கான எச்சரிக்கை!"

அவள் வெகு கோபத்துடன் அவர்களைப் பார்த்தாள்.

“நான் தேர்தலில் நிற்கப் போவதாக அக்தரிக்கு யார் சொன்னது? நான் நிச்சயமே செய்யாத போது அந்தப் புரளியை யார் கிளப்பி விட்டது?”

அவர்கள் ஒருவரை ஒருவர் பார்த்துக் கொண்டு சங்கடத்துடன் சொன்னார்கள்.

“இந்த மாதிரி விஷயங்கள் எல்லாம் இந்த வட்டாரத்தில் காட்டுத் தீயைப் போல் பரவி விடும், குலாபி.”

“நீங்கள் மூட்டிய தீ இது! என் வீட்டையே பற்றி விட்டது!”

“ஆத்திரப்படாதே, குலாபி. நாங்கள் பரப்ப வேண்டியதே இல்லை, பரப்பவும் இல்லை. அவருடைய ஆட்கள் எங்களுடைய நடவடிக்கைகளைக் கவனித்திருக்க வேண்டும். நாங்கள் இங்கு வந்ததையும் உன்னிடம் பேசி விட்டுப் போனதையும் அறிந்திருக்க வேண்டும். உளவறிவதெல்லாம் அக்தரிக்கு வெகு சுலபம். இன்றைக்குத்தான் பதிவு செய்யக் கடைசி நாளானதால் நீ முடிவெடுப்பதற்கு முன் இந்தக் கொலை நடந்திருக்கிறது. ஆட்டை வெட்டுவதும் மனிதனை வெட்டுவதும் அக்தரிக்கும் ஒன்றுதான். எதற்கும் துணிந்தவள். அதனால்தான்...”

“நீங்கள் எல்லோரும் போய் விடுங்கள் இங்கிருந்து. நல்லது செய்கிறோம் என்கிற போர்வையைப் போர்த்தித் துவேஷத்தைத் தூண்டுபவர்கள் நீங்கள், தயவுசெய்து போய்விடுங்கள். அக்பர், இவர்களைப் போகச் சொல்லு, கோவிந்த் மாமாவின் சடலம் எங்கே?”

“போலீஸ் எடுத்துப் போயிருக்கிறது. ஸாஹிபா! பின்னிரவுக்கு மேல்தான் நமக்குக் கிடைக்கும்!”

குலாபிக்குத் துக்கம் குமுறிக்கொண்டு வந்தது. அவள் தலையை மறுபடி முழங்கால்களுக்குள் புதைத்துக் கொண்டு கண்ணீருக்கிடையில் சொன்னாள்:

"இந்த வீட்டில் இப்படிப்பட்ட துர்ப்பாக்கியம் ஏற்படக்கூடும் என்று நான் நிச்சயம் நினைத்திருக்கவில்லை, அக்பர் இவர்கள் யம தூதர்கள், இவர்களைப் போகச் சொல்லு!"

வந்தவர்களில் ஒருவர் அவள் பேச்சைக் கேட்டு அயராமல் உரிமையுடன் அவளுடைய தோளைப் பற்றினார்.

"உனக்கேற்பட்ட துக்கத்தினாலும் அதிர்ச்சியினாலும் இப்படிப் பேசுகிறாய் குலாபி! உன்னுடைய துக்கம் எங்களுக்குப் புரிகிறது. நாங்களும் அதிர்ச்சி அடைந்திருக்கிறோம். அதிர்ச்சி மட்டும் இல்லை, கோபமும் ஏற்படுகிறது. இந்தச் சம்பவத்துக்காகவே அக்தரியைக் கண்டிப்பாக முறியடிக்க வேண்டும் என்று தீர்மானம் தோன்றுகிறது. கொலைக்கும் அஞ்சாத ஒரு பெண்மணியை இந்தத் தொகுதியில் தேர்தலுக்கு நிற்கக் கூட அனுமதிக்கக்கூடாது. இந்தச் சம்பவத்தையே காரணமாக வைத்து நீ தேர்தலுக்கு நிற்க வேண்டும், குலாபி...!"

அவள் சரேலென்று நிமிர்ந்து பார்த்தாள்.

அவளை இப்படி மாட்டி வைப்பதற்காக இவர்களே செய்து கொலையாக இருக்குமோ என்கிற தீவிரமான சந்தேகம் திடீரென்று தோன்ற, அவள் துக்கமும் கோபமுமாக எழுந்தாள்.

"இதோ, பாருங்கள் நீங்கள் தயவுசெய்து எழுந்திருந்து போய்விடுங்கள். நான் தேர்தலுக்கு நிற்கப் போவதில்லை. இந்தக் கொலையைப் பற்றிய செய்தி வருவதற்கு முன்பே நான் தீர்மானித்துவிட்ட விஷயம் அது. இப்பொழுது எனது தீர்மானம் அதிகமாக வலுவடைந்துவிட்டது. நான் ஏற்கனவே ஒரு சகதியில் மாட்டிக் கொண்டு வெளியில் வர முடியாமல் தவிக்கிறேன். புதிய சகதியில் மாட்டிக் கொள்ளும் வேகமோ, ஆர்வமோ எனக்கு இல்லை."

"உன்னைவிடக் கேவலமான சகதியில் இருக்கும் உன் இனத்தவர்களுக்கு ஏதேனும் செய்ய வேண்டும் என்கிற மனிதாபிமான உணர்வு உனக்கு இல்லையா?"

“நிறைய இருக்கிறது. அக்தரிக்கும் அந்த உணர்வு இல்லை என்று நீங்கள் எப்படி நினைக்கலாம்? என்னை விட அவள்தான் நிலைமையை நுணுக்கமாக அறிவாள். நான் பாதுகாப்பாக வெளியுலகுடன் தொடர்பில்லாமல் இருப்பவள். அவள் வெளியுலகத்துடன் நித்திய போராட்டத்தில் இருப்பவள். அதனாலேயே முரட்டுத்தனமாக நடந்து கொள்ள வேண்டிய நிர்ப்பந்தத்தில் இருப்பவள். பொறுப்பும் அதிகாரமும் கிடைத்தால் இந்தத் தொகுதியைச் சீர்ப்படுத்த அவளைவிடத் தகுதியான ஆள் வேறு யாரும் இல்லை. நீங்கள் இங்கு நின்று அநாவசியமாய் நேரத்தைக் கடத்தாதீர்கள், கிளம்புங்கள்!”

“குலாபி, எத்தனை அறியாத்தனமாய்ப் பேசுகிறாய்? அவளுடைய ஆட்களே கோவிந்த்தின் கொலைக்குக் காரணமாயிருக்கலாம்.”

“போலீஸ் அதை நிரூபிக்கட்டும் ஜனாப் தயவுசெய்து என்னைத் தனியே விடுங்கள். உங்கள் நல்லெண்ணத்திற்கு நன்றி.”

அவள் மேற்கொண்டு அங்கே நிற்காமல் விறுவிறுவென்று தன் அறைக்குள் சென்று தாழிட்டுக்கொண்டாள். தனிமையில் விடுபட்டதும் கட்டிலில் அமர்ந்து தலையணையில் முகத்தைப் புதைத்துக் கொண்டு தன்னைக் கட்டுப்படுத்திக்கொள்ள இயலாமல் அழுதாள்.

அவருடைய இறப்புக்காகத் துக்கமா, இறந்த விதத்துக்காகத் துக்கமா, அந்தத் திடீர் அதிர்ச்சியைத் தாங்க முடியாத சுய பச்சாதாபமா என்று புரியாத நிலை. துக்கம் நாபியிலிருந்து சுருண்டு சுருண்டு எழுந்தது.

இன்று காலையில் கோவிந்த் மாமா பேசியதையும் கண்ணீர் விட்டதையும் நினைத்துப் பார்க்கப் பார்க்க அவருடைய முடிவைப் பற்றி அவருக்கு ஏதோ ஓர் அமானுஷ்ய அறிவு இருந்திருக்க வேண்டும் என்று தோன்றிற்று.

'ஒன்று நீ ஞாபகம் வைத்துக் கொள்ள வேண்டும். உன் மேல் எனக்கு இருக்கும் பிரியம் சத்தியமானது...'

இன்றைக்கு அதைச் சொல்ல வேண்டும் என்று அவருக்கு ஏன் தோன்றிற்று?

இன்றைக்கு அதைத் தெரிவிக்காவிட்டால், தன்னுள் தேக்கி வைத்திருந்த நேசத்தை வெளிப்படுத்த வாய்ப்பே இனிமேல் கிடைக்காது என்று அவர் உணர்ந்திருக்க வேண்டும்.

எத்தனை பெரிய முட்டாள் நான் என்னுள் ஐக்கியமாகிப் போன நிலையில், மோங்கியாவின் மேல் எனக்கு இருந்த லயிப்பில், தூணுக்குப் பின் அமர்ந்து ரசித்தவர் என் கண்ணுக்குப் படவில்லை. மௌனமாக நேசித்து மௌனமாக ரசித்து... கொஞ்சங் கூடப் பொறாமை யுணர்வையோ காழ்ப்பையோ காண்பிக்காமல்.

எத்தனை பெரிய இதயம் இருக்க வேண்டும் அதற்கு! கடந்த பத்து ஆண்டுகளாக எனக்கு எப்படிப்பட்ட பாதுகாப்பாக இருந்து வந்திருக்கிறார்! அவருடைய துணையில்லாமல் இனிமேல் நான் எப்படி இருக்கப் போகிறேன்?

எனக்குப் பாதுகாப்பு அளிப்பதுதான் கடைசி மூச்சு வரை அவருடைய எண்ணமாக இருந்திருக்கிறது. அநாதைகளிடையே இழையோடும் பாசம் அலாதிபானது. ரத்த சம்பந்தத்தைவிட வலுவானது.

இனிமேல் தனியாக என்ன செய்யப் போகிறேன் தனியாக முஜ்ராவை நடத்த முடியுமா? இங்கே இருக்கும் பெண்களைக் கட்டிக் காக்க முடியுமா? இத்தனை நாட்கள் இவை பற்றியெல்லாம் யோசனையே செய்யாமல் இருந்தது எப்படி என்று அவளுக்கு வியப்பாக இருந்தது. வீட்டைத் தாங்கும் தூண் காலத்துக்கும் நிற்பது போல் தன்னைத் தாங்கக் கோவிந்த் மாமா சாசுவதமாக இருப்பார் என்கிற எண்ணம் ஏற்பட்டிருக்க வேண்டும். தன்னைப் பற்றிய பிரக்ஞை காலப் போக்கில் கரைந்து விடுவது போல், அவருடைய முக்கியத்துவத்தைப் பற்றிய பிரக்ஞை இல்லாத அளவுக்கு நான் என்னுள் மூழ்கியிருந்திருக்கிறேன்.

'அவர் இல்லாமல் இந்த மொஹல்லாவில் நான் எப்படி இருக்கப் போகிறேன்?' இதுவரையில் உணர்ந்தறியாத ஒரு பீதி அவளுள் படர்ந்தது. மோங்கியாவின் தொடர்பு நின்ற போது ஏற்படாத தனிமை உணர்வு இப்பொழுது ஏற்பட்டது.

'வயசானால் சின்னக் குழந்தைகளாகி விடுகிறோம், குலாபி. குழந்தைகளுக்கு இருக்கும் பயம் நமக்கும் வந்து விடுகிறது.'

இன்றைக்கு இப்படித் தீர்க்கதரிசியைப் போல் எது அவரைப் பேச வைத்தது?

'தனிமையையும் அதிர்ச்சிகளையும் தாங்கும் வயசில்லை எனக்கு இப்போது, குலாபி.'

அவளுக்கு மீண்டும் கண்களில் பிரவாகமாய் நீர் பெருகிற்று.

"எனக்கு மட்டும் சின்ன வயது என்று நினைத்தீர்களா? என்னை இப்படி விட்டுவிட்டுப் போக உங்களுக்கு எப்படி மனசு வந்தது?"

அவருக்கு நிச்சயம் மனசு வந்திருக்காது. வாசலில் யமன் காத்திருக்கிறான் என்று தெரிந்திருந்தால் நிச்சயம் படி இறங்கியிருக்க மாட்டார். குழந்தையைப் போல் அவளுடைய தோள் மேல் முகத்தைப் புதைத்து அவர் அழுத்து நினைவுக்கு வந்தது. கண்ணீரின் கறை உலருமுன் அவர் திரும்பி வராத தொலைவுக்குப் போய் விடுவார் என்று தெரிந்திருந்தால்...!

இப்பொழுது யாரை நொந்து கொள்வது? அந்த வியாபாரிகளையா, அக்தரியையா அல்லது மனித இயல்பையும் நேயத்தையும் மறக்கச் செய்யும் பேராசைகளையா?

அக்தரி இத்தனை கேவலமாக நடந்து கொள்வாள் என்று கண்டிப்பாகத் தோன்றவில்லை. அந்தப் பிரமுகர்களின் முகமூடிக்குப் பின்னால் என்ன இருக்கிறதென்று அந்தப் பரமனுக்குத்தான் தெரியும். இந்த எத்தர்களை எதிர்க்கும் துணிவு அந்த அக்தரிக்கு இருந்தால் தேர்தலில் நிற்கும் தகுதி அவளுக்குத்தான் உண்டு.

அறைக் கதவு தட்டப்பட்டது. அவள் சற்று நேர மௌனத்துக்குப் பிறகு, "யாரது?" என்றாள் சோர்வுடன்.

"போலீஸ் வந்திருக்கிறது. ஸாஹிபா!" என்று அக்பரின் குரல் வந்தது.

"உங்களை அவசியம் பார்க்க வேண்டும் என்கிறார்கள்."

அவள் ஆயாசத்துடன் எழுந்து வெளியே வந்தாள்.

"சடலத்தைக் கொண்டு வரவில்லையா?" என்றாள் அக்பரைப் பார்த்து, ஈனஸ்வரத்தில்.

"இல்லை, அதற்கு இன்னும் நேரமாகுமாம். உங்களிடம் சில கேள்விகள் கேட்க வந்திருக்கிறார்கள்."

இரண்டு போலீஸ்காரர்கள் நின்று வாக்கிலேயே கேட்டார்கள்:

"இறந்து போனவருக்கு யாராவது விரோதிகள் இருந்தார்களா?"

"எனக்குத் தெரிந்து இல்லை."

"தொழில் ரீதியில் ஏதேனும் பகை இருக்கலாமா?"

"இல்லை"

"அக்தரி பேகமுக்கும் உங்களுக்கும் பகை இல்லை...?"

அவள் தீர்க்கமாக அவர்களைப் பார்த்தாள்.

"இல்லவே இல்லை"

"அக்தரி பேகமுக்குப் போட்டியாக நீங்கள் தேர்தலில் நிற்கப் போவதாகச் சொல்கிறார்களே..."

"அது பொய்!"

"உங்களுக்கு யார் மீதாவது சந்தேகமா?"

"இல்லை, துப்புக் கண்டு பிடிப்பது உங்கள் வேலை. எனக்குத் தெரியாத விஷயங்களைப் பற்றி உங்களிடம் ஏதும் சொல்ல முடியாது..."

அவளைக் கோபப்படுத்துகிற அளவுக்கு, அவளையே அவர்கள் சந்தேகிப்பவர்களைப் போல் பல கேள்வி கேட்டுவிட்டுக் கிளம்புகையில் அவளுக்கு வெறுத்துப் போயிற்று.

பின்னிரவுக்கு மேல் அக்பர் தனது டாக்ஸியில் கோவிந்த் மாமாவின் சடலத்தைக் கொண்டு வந்தபோது ஒரு சின்னக் கூட்டமே நடுக்கூடத்துக்கு வந்துவிட்டது.

கோர மரணமடைந்திருந்தாலும் கோவிந்த் மாமாவின் முகம் சாந்தமாக இருந்தது.

பெண்களும் வாத்தியக்காரர்களும் வாய்விட்டு அழுகையில், குலாபி மௌனமாகச் சடலத்தைப் பார்த்தபடி அமர்ந்திருந்தாள்.

திடீரென்று கூட்டத்தில் சலசலப்பு ஏற்பட்டது. கோபக் குரல்களும் வாக்குவாதங்களும் அலை அலையாக எழுந்தன. அழுது கொண்டிருந்த பெண்கள் அழுகையை நிறுத்தி மெல்லிய கலவரத்துடன் தன்னைப் பார்ப்பதை உணர்ந்து குலாபி நிமிர்ந்தாள். கூடத்து முகப்பிலிருந்து அக்தரி உள்ளே நுழைய முயன்று கொண்டிருந்தாள். குலாபியின் அபிமானிகள் கோபத்துடன் தடுத்துக் கொண்டிருந்தார்கள்.

குலாபி எழுந்தாள். அக்தரியை நோக்கி இரு கைகளையும் விரித்து, “வா சகோதரி” என்றாள்.

கூட்டம் அரை விநாடி ஸ்தம்பித்து, பிறகு வழிவிட்டது.

அக்தரியே இந்த வரவேற்பைக் கண்டு ஆச்சரிய மடைந்தவள் போல் லேசான மிரட்சியுடன் முன்னேறி விரிந்திருந்த குலாபியின் கரங்களுள் நுழைந்து தடித்த தன் கரங்களால் அவளை அணைத்து கொண்டாள்.

“நான் அநாதையாகிப் போனேன், சமேலி” குலுங்கும் அவளுடைய முதுகை மிருதுவாகத் தட்டிச் சமாதானப்படுத்தியபடி அக்தரி மெல்லிய குரலில் சொன்னாள்:

“நீயும் நானும் ஜன்மம் எடுத்ததே அநாதைகளாக இருக்கத்தான், குலாபி! ‘குதா’ கூட நமக்குத் துணையில்லை.”

வார்த்தைகளில் உண்மையான அநுதாபம் இழையோடிற்று. அடுத்த தெருவில் இவள் குடியிருந்தாலும் இவளைப் பார்த்து இருபது வருஷங்களாகி விட்டன. வாலிபத் திமிரில் அசூயையுடன் இங்கிருந்து வெளியேறிய சமேலிக்கும், இப்பொழுது அவளுடைய இழப்பையும், சோகத்தையும் உணர்ந்து, தெருக்காரர்களின் தூஷணையை லட்சியம் செய்யாமல் துக்கம் விசாரிக்க வந்திருக்கும் அக்தரிக்கும் நிறைய வித்தியாசம் தெரிந்தது.

குலாபி அவளுடைய அணைப்பிலிருந்து தன்னை மெல்ல விடுவித்துக் கொண்டு கண்களைத் துடைத்துக் கொண்டாள். அக்தரியின் கையைப் பற்றி மென்மையாகப் புன்னகை செய்தாள்.

“ஓர் அநாதைதான் இன்னோர் அநாதையைப் புரிந்து கொள்ள முடியும், சமேலி நீ இந்தச் சமயத்தில் வந்திருப்பது எனக்குப் புதிய பலத்தைக் கொடுக்கிறது.”

அக்தரியின் கண்களில் நெகிழ்ச்சி தெரிந்தது.

“ஜனங்கள் என்னை உள்ளே விட மறுத்தார்கள், குலாபி. இந்தக் கொலையை நான்தான் செய்ததாகப் பேசிக் கொள்கிறார்கள். செய்தி கேட்டதும் தாங்காமல் ஓடி வந்தேன். பதினெட்டு வருஷங்கள் நீயும் நானும் கோவிந்த் மாமாவும் ஒரே கூரையின் கீழ் வளர்ந்ததை என்னால் மறக்க முடியாது, குலாபி.”

“எனக்குப் புரிகிறது, சமேலி”

அக்தரி தயக்கத்துடன் சொன்னாள்:

“நான் எத்தனையோ தவறுகள் செய்திருக்கிறேன். மட்டமாக நடந்து கொண்டிருக்கிறேன். நான் இந்தப் படுபாதகச் செயலைச் செய்திருக்கலாம் என்று உனக்கும் சந்தேகம் ஏற்படலாம், குலாபி”

“ஏற்படவில்லை!” என்றாள் குலாபி மிருதுவாக.

“எனக்குச் சொல்லத் தெரியவில்லை. உன்னை எனக்கு இவர்கள் எல்லாரையும் விட நன்றாகத் தெரிந்திருப்பது காரணமாயிருக்கலாம். அதைத் தவிர, நீ சொன்னாயே, நாம் எல்லாரும் அநாதைகள், வெளி உலகத்து ஆதரவு இல்லாதவர்கள்

என்று. நீயும் நானும் இதை அனுபவத்தால் உணர்ந்திருக்கிறோம். நாம் சண்டை போடுவதால் நம்மிருவருக்கும் லாபம் இல்லை. கோவிந்த் மாமாவைத் தீர்க்கும் அளவுக்கு நிச்சயம் நம்மிடையே எந்த துவேஷமும் இல்லை. நீயும் முட்டாள் இல்லை."

அக்தரி உணர்ச்சிவசப்பட்டுப் போனது வெளிப்படையாகத் தெரிந்தது. அவள் மறுபடி குலாபியை அணைத்துச் கொண்டாள்.

"குலாபி, உன் கால் தூசுக்கு நான் அருகதையில்லை. ரோஷனாரா சொல்லும்போது எனக்கு ஆத்திரம் வரும். அவள் சொன்னது எத்தனை சத்தியம் என்று இப்பொழுது புரிகிறது. என்னுடைய பழைய கோபத்தை நினைத்து வெட்கம் ஏற்படுகிறது. குலாபி."

குலாபி அவளைச் சமாதானமாகத் தட்டினாள்.

"நாம் வெட்கப்பட வேண்டிய விஷயங்கள் வேறு. சமேலி. நீ செய்ய வேண்டிய உபயோகமான காரியங்களைப் பற்றி யோசனை செய். அதுதான் முக்கியம். உனக்கு என் ஆதரவு உண்டு."

அக்தரி பதில் சொல்லாமல் அவள் கைகளைப் பற்றி மாறி மாறி முத்தமிட்டாள்.

"நன்றி, குலாபி, நன்றி!" என்றாள் உணர்ச்சிவசப்பட்டு.

"நான் உன் சகோதரியைப் போல் சொல்கிறேன். இந்த மொஹல்லாவில் இனிமேலும் சிறைப்பட்டு இருக்காதே. என்னைப் போல் குழந்தைகள் இல்லாத அநாதை இல்லை நீ. அவர்களிடம் போய் இரு."

அவள் நினைத்துப் பார்க்கத் தயங்கிய விஷயம் எக்கசக்கமாக நினைவு படுத்தப்பட்ட அதிர்வில் அவள் தலை நிமிர்கையில், "நான் இருப்பதை எப்படி மறந்தீர்கள் அம்மா" என்ற பதற்றக் குரல் கேட்டது.

துயரம் தோய்ந்த முகத்துடன் நந்தலாலா அவளை நோக்கி வந்து கொண்டிருந்தான்.

——

அத்தியாயம் 17

அக்தரி பேகத்தின் வார்த்தைகள் எழுப்பிய ரீங்காரத்தின் ஒலி நெஞ்சத்தில் அடங்குவதற்குள் எதிரில் நந்தலாலா வந்து நின்றது குலாபிக்கு விநோதமான உணர்வை ஏற்படுத்திற்று.

இன்று காலையில்தான் கோவிந்த் மாமா இவனுக்கு அவள் மேல் இருக்கும் அபிமானத்தை நினைத்து ஆச்சரியப்பட்டது மின்னல் வேகத்தில் ஞாபகத்துக்கு வர, நந்தலாலா அருகில் வந்ததும் அவள் தன்னைக் கட்டுப் படுத்திக் கொள்ள இயலாமல், ஒரு சட்டம் அவளையே பார்த்துக் கொண்டிருந்த பிரக்ஞை இல்லாமல், அவனை அணைத்துக் கொண்டு கண்ணீர் வடித்தாள்.

அவள் முதுகை மென்மையாக அணைத்தபடி அவன் ஆப்த நண்பனின் ஆதங்கத்துடன் கேட்டான்:

"இந்த அக்கிரமம் எப்படி நடந்தது, ஸாஹிபா? எனக்கு ஏன் உடனடியாகச் சொல்லி அனுப்பவில்லை என்னை அந்நியமாக இன்னும் நினைக்கிறீர்கள் உங்களுக்குள் இருக்கும் மனக் கஷ்டத்திலிருந்து நீங்கள் விடுபடமாட்டீர்கள்"

அவளுக்கு மேனி மெலிதாகச் சிலிர்த்தது, மனத்தில் ஏற்பட்ட நெகிழ்ச்சியில் கண்கள் புதிதாகப் பனித்தன.

"நிச்சயமாய் உன்னை அன்னியனாய் நினைக்கவில்லை, மகனே!" என்றாள் அவள் தழுதழுத்த குரலில்.

"சொல்லியனுப்ப இங்கே அக்பரைக் தவிர யாரும் இல்லை. அவன் பாவம், போலீஸ் ஸ்டேஷனுக்கும் வீட்டுக்குமாக அலைந்து கொண்டிருந்தான். உன்னைப் பார்க்கணும் என்று என் மனசு பதைத்துக் கொண்டுதான் இருந்தது. என் நினைப்புத்தான் உன்னை இங்கே கொண்டு வந்து சேர்த்திருக்கிறது."

"எனக்குப் பத்திரிகை அலுவலகத்தில் செய்தி சற்றுமுன் கிடைத்தது. நேராக இங்கே வந்தேன். எப்படி இந்த அநியாயம் நடந்தது. ஸாஹிபா?" என்றான் அவன் அவளுக்கு மட்டும் கேட்கும் குரலில்.

"தெரியவில்லை, மகனே!" என்றாள் அவள் சோர்வாக.

"வெளி நிலவரம் பார்த்து வருகிறேன் என்று மூன்றரை மணிக்குக் கிளம்பி வெளியே போனார் - போவதற்கு முன் ஆயிரம் ஜாக்கிரதை சொல்லிவிட்டுப் போனார். 'தேர்தல் சமயம், விவஸ்தையில்லாத விஷயங்கள் நடக்கும், கதவைத் தாழ்ப்பாள் போட்டுக்கொள்' என்றார். போய் ஒரு மணி நேரத்துக்கெல்லாம் அக்பர் வந்து நிற்கிறான், இந்தச் செய்தியோடு... நான் இன்று காலையில்தான் ஊர் திரும்பியிருக்கிறேன். என்னால் அதிர்ச்சியைத் தாங்க முடியவில்லை, நந்து!"

"எனக்குப் புரிகிறது, ஸாஹிபா!" என்றான் நந்தலாலா மிருதுவாக.

தீவிர யோசனையுடன் அவளையும் சற்றுத் தொலைவில் நின்ற அக்தரியையும் கூட்டத்தையும் கோவிந்த்தின் சடலத்தையும் பார்த்தபடி சிறிது நேரம் நின்றான். பிறகு அவள் கையைப் பற்றி மெல்லிய குரலில் சொன்னாள்:

"நீங்கள் தனியாகப் போய்விட்டதாக நினைக்காதீர்கள் அம்மா, நான் இருப்பதை மறக்காதீர்கள்."

"உன்னை நினைக்காத நாளேயில்லை, மகனே!"

மோங்கியாவின் பிரியமெல்லாம் தன்னுடைய இரத்தம் கலக்காத இவனிடம் பரிணமித்திருப்பது எத்தனை விந்தையான

விஷயம் என்று அவளுக்கு ஆச்சரியம் ஏற்பட்டது. அவள் வயிற்றில் பிறந்து இப்பொழுது எங்கோ பெரிய மனுஷப் போர்வை போர்த்தியிருக்கும் பிள்ளைகள் கடிதம் எழுதக் கூடக் கௌரவம் பார்க்கிறார்கள்!

"நந்தலாலா, நீ அக்பருக்கு உதவியாக இங்கே காரியங்களுக்கு உதவ வேண்டும் - ஹிந்து முறைப்படி அந்திமக் கிரியைகளைக் கவனிக்க வேண்டும்."

"நான் பார்த்துக் கொள்கிறேன், ஸாஹிபா..."

அவன் அகன்றதும், அக்தரி அவள் அருகில் வந்தாள், சிசுகிசுக்கும் குரலில், "உன் மகன்தானே?" என்றாள்.

"என் வயிற்றில் பிறக்காத மகன்!" என்றாள் குலாபி தலையைக் குனிந்தபடி.

அக்தரி குழப்பத்துடன் அவளைப் பார்த்தாள்.

"இவனைப் பார்த்தால்...?"

"உன் ஊகம் சரிதான், சமேலி. இவன் மோங்கியா ஸாஹிப்பின் மகன்"

லேசான அதிர்ச்சி தெரிந்தது அக்தரியின் பார்வையில்.

"இன்னும் தொடர்பிருக்கிறதா?"

குரலில் பொறாமை தொனித்ததாகச் சந்தேகம் வந்தது குலாபிக்கு. இந்த வயதிலுமா என்று நினைத்துச் சிரிப்புக் கூட வந்தது.

"இல்லை, தொடர்பு விட்டுப் போய் எத்தனையோ வருஷங்கள் ஆகிவிட்டன. இவனுடன் ஏற்பட்ட பழக்கம் எதேச்சையானது."

அக்தரி இன்னும் எத்தனையோ குடைந்து கேட்டிருப்பாள். ஆனால், வேறு யாரோ துக்கம் விசாரிக்க வந்ததில் அக்தரி நகர்ந்து கொண்டாள்.

நந்தலாலாவும் அக்பரும் பொறுப்பெடுத்துக் கொண்டதில் வதவதவென்று சட்டம் சேருவதற்கு முன் காரியத்தையெல்லாம் அதிகம் இழுத்துக் கொண்டு நிற்காமல் முடித்தார்கள்.

கிளம்புவதற்கு முன் அக்தரி அவள் அருகில் வந்து அமர்ந்து கொண்டாள். தனது கைகளைப் பிடித்த விரல்களில் லேசான நடுக்கம் இருப்பதைக் குலாபி உணர்ந்தாள். பார்வை கூடத் தாழ்ந்திருந்தது. தயக்கம் தெரிந்தது.

"குலாபி, என் மேல் உனக்குச் சந்தேகம் இருக்கிறதா?" என்ற குரலில் துயரமும் கவலையும் இழையோடின.

குலாபி அவளைத் தீர்க்கமாகப் பார்த்தாள். மிடுக்கும் அகங்காரமும் துடுக்குத்தனமும் இல்லாமல் உருவமே மாறிப் போன நிலையில் அக்தரி பேகத்தைப் பார்க்கத் திடீரென்று பரிதாபம் ஏற்பட்டது.

அவளுடைய தடித்த மோதிரங்கள் நிறைந்த கை விரல்களை மென்மையாக வருடியபடி புன்னகை செய்தாள்.

"இல்லை, சமேலி"

அக்தரி அவளைச் சரேலென்று அணைத்துக் கொண்டாள். மார்பு குலுங்குவதிலிருந்து அழுகிறாள் என்று தெரிந்தது.

"அழாதே, சமேலி" என்றாள் குலாபி மிருதுவாக, "சின்ன வயசில் கூட உன் கண்களில் நான் நீரைப் பார்த்ததில்லை. இப்பொழுது நீ கலங்குவது ஆச்சரியமாயிருக்கிறது."

சமேலி தன்னுடைய கண்களை அவசரமாகத் துடைத்துக் கொண்டாள். கண்ணின் மை கரைந்து வறண்ட கன்னங்களில் பயங்கரக் கோடிட்டிருந்தது.

"ஆ, சின்ன வயசு! எத்தனை முட்டாள்தனம் நிறைஞ்ச வயசு அன்றைய அசட்டுத்தனத்தினாலே இன்னிக்கும் வேஷம் போட்டுக் கொண்டிருக்கிறேன். இந்த வேஷத்தைக் களைய முடியவில்லை, குலாபி! என் தலையெழுத்து அப்படியாகிவிட்டது!"

கட்டுப்படுத்தலுக்கு அடங்காதது போல அவள் கண்களிலிருந்து நீர் வழிவது குலாபிக்கு அதிர்ச்சியை அளித்தது. என்ன நேர்ந்துவிட்டது இவளுக்கும் கொலைக்கும் அஞ்சமாட்டான் என்று எல்லாரும் பேசும் அளவுக்குப் பயங்கரப்

பெயர் வாங்கியிருக்கும் இவளுக்குள் பலவீனம் ஒளிந்திருப்பது நம்ப முடியாததாக இருந்தது. இந்தப் பலவீனம் தான். மனத்தில் ஏற்பட்டுப் போன வெறுமை தான், இவள் போடும் வேஷத்துக்குக் காரணம் என்று மனத்தில் பளிச்சிட்டதும் சுரந்த அநுதாபத்தில், அவள் மௌனமாக அமர்ந்தாள்.

சற்று நேரம் பொறுத்து அக்தரி மெல்லிய குரலில் சொன்னாள்:

"உன்னைப் போல் இந்தத் தலையெழுத்தை மௌனமாக ஏற்றுக்கொள்ள என்னாலே முடியல்லே. சமூகத்திலே நான் சாதாரணப் பிரஜையாக இருக்கவே முடியாது என்கிற உண்மை எனக்குப் புரிய ஆரம்பித்தபோது எனக்குள் ஏற்பட்ட வருத்தம் வெறுப்பாக மாறிவிட்டது என்று நினைக்கிறேன். எனக்குத் தெரிஞ்ச வகையிலே தாக்கணும் என்கிற கோபத்தை நானாக வளர்த்துக் கொண்டேன். இந்த வெட்கங்கெட்ட தொழிலிலே நீ எத்தனை நாகரிகமாக நடந்து கொண்டாலும், உனக்குக் கிடைத்துவிட்ட பெயர் மாறப் போறதில்லே, சமூகம் உன்னை ஏற்றுக் கொள்ளப் போறதில்லே. பணம் என்கிற விஷயத்துக்குத்தான் அதுக்கு மதிப்பு - அது வேசியோட பணமானாலும் சம்பாதிக்கிறது ஒன்றுதான் எனக்குக் குறியாகப் போய்விட்டது."

இப்பொழுது கண்ணீர் வறண்டுவிட்டது. குரல் கம்மிப் போயிருந்தது. பார்வை எங்கோ ஒரு தொலைவை, கண்ணுக்குப் புலப்படாத ஆன்மாவைத் துழாவுகிற ஆதங்கத்துடன் நிழலாடிற்று...

அவள் சட்டென்று சுயநினைவு வந்தவள் போல் மெல்லச் சிரித்தாள்.

"இந்த ஆத்ம பரிசோதனையினாலே ஒரு லாபமும் இல்லே. நான் திரும்பி வர முடியாத தொலைவுக்குப் போயிட்டேன். நிறையத் தப்புக் காரியங்கள் செய்திருக்கேன். சட்டத்தைக் கண்டு எனக்குப் பயமில்லைதான். ஆனால், நிச்சயமா கோவிந்த் மாமாவுடைய கொலைக்கும் எனக்கும் சம்பந்தமில்லே, அதை நீ நம்பினால் போதும்!"

"நான் நம்பறேன், சமேலி!"

அக்தரி பேகம் பெருமூச்சுடன் எழுந்திருந்தாள்.

"நீ நல்ல பெண், எனக்குத் தெரியும். இந்த மொஹல்லாவிலே நீ இனிமே இருக்காதே. நீ கொஞ்சம் அதிர்ஷ்டம் செய்தவள். பிள்ளைகள் இருக்கிறார்கள். அவர்களோடு போய் இரு. எனக்குத்தான் யாருமில்லை, வேஷத்தைக் கழற்றவே என்னால் முடியாது!"

சுமக்க முடியாத பாரத்தைச் சுமக்கும் ஆயாசத்துடன் அவள் நடப்பதைச் சற்று நேரம் மெல்லிய சோகத்துடன் குலாபி பார்த்தபடி உட்கார்ந்திருந்தாள். மோங்கியாவின் அபிமானம் குலாபிக்குத்தான் என்று உணர்ந்த பிறகு முப்பது வருஷங்களுக்கு முன்னால் பொறாமையில் இவள் பொங்கியதும், ஆங்கார ஆர்ப்பாட்டம் செய்ததும் அரை விநாடி மனத்தில் நிழலாடின.

சட்டென்று கோவிந்த் மாமாவின் நினைவு வந்தது. குலாபியின் அபிமானம் மோங்கியாவுக்குத்தான் என்று உணர்ந்த நிலையிலும் தன்னுடைய உள்ளக் கிடக்கையை அவளுக்கு இன்று பிற்பகல் ஏற்பட்ட ஓர் அமானுஷ்யப் பார்வை வரை புரியாதபடிக்கு எத்தனை பெருந்தன்மையாக நடந்து கொண்டிருக்கிறார்!

"ஸாஹிபா"

அவள் சுயநினைவுக்கு வந்து நிமிர்ந்து பார்த்தாள். நந்தலாலா நின்றிருந்தான்.

முகம் களைத்திருந்தது. ஆனால் கண்களில் அநுதாபமும் நெருக்கமும் பளிச்சிட்டன. அவனைப் பார்த்ததுமே மனசு மலர்ந்து விரிந்தது.

"வா, மகனே, உட்கார்" என்று அவள் எழுந்து அவனை அருகில் அமர்த்தினாள்.

"உனக்கு இன்றைக்கு எப்படி நன்றி சொல்வது என்று புரியவில்லை, நந்தலால் என் பிள்ளைகள் அருகில் இல்லை என்கிற குறை தெரியாமல் நடந்து கொண்டு விட்டாய் என்

பிள்ளைகளிடம் எனக்கு இருக்கும் நெருக்கத்தைவிட உன்னிடம் எனக்கு இப்பொழுது அதிக நெருக்கம் ஏற்பட்டுவிட்டது புரிகிறது.”

இதற்கு என்ன பதில் சொல்வது என்று தடுமாறியவனாய் நந்தலால் மௌனமாக நிற்கையில் அவள் தொடர்ந்தாள்:

“கோவிந்த் மாமாவுக்கு இப்படி ஒரு முடிவு ஏற்படும் என்று நான் கனவிலே கூட நினைக்கவில்லை. அதனால் திடீரென்று தனிமையாகிப் போன அதிர்ச்சியில் நான் இருந்தேன். உண்மையைச் சொல்கிறேன், நந்தலாலா எனக்குச் சொந்தப் பிள்ளைகள் இருப்பதே எனக்கு மறந்து விட்டது. இந்த எதிர்பாராத மரணம் என் கண்களைக் கட்டி அந்தகாரத்தில் நிறுத்தி விட்டிருந்தது. அந்தச் சமயத்தில் நீ எனக்கு வந்து சொன்ன வார்த்தைகள் என்னுள் ஏற்படுத்திய நெகிழ்ச்சியை நான் எப்படிச் சொல்வேன்?”

எதையோ சொல்லத் தயங்கியவன் போல் நந்தலாலா தவித்துப் பிறகு மெல்லச் சொன்னான்:

“அது வெறும் வார்த்தைகள் இல்லை, ஸாஹிபா! நான் ஆத்மார்த்தமாக உங்களுக்கு மகனாக உணருகிறேன். ஆனால், எனக்கு இதைச் சொல்லவே வெட்கமாக இருக்கிறது, ஸாஹிபா! என்னால் வெறும் வார்த்தைகளில்தான் என் உணர்ச்சியை வெளிப்படுத்த முடியும். செய்கையில் காட்ட வலுவில்லாதவன். நான் இருக்கும் சமூக வட்டத்தின் எதிர்பார்ப்புகளுக்கு உட்பட வேண்டிய நிர்ப்பந்தத்தில் இருக்கிறேன். இன்றைக்கு இந்தக் கூட்டத்துக்கு நடுவில் உங்களைப் பார்க்கும் போதெல்லாம் எனக்கு எப்படியிருந்தது தெரியுமா?”

அவன் பேசப் பேச மனதில் ஒரு சோகம் புகை மண்டலமாய்க் கவிய ஆரம்பித்தது. அவன் படும் துக்கத்தை நாடி நரம்பெல்லாம் உணர்ந்து துடித்தாற்போல் குலாபி நெகிழ்ந்து போனாள்.

“எப்படி இருந்தது, நந்தலாலா?”

“அந்தக் கூட்டத்துக்கும் உங்களுக்கும் சம்பந்தமேயில்லை என்று தோன்றிற்று. இந்தக் கும்பலிலிருந்து உங்களை அழைத்துக்

கொண்டு போய்விடவேண்டும் போல எனக்கு மனசு பதைக்கிறது, ஸாஹிபா!"

மனசு ஒரு விநாடி அதிர்ந்து நின்றது. கண்களில் நீர் திரையிட்டது. நாவில் பேச்சுக் கிளம்பாமல் அவள் உணர்ச்சிவசப்பட்டுப் போனாள்.

"ஆனால் மனசு பதைக்கிறதே தவிர, காரியத்தில் என்னால் இறங்க முடியாது ஸாஹிபா! என்னுடைய அம்மாவின் கோபத்தையும் துக்கத்தையும் நான் அதிகரிக்க முடியாது. அம்மாவைச் சொல்லிக் குற்றமில்லை, அவள் சார்ந்திருக்கும் சமூகத்தின் எண்ணங்கள் அவளுக்கு. அதன் பிரமைகளும் பெருமைகளும் பலவீனங்களும் சுலபமாக மறக்க முடியாதவை அவளைப் பொறுத்தவரை."

"உன் அம்மா வித்தியாசமாக இருக்க வேண்டும் என்று நான் எதிர்பார்க்கவில்லை, நந்தலாலா! நீ அதற்காக வருத்தப்பட வேண்டியதில்லை."

"என் வருத்தம் வேறு விஷயத்தைப் பற்றி, ஸாஹிபா! அப்பாவின் கடைசிக் கவலைகூட அதுதான். உங்கள் பிள்ளைகளுடன் உங்களுக்குத் தொடர்பு இல்லாமலே இருக்கக் கூடாது. உங்கள் பெருமையை உணரும் வாய்ப்பையே நீங்கள் அவர்களுக்குக் கொடுக்கவில்லை என்று நினைக்கிறேன். அவர்களுடைய விலாசத்தை நீங்கள் எனக்குக் கொடுங்கள். நான் அவர்களுடன் தொடர்பு கொள்கிறேன்."

வசமாகப் பிடிபட்டாற் போல், அவள் நினைக்கத் தயங்கிய பிரதேசத்தைத் தொட்டுவிட்டார் போல், அவளுக்கு ஒரு கூச்சம் ஏற்பட்டது.

சற்று நேர மௌனத்திற்குப் பிறகு அவள் யோசனையுடன் சொன்னாள்:

"விலாசம் தருகிறேன். தொடர்பு கொள்ள வேண்டும் என்று ஆர்வமிருந்தால் அவர்களுக்கு எழுது. அவர்கள் என்னை நிச்சயம் தங்களுடன் வைத்துக் கொள்ள விரும்ப மாட்டார்கள். அந்தப் பிரமையோ ஆசையோ எனக்கு இல்லை, நந்தலாலா."

"அவர்கள் இளைய தலைமுறையைச் சேர்ந்தவர்கள். கட்டுப்பெட்டிகளாக இருப்பார்கள் என்று நான் நினைக்கவில்லை. நீங்கள் வரமாட்டீர்கள் என்று அவர்கள் நினைத்துக் கொண்டிருக்கலாம். நான் எழுதுகிறேன். ஸாஹிபா. அவர்கள் நிலையில் நான் இருந்திருந்தால்."

குலாபி மென்மையாகச் சிரித்தாள்.

"அப்படித்தான் நடந்து கொண்டிருப்பாய் நந்தலாலா! ஆனால் நான் அவர்களைக் குற்றம் சொல்லவில்லை, ஒரு சமூக அமைப்பு பழகிப் போன பின் அதற்குள் நாம் சிறைப் பட்டுப் போகிறோம். அதன் எண்ணங்களின் நிர்ப்பந்தங்களுக்கு ஆளாகிப் போகிறோம். அதையெல்லாம் மீறிக் கொண்டு வருவது கஷ்டம், மகனே! தாய் - மகன் என்கிற உறவில் அதிகக் கஷ்டம். மூன்றாம் மனிதனாய் இருக்கும் போது முற்போக்காய்ச் சிந்திப்பது சுலபம்!"

நந்தலாலாவின் முகத்தில் மெல்லிய வேதனை தெரிந்தது. 'என்னை நீங்கள் குறைவாக மதிக்கிறீர்கள்' என்கிற குற்றச்சாட்டு பார்வையில் பளிச்சிட்டது.

அவன் சற்று மௌனத்திற்குப் பிறகு தன்னைச் சமாளித்துக் கொண்டு சொன்னான்:

"நான் என்னை மூன்றாம் மனிதனாய் நினைக்கவில்லை ஸாஹிபா உங்களை என்னுடன் மிக சந்தோஷத்துடன் வைத்துக் கொள்வேன். எனக்கு வேறு விதமான சிக்கல்கள் இல்லாமல் இருந்தால். ஆனால் உங்களைப் பார்த்துப் பழகிய பிறகு, உங்கள் குணம் புரிந்து போன பிறகுதான், என் மனசு திறந்து கொண்டிருக்கிறது. உங்களைப் பற்றிப் பூரணமாகத் தெரியாதவரையில் என் தாய்க்கு இன்னமும் உங்கள் மேல் இருக்கும் தப்பபிப்ராயம்தான் எனக்கும் இருந்தது. உங்கள் பிள்ளைகள் உங்களுடன் பழகாமல் இருப்பதால்தான் உங்களுடைய உண்மை உருவம் அவர்களுக்குத் தெரியவில்லை."

அவள் சோகத்துடன் புன்னகை செய்தாள்...

“அதற்கு நானேதான் பொறுப்பு, நந்தலாலா. இந்த வாழ்வின் சாயை அவர்கள் மேல் படக்கூடாது என்று தானே அவர்களை வெளி உலகத்துக்கு அனுப்பினேன். என்னைப் பற்றிய கூச்ச உணர்வை அவர்களுள் என்னையறியாமல் எழுப்பிவிட்டேன். அவர்கள் பழசையெல்லாம் மறந்து என்னைப் பெருமையோடு ஏற்றுக் கொள்வார்கள் என்று நான் நிச்சயம் நினைக்கவில்லை.”

“பார்ப்போம், ஸாஹிபா, நான் அவர்களுக்கு எழுதுகிறேன். அப்பாவின் விருப்பம் அது. கடைசிவரை அவருக்கு இருந்த கவலை அது. அவர்கள் உங்களைக் கவனித்துக் கொள்ளவில்லையானால் உங்களுக்கு நான் தான் துணையாக இருக்க வேண்டும் என்று சொல்லியிருக்கிறார்.”

மோங்கியாவின் ஞாபகப்படுத்தலில், அவருடைய அன்பின் வடிவமாய் எதிரில் நிற்கும் இவனது பேச்சில், அவளுடைய கண்கள் பனித்துப் போயின.

அவள் தன்னைச் சமாளித்துக் கொண்டு சிரித்தாள்.

“உன் அன்பைவிட எனக்கு வேறு என்ன வேண்டும், நந்தலாலா! இந்த மொஹல்லாவில் இருப்பது எனக்கு வருத்தம் இல்லை. மாதத்துக்கு ஒரு முறை நீ வந்து கவனித்துக் கொண்டால் போதும்.”

“அது என் கடமை மட்டும் இல்லை, என் விருப்பமும் கூட!” என்றான் அவன், அவள் கைகளைப் பற்றியபடி.

“இனிமேல் நீங்கள் மறுக்கக் கூடாது. அப்பாவின் உயில் பிரகாரம் உங்களுக்குச் சேர வேண்டிய தொகையை நீங்கள் வாங்கிக்கொண்டே ஆகணும். இரண்டு நாட்களில் உங்கள் கையெழுத்துக்காக வருவேன்.”

அவள் பதில் சொல்லக் கூச்சப்பட்டுக் கொண்டு பேசாமல் இருந்தாள்.

“நான் கிளம்புகிறேன். ஸாஹிபா. போலீஸிடம் சொல்லியிருக்கிறேன். உங்களைத் திரும்பத் திரும்பத் தொந்தரவு

செய்யக்கூடாது என்று. இந்தச் சாந்தினி சௌக்கில் எத்தனையோ விவஸ்தையில்லாத கொலைகள் நடந்திருக்கும். அவற்றில் இதுவும் ஒன்று. இதுவரை எதற்கும் துப்புக் கண்டுபிடித்ததாகத் தெரியவில்லை. கண்டுபிடித்தாலும் சுலபமாக அமுக்கப்பட்டுவிடும். இங்கு பரவலாக அக்தரி பேகமைப் பற்றிச் சந்தேகிக்கிறார்கள், ஸாஹிபா!"

"எனக்கு அவள் மேல் சந்தேகம் இல்லை, நந்தலாலா!" என்றாள் குலாபி சட்டென்று.

"யாரையும் நம்புவதற்கில்லை, ஸாஹிபா!"

"கோவிந்த் மாமாவை நிச்சயம் அவள் கொல்லத் துணிந்திருக்க மாட்டாள்."

"அவளுடைய துணிச்சலைப் பற்றி எப்படிப்பட்ட பயங்கர வதந்திகள் இருக்கின்றன என்று உங்களுக்குத் தெரியாது."

"இருக்கலாம். ஆனால், இதற்கும் அவளுக்கும் சம்பந்தம் இருப்பதாகத் தெரியவில்லை எனக்கு."

நந்தலாலா தோளைக் குலுக்கி உதட்டைப் பிதுங்கியபடி எழுந்தான்.

"சம்பந்தம் இருந்தாலும் சுழன்று கொண்டு விடும் சாமர்த்தியம் உள்ளவள் அவள். உண்மை கடைசியில் வெளியிலேயே வராது பாருங்கள். மனித உயிருக்கு மதிப்பே இல்லாத சமூகம் நம்முடையது."

அவன் கிளம்பிப் போய் வெகுநேரத்துக்கு அவள் சிந்தனைவயப்பட்டிருந்தாள். கோவிந்த் மாமாவின் மரணத்தினால் திடீரென்று பல விஷயங்கள் உள்ளுணர்வுக்குப் புலனாகிப் போனாற் போல் தோன்றிற்று. அக்தரியிடம் தோன்றியிக்கும் மாறுதலுக்கே அவருடைய மரணந்தான் காரணம் என்று தோன்றிற்று. எப்படி அவளை அது பலவீனப்படுத்திச் சொற்ப நேரத்துக்கே ஆனாலும், அவள் வேஷத்தைக் கடைசி கலைத்து மனுஷியாக்கி விட்டது!

மாமா இல்லாமல் தனியாக இந்த மொஹல்லாவையும் அதன் அங்கத்தினர்களையும் காக்கும் பொறுப்பு ஏற்பது சாத்தியமா என்று அவளுக்குக் கவலையேற்பட்டது.

பொறுப்பேற்காவிட்டால் வேறு என்ன வழி? விஷயம் அறிந்தவுடன் எந்தப் பிள்ளை கை நீட்டி நம்மை வரவேற்கப் போகிறான்?

நந்தலாலா எல்லாவற்றையும் மிக எளிதாக நினைக்கிறான். பிள்ளைகளுக்கும் தாய்க்கும் இடையே இருக்கும் உறவு மிக விசித்திரமானது, கடினமானது. பெற்றவளைப் பற்றி நல்ல அபிப்பிராயம் பிள்ளைக்கு இல்லையானால், அது அநேகமாக மாற முடியாத மாற்ற முடியாத சாச்வத அபிப்பிராயம். அது வெறுப்பாக மாறக் கூடிய தீவிரம் இந்த விசித்திரமான ரத்த சம்பந்தத்தில்தான் உண்டு. என் வயிற்றில் பிறந்ததே தங்கள் துர்ப்பாக்கியமாக நினைப்பவர்களுடன் எப்படிப் போய் இருப்பேன்? இருக்க வேண்டிய அவசியம்தான் என்ன?

சொன்னபடிக்கே அவளிடமிருந்து கையெழுத்து வாங்க நந்தலாலா வந்துவிட்டான். மோங்கியாவின் உயிலைக் கண்டு அவள் அதிர்ந்து போனாள். அவள் பெயருக்கு மூன்று லட்ச ரூபாயும், புது தில்லியில் ஒரு வீடும் எழுதியிருந்தார்.

“வேண்டாம் மகனே, இது நியாயமில்லை!” என்றாள் அவள் பதறிப் போய். “உன் தாயாருக்குக் கிரமமாகச் சேர வேண்டியது இது!”

“அவளுக்கும் இதே அளவு எழுதியிருக்கிறார் ஸாஹிபா சாகும் சமயத்திலாவது அப்பாவுக்குத் தைரியம் வந்ததை நினைத்து நான் சந்தோஷப்படுகிறேன். அம்மாவுக்கு இதைத் தவிர, வேறு சொத்தும் இருக்கிறது. நீங்கள் கூச்சப்படுவதில் அர்த்தமில்லை. நீங்கள் இனிமேலாவது சௌகர்யமாய் வாழ வேண்டும். நீங்கள் எங்கே வாழ நினைத்தாலும்...”

அடுத்த ஒரு வாரத்தில் அவளுக்கு எதிர்பாராத அதிர்ச்சி ஏற்பட்டது. இரண்டு பிள்ளைகளிடமிருந்தும் கனிவான கடிதங்கள்

வந்தன. உடனடியாக வந்து அவளை அழைத்துக் கொண்டு, தங்களிடம் வைத்துக் கொள்ள விரும்புவதாக, அவளைத் தயாராக இருக்கும்படியாக!

——

அத்தியாயம்

18

கடிதங்களைப் பிரித்துப் படித்ததும், அவற்றின் சாராம்சம் முழுவதுமாக அறிவுக்கு எட்டுமுன், அவர்களிடமிருந்து என்றைக்கும் இல்லாத திருநாளாகக் கடிதம் வந்திருப்பதன் பிரக்ஞையே மனதில் திகைப்பை ஏற்படுத்தியது. அமுக்கி வைத்திருந்த நினைவுகளும் மெல்லிய உணர்வுகளும் சுருதி கூட்டப்பட்டு எழுந்தாற்போல் அடிவயிற்றிலிருந்து எழும்பி நெஞ்சை அடைத்தன.

சின்ன வயசிலிருந்து அதிகம் பட்டுக் கொள்ளாமல் இருந்து பழகி, இப்பொழுது கிட்டத்தட்ட முழுவதுமே விலகிவிட்ட இளையவன் ஜயந்த்கூட கோவிந்த் மாமாவின் மரணத்துக்காக வருத்தம் தெரிவித்திருந்தான். அவளது தனிமைக்காகக் கவலைப்பட்டான். ‘இனி மேலும் நீங்கள் மொஹல்லாவில் இருப்பது சரியில்லை. இதைப் பற்றி நீங்கள் யோசிக்க வேண்டும்’ என்று ஜாடையாக அபிப்பிராயம் சொன்னான்.

பெரியவன் கோபாலின் கடிதம் வெளிப்படையாகவே ஆர்வம் காட்டிற்று.

“கோவிந்த் மாமாவும் போன பின் நீங்கள் அங்கு இருக்க வேண்டிய அவசியம் இல்லை. எனக்குச் சுத்தமாக விருப்பம் இல்லை, உலகத்தாரைப் போலப் பேரக்

குழந்தைகளுடன், பிள்ளை - மாட்டுப் பெண்ணுடன் நீங்களும் இருக்க வேண்டும். இது என்னுடைய ஆசை மட்டுமில்லை, சுஷ்மாவின் ஆசையும்கூட. உங்களை விரைவில் வந்து அழைத்துப் போக வருவேன். இனிமேல் நீங்கள் என்னுடன் தான் இருக்க வேண்டும். மறுக்காதீர்கள்."

நந்தலாலாவின் கடிதத்துக்கு இவ்வளவு விரைந்து அவர்கள் கடிதம் எழுதுவார்கள் என்றோ, இப்படிப்பட்ட ஒரு நெருக்கத்தைத் தெரிவிப்பார்கள் என்றோ, கொஞ்சமும் எதிர்பார்த்திராத நிலையில், குலாபி உணர்ச்சி வசப்பட்டுப் போனாள். நந்தலாலா சொன்னது போல் அவளை அவர்கள் அறிந்து கொள்ளவே அவள் சந்தர்ப்பம் கொடுக்கவில்லை.

'உலகத்தாரைப் போல்...!'

அவள் திக்கு முக்காடிப் போனாள். அது சாத்தியமா?

உலகத்தாரைப் போல் தான் இருக்க ஆசைப்பட்டால் போதுமா? உலகத்தார் என்னை ஏற்பார்களா?

மதுரைக்குச் சென்றதும் ஏற்பட்ட அனுபவங்கள் உத்வேகத்துடன் நினைவலைகளுள் கலந்தன. அவள் சட்டென்று தன்னைச் சமாளித்துக் கொண்டாள். அப்படிப்பட்ட எண்ணங்கள் இருந்தால் கோபால் இப்படி வற்புறுத்தி அழைக்கமாட்டான்.

"உலகத்தாரைப் போல் நீங்களும் பேரக் குழந்தைகளுடன், பிள்ளை - நாட்டுப் பெண்ணுடன் இருக்க வேண்டும் - இது என் ஆசை மட்டுமில்லை, சுஷ்மாவின் ஆசையும்கூட..."

குலாபியின் அதரங்களில் மெல்லிய புன்னகை மலர்ந்தது. 'சுஷ்மா' என்று ஒருமுறை தனக்குள் சொல்லிக் கொண்டாள். நல்ல பெண்ணாக இருக்க வேண்டும். படித்தவளாக, விசாலமான பார்வையுடையவளாக இருக்க வேண்டும். அதனால்தான்

உடனடியாகக் கோபாலின் விருப்பத்திற்குச் சம்மதம் தெரிவித்திருக்கிறாள்.

கோபால் தான் திருமணம் செய்து கொண்டதாகத் தெரிவித்தானே தவிர, மனைவியை அழைத்துக் கொண்டு வந்து காண்பிக்கவில்லை. அவன் எழுதிய விவரங்களிலிருந்து பெரிய கௌரவமான குடும்பத்தைச் சேர்ந்தவளாக அவள் இருக்க வேண்டும் என்று குலாபி அறிந்து கொண்டிருந்தாள். அவள் ஆர்வத்துடன் அவளை வரவேற்க வேண்டுமானால் நிச்சயம் ஓர் அபூர்வமான பெண்ணாக இருக்க வேண்டும் என்று தோன்றிற்று. அவளுக்கு மீண்டும் மீண்டும் கோவிந்த் மாமாவின் நினைவு வந்தது. தொழிலில் அவளுக்கு ஏற்பட்டுப் போன விட்டேற்றித் தனத்தைக் கண்டு எவ்வளவு முறை அவர் கோபமாகச் சொல்லியிருக்கிறார்!

"பிள்ளைகள் ஞாபகம் வந்துவிட்டது உனக்கு, குலாபி கௌரவம் பார்க்க ஆரம்பித்துவிட்டாய் உன்னை அவர்கள் கொண்டு வைத்துக் கொள்ளப் போகிறார்கள் என்று கனவு காணுகிறாய்!"

கோவிந்த் மாமா அப்படி நையாண்டி செய்யும் போதெல்லாம் துக்கமும் எரிச்சலும் ஏற்படும். அவள் மறக்க முயன்றதை ஞாபகப்படுத்துகிறார் என்று கோபம் வரும். அவளுடைய துர்ப்பாக்கிய கையாலாகாத்தனத்தைச் சுட்டிக் காட்டுவதில் அந்தக் கிழவருக்கு ஒரு வக்கிரத் திருப்தி என்று வருத்தம் தோன்றும். உண்மையில் மண்டையில் அடித்தாற் போல் அவர் அடிக்கடி அவளுடைய நிலைமையை ஞாபகப்படுத்திக் கொண்டிருந்ததுதான் அவள் அசட்டுத்தனமான கனவுகளிலும் எதிர்பார்ப்புகளிலும் அமிழ்ந்து போகாமல் காப்பாற்றியதாக இப்பொழுது புரிந்தது.

எதிர்பார்ப்பே இல்லாமல் நிச்சலனமாய் இருந்ததால்தான் இப்பொழுது திடீரென்று பிள்ளைகளின் கடிதங்களைக் கண்டதும் மனசில் அபரிமிதமான சந்தோஷம் மலர்ந்திருக்கிறது.

நம்ப முடியாத திகைப்பு ஏற்பட்டிருக்கிறது. கோவிந்த் மாமா இருந்திருந்தால் இதை நம்பியிருப்பாரா? வரவேற்றிருப்பாரா?

குலாபி தனக்குள் புன்னகைத்துக் கொண்டாள். 'நிச்சயம் மாட்டார்' என்று சொல்லிக் கொண்டாள். அவருடைய அன்பு அப்படிப்பட்டது. பதினைந்து நாட்கள் அவள் தெற்கே செல்வதுகூட அவருடைய விருப்பத்துக்கு எதிரானது. அந்தப் பிரிவையே தாங்காமல் மெலிந்து போனவர். அவள் நிரந்தரமாகத் தனது பார்வையிலிருந்து விலகிப் போவதை நிச்சயம் விரும்பியிருக்கமாட்டார்.

அவர் உயிருடன் இருந்தால் இந்தப் பிள்ளைகளும் அவளைக் கூப்பிட்டிருக்க மாட்டார்கள். அவள் தனியாகிப் போனாள் என்கிற எண்ணம்தான், இப்பொழுது கரிசனத்தை ஏற்படுத்தியிருக்கிறது.

"அம்மா!"

அவள் சட்டென்று சுயநினைவுக்கு வந்து நிமிர்ந்தாள். மல்லிகாவும், மகாலட்சுமியும் அறை வாயிலில் நின்றிருந்தார்கள். முகம் சோர்ந்திருந்தது. குலாபிக்கு மனசு மெலிதாகக் குலுங்கிற்று. இந்த மொஹல்லாவில் இருக்கும் நான்கு பெண்களுக்கும் இருபத்தைந்து வயதுக்கு மேல் இல்லை. மகாலட்சுமிதான் எல்லாரிலும் மூத்தவள். இவளிடம் இந்த மொஹல்லாவின் பொறுப்பை விட முடியுமா? தொழிலைக் கொச்சைப்படுத்தாமல் நடத்தும் உறுதி இவளுக்கு இருக்குமா? நடத்தவும் சுற்று வட்டாரம் விடுமா? கோவிந்த் மாமாவின் மறைவே இவர்களை வெகுவாகப் பாதித்துவிட்டது புரிந்தது. இரண்டு நாட்களுக்கு இந்தப் பெண்கள் சாப்பிடவே இல்லை. இப்பவும் அவருடைய பெயரை யாராவது உச்சரித்தால் மளக்கென்று கண்களிலிருந்து நீர் பொங்குகிறது. அவளும் இல்லையென்றால் என்ன செய்வார்கள்?

அவள் தன்னை ஒரு நிலைப்படுத்திக் கொண்டு, மிருதுவாக அவர்களை உள்ளே அழைத்தாள்.

“வாருங்கள், நானே உங்களைக் கூப்பிட்டுப் பேச வேண்டும் என்று நினைத்தேன்!” என்றாள் இரண்டு கரங்களையும் நீட்டி.

இருவரும் உள்ளே வந்து அவள் அருகில் தரையில் அமர்ந்தார்கள். அவள் மடியில் தலையைக் கவிழ்த்துக் கொண்டார்கள். அவர்களது கூந்தலை அவள் வருடுகையில் தங்களைக் கட்டுப்படுத்திக் கொள்ள முடியாதவர்களாய் அவர்களுடைய முதுகு குலுங்குவதைக் கண்டு அவள் திடுக்கிட்டாள். இந்தக் கடிதங்களைப் பற்றி இவர்களுக்குத் தெரிந்திருக்க வேண்டும் என்று புரிந்ததும் துயரம் ஏற்பட்டது.

“அழாதீர்கள், பெண்களா” என்றாள் அவள் கனிவாக, “மாமாவின் மறைவை என்னாலும் தாங்க முடியவில்லை.”

மகாலட்சுமி சடக்கென்று நிமிர்ந்தாள்.

“அவர் போனது போதாது என்று நீங்களும் எங்களை விட்டுவிட்டுப் போய்விடப் போறீங்களா, அம்மா?”

மகாலட்சுமியின் கண்களின் துயரத்துடன் பீதியும் கலந்திருந்தது. அந்தப் பார்வை அடி வயிற்றில் ஓர் சில்லிப்பை ஏற்படுத்திற்று. குலாபி கலக்கத்துடன் தலையைக் குனிந்து கொண்டாள். சிறிது நேரம் மௌனத்திற்குப் பிறகு மெல்லிய குரலில் சொன்னாள்:

“நான் இன்னும் முடிவு செய்யவில்லை, மகளே.”

மல்லிகா எழுந்து உட்கார்ந்து குழந்தையைப் போல் தேம்பினாள்.

“நீங்கள் போயிட்டால் எங்களுக்குத் தாங்காது. அம்மா! நாங்க என்ன செய்வோம் எப்படிச் சமாளிப்போம்.”

குலாபி சற்று நேரம் எதுவுமே சொல்லாமல் இவர்களுடைய குரலும் பார்வையும் வெளிப்படுத்திய பிசி தந்த துயரத்தில் அமர்ந்திருந்தாள்.

“நீங்க எப்பவும் எங்க கூடவே இருக்கணும்னு நாங்க ஆசைப்படறது தப்புதான் அம்மா. அதுவும் உங்களுடைய

பிள்ளைகளே உங்களைக் கூப்பிடும் போது நீங்க தொடர்ந்து இந்த ஜெயில் வாசம் வாழணும்னு நாங்க வற்புறுத்தறது நியாயமில்லைதான். ஆனா நீங்க இல்லாம நாங்க என்ன செய்வோம்?"

"எனக்கு என்ன சொல்வது என்று தெரியல்லே, மகாலட்சுமி!" என்றாள் குலாபி மெல்ல.

"கொஞ்ச நாளா வாழ்க்கையிலே அர்த்தமே இல்லே என்கிற ஒரு விரக்தி தோன்றிக் கொண்டே இருக்கு. நீங்களும் ஒரு நிர்பந்தத்தாவேதான் இங்கே இருக்கிறீர்கள் என்று எனக்குத் தெரியும். வாய்ப்புக் கிடைச்சா வெளியுலகத்தோட கௌரவமா வாழணும்னு தான் எல்லாருக்கும் ஆசையாக இருக்கும். வாய்ப்புக் கிடைக்கிறதுதான் அபூர்வம். நான் எதிர்பார்க்கவே பார்க்காத ஒரு வாய்ப்பு வந்திருக்கு. அந்நியமில்லே, அசலில்லே, என் வயிற்றிலே பிறந்த பிள்ளைகளிடமிருந்து கடிதம் கண்டதிலிருந்து இத்தனை நாள் பதுங்கியிருந்த, பதுக்கப்பட்டிருந்த பாச உணர்வெல்லாம் வெடித்துக் கொண்டு கிளம்புகிறது. அடக்க முடியாத வேகத்தோடு என்னுடைய மற்ற நினைவுகளை அமுக்குகிறது, மகளே! இதெல்லாம் சுயநலம் என்று வெட்கமும் ஏற்படுகிறது. என்ன செய்வது என்று புரியவில்லை பெண்களா. இந்தத் திருப்பத்தை நான் சத்தியமாய் எதிர்பார்க்கவில்லை. உங்களை விட்டுப் போகவும் தயக்கமாக இருக்கிறது. என்னுடைய கடமையிலிருந்து ஓடுவதாக என் மனசாட்சியே உறுத்துகிறது. நீங்கள்தான் எனக்கு ஒரு முடிவு சொல்ல வேணும், நீங்கள் எல்லோருமாகக் கலந்து பேசி ஒரு முடிவு சொல்லுங்கள். மகாலட்சுமி இவர்களில் நீதான் மூத்தவள், வாத்தியக்காரர்களோடு பேசி ஒரு முடிவுக்கு வா. ரொம்பக் கடினமான வேலையை உனக்குக் கொடுக்கிறேன், மகளே. எனக்கு வேறு வழி தெரியவில்லை. மன்னித்துக்கொள்."

அவர்கள் சோர்வுடன் எழுந்து போவதைப் பார்க்க அவளுக்குப் பாவமாக இருந்தது.

அவளுக்கே அவர்களை விட்டுவிட்டுப் போவதைப் பற்றி யோசனையாக இருந்தது. அவளுடைய பயிற்சியினால், மரியாதை, பண்பு என்கிற வார்த்தைகளைப் புரிந்து கொண்டு நடைமுறையில் அப்யஸிக்க தெரிந்து கொண்டிருந்தாலும், அவளும் கோவிந்த் மாமாவும் கண்காணிக்க இல்லாத நிலையில் இங்கு நாகரிகம் காப்பாற்றப்படுமா என்று யோசனையாக இருந்தது. அக்தரி பேகம் இவர்களையும் வளைத்துக் கொண்டாளானால்! ஜி.பி. ரோட்டின் நெடி இங்கேயும் நுழைந்துவிட்டால்...

ஓ! இதைப் பற்றியெல்லாம் சிந்தித்து கவலைப்பட்டுச் சாத்தியமில்லை. நான் சாசுவதம் இல்லை என்று அவள் தனக்குள் ஞாபகப்படுத்திக் கொண்டாள். என் பாதுகாப்பில் அவர்கள் இருக்கிறார்கள் என்பதால் அவர்களுக்கு உலகத்துக் கண்களில் எந்த விதமான கௌரவ ஸ்தானமும் ஏற்பட்டுவிடப் போவதில்லை. அவர்களை வெளியுலகம் கரம் நீட்டி அழைக்கப் போவதில்லை. ஏற்றுக் கொள்ளப் போவதில்லை. இந்த பிரக்ஞையில் இத்தனை ஆண்டுகளாக வாழ்ந்ததினால் தான், இப்பொழுது முதல்முதலாக நீட்டிய கையின் ரேகை தெரிந்ததுமே, அதைப் பற்றிக் கொள்ள மனசு பறக்கிறது. அந்தக் கை பின்வாங்கு முன் ஏற்றுக் கொள்ள வேண்டும் என்று ஆத்திரப்படுகிறது. இந்தப் பெண்களுக்கும் ஏதேனும் குருட்டு அதிர்ஷ்டம் அடித்தால் இந்தச் சிறையிலிருந்து விடுதலை கிடைக்கலாம், இப்பொழுது நான் நினைத்துப் பார்க்காமலே எனக்காக ஒரு வாசல் திறந்த மாதிரி...

வெகு நேரச் சர்ச்சைக்கும் சமாதானங்களுக்கும் பின் மகாலட்சுமியும் மல்லிகாவும் வந்தார்கள். கண்களும் முகமும் சிவந்திருந்ததிலிருந்து அழுதிருப்பார்கள் என்று தோன்றிற்று. உள்ளே நுழைந்து வார்த்தைகள்வராமல் அவளை அணைத்துக் கொண்டு மறுபடி அழுதார்கள். மகாலட்சுமிதான் விரைவில் தன்னைச் சமாளித்துக் கொண்டு சொன்னாள்:

“உங்களைத் தடுத்து நிறுத்தறது நியாயமில்லைன்னு நாங்க தீர்மானிச்சிருக்கோம், அம்மா. நீங்க கொஞ்சநாளா எவ்வளவு

துக்கத்திலே இருக்கிறீர்கள். எங்களுக்குத் தெரியும். உங்க பிள்ளைகளே கூப்பிடும் போது நீங்க அங்கே போறதுதான் சரி. எங்களைப் பற்றிக் கவலைப் படாதீர்கள். இந்த மொஹல்லாவுடைய தரம் குறையாதபடி நாங்க இருப்போம். பணத்துக்காக ஏற்கனவே கௌரவம் இல்லாத வாழ்க்கையை நாய் ஜன்மமாக்கிக் கொள்ள மாட்டோம், அம்மா... ஆனால் நீங்க இல்லேன்னா கொஞ்சம் பலம் குறைஞ்ச மாதிரிதான், வாடிக்கைக்காரங்க சந்தர்ப்பத்தைப் பயன்படுத்திக்கப் பார்ப்பாங்கதான் - அதனாலே எங்களை நாங்க ஸ்திரப்படுத்திக்கிறவரை நீங்க கொஞ்ச நாட்களுக்கு வெளியூர் போறதாகச் சொல்லப் போகிறோம்."

மல்லிகா கண்களைத் துடைத்துக் கொண்டு மெலிதாகப் புன்னகை செய்தாள்.

"ராமன் பெயரைச் சொல்லிக்கிட்டுப் பரதன் ஆட்சி பண்ணின மாதிரி..."

குலாபி திடுக்கிட்டு நிமிர்ந்தாள். நாடி நரம்பெல்லாம் சிலிர்த்தது. அவள் சில சமயங்களில் வேதாந்தமும் விரக்தியுமாகப் பேசும்போது கோவிந்த் மாமா பரிகாசம் செய்வார்.

"இந்த மொஹல்லாவில் உட்கார்ந்து கொண்டு நீ வேதாந்தம் பேசுவது வேடிக்கையாக இருக்கிறது, குலாபி என்பார். அவள் அசம்பாவிதமாகப் பேசிவிட்டாற் போல."

கன்யாகுமரியில் கடல் நீரில் கால் பதிய நின்று சூரியோதயத்தைத் தரிசித்த பரிசுத்தமான பொழுதில் மனசும் உடம்பும் சத்தியத்தின் பிரத்யட்சத்தை உணர்ந்து கொண்ட பேரானந்தத்தில் சம்பாவின் கரங்களைப் பற்றி உணர்ச்சி மேலிட்டு, "நீயும் நானும் தூய்மையானவர்கள், சம்பா! இது சத்தியம்!" என்று சொன்னது சரேலென்று நினைவுக்கு வந்தது.

அவள் தன்னைக் கட்டுப்படுத்திக் கொள்ள இயலாமல் இருவரையும் அணைத்துக் கொண்டாள். கண்களில் நீர் பெருக.

“நாமெல்லாம் பாவப்பட்ட ஜன்மங்கள், பெண்களா! எங்கே போனாலும் எந்த நிலையிலும் அதை மறக்க முடியாது. என் பிள்ளைகளைப் பற்றி எனக்கே ஒன்றும் தெரியாது. எதுவும் சொல்வதற்கில்லை. நான் உண்மையிலேயே திரும்பி வந்தாலும் வந்து விடுவேன்.”

“வேண்டாம், அம்மா ஜான் அப்படியெல்லாம் உங்களுக்கு நேர வேண்டாம். கிடைக்கிற வாய்ப்பை நீங்கள் காப்பாற்றிக் கொள்ளுங்கள். மறுபடி இங்கே வராதீர்கள், வந்தீர்களானால் உங்களுக்குப் பிறகு விமோசனமே இருக்காது. எங்களைப் பற்றிக் கவலைப் படாதீர்கள்!”

அதற்கு அடுத்து நகர்ந்த நாட்களில் எல்லாரும் தங்கள் அன்பைக் காட்டி அவளைத் திக்கு முக்காட வைத்தார்கள். அவளுக்குக் கிடைக்கப் போகும் விமோசனத்துக்காகத் தாங்கள் சந்தோஷப்படுவதாக வெளிப்படையாகக் கொண்டாடினார்கள்.

இவர்கள் தங்களைக் கௌரவமாகக் காப்பாற்றிக் கொள்வார்கள் என்கிற நம்பிக்கை, கோபால் வந்து சேருகிற சமயத்தில் அவளுக்குக் கிட்டத்தட்ட ஏற்பட்டுவிட்டது.

முன்னைக்கு இப்போது கோபால் சிவந்து பருத்து அதிக கம்பீரமாகத் தெரிந்தான். வார்த்தைகள் பவ்யமாக இருந்தன. எட்ட நின்றபடியே பேசிய அளவான பேச்சில் இன்னமும் சற்றுத் தொலைவு தெரிந்தது. அவனிடம் சகஜமாகப் பேச அவளுக்கே கூச்சம் ஏற்பட்டது. இத்தனை கம்பீரமான, கௌரவமான புருஷனான நீ மனமார என்னை அழைத்துக்கொள்ள வந்தாயா என்கிற நன்றி உணர்வு, அவளுள் ஒரு கூச்சத்தையும் குற்ற உணர்வையும் ஏற்படுத்தின. ஹோட்டலில் தங்கியிருப்பதாக அவன் சொன்னபோது ‘இங்கேயே தங்கேன்’ என்று சொல்ல அவளுக்கு நா எழவில்லை. மறு நாளைக்கே கிளம்ப வேண்டும் என்று அவன் அவசரப்பட்டதற்கு அவள் மறுப்பு ஏதும் சொல்லாமல் தயாரானாள். அக்பர் மூலமாக நந்தலாலாவுக்குச் சொல்லி அனுப்பினாள்.

விரைந்து வந்து நின்ற அவனைப் பார்க்கும்போது தான், கோபாலிடம் தோன்றாத பாசம் இவனிடம் ஏற்படுவதை அவள் உணர்ந்தாள்.

"கோபால் அண்ணனிடம் நீங்கள் இருக்கப் போவதைக் கேட்டு ரொம்பச் சந்தோஷம், ஸாஹிபா!" என்றான் அவன் உண்மையான மகிழ்ச்சியுடன்.

"என்னால் இன்னும் நம்ப முடியவில்லை, நந்தலாலா!" என்றாள் அவள் குழம்பிய பார்வையுடன்.

"உன் கடிதம் போய்ச் சேர்ந்த கையுடன் இவர்களிடமிருந்து பதில் வரும் என்று நான் நிச்சயம் நினைக்கவில்லை."

நந்தலால் இதமாகப் புன்னகை செய்தான்.

"உங்களுக்கு இந்தத் தெற்குப் பயணத்துக்குப் பிறகு மனிதர்களிடம் நம்பிக்கையே போய்விட்டது, ஸாஹிபா. இப்பொழுது இருக்கும் இளைய தலைமுறைக்கு முற்போக்கான எண்ணம் உண்டு, காருண்யம் உண்டு."

அவள் நிச்சயம் இல்லாமல் சிரித்தாள்.

"உனக்கு உண்டு என்று எனக்குத் தெரியும், நந்து மகனே. ஆனால், என் பிள்ளைகளைப் பற்றி எனக்குத் தெரியாது."

"நீங்கள் இந்தப் பேச்சை விட வேண்டும், ஸாஹிபா! பிரியமும் கருணையும் இல்லாவிட்டால் இப்படி உடனடியாகக் கோபால் அண்ணன் உங்களைக் கூட்டிப் போக வருவாரா? இனிமேல் பழைய வாழ்க்கையை மறந்து விடுங்கள். வெளியிலிருக்கும் சுதந்திரக் காற்றைச் சுவாசியுங்கள். பேரக் குழந்தைகளுடன், பிள்ளை - நாட்டுப் பெண்ணுடன் உலகத்தாரைப் போல இருங்கள்."

அவன் பேசப் பேச இதெல்லாம் சாத்தியமா என்கிற கவலை அவளை அரித்தது.

அவளிடம் காண்பிக்கும் சிநேகிதத்தைவிட நந்தலாலாவிடம் கோபால் அதிக நட்பைக் காண்பித்தான். இது இயற்கை என்று அவள் தன்னைச் சமாதானப்படுத்திக் கொண்டாள்.

அன்றைக்கு மாலையில் ஊருக்குக் கிளம்பச் சித்தமாக மூட்டை கட்டிக் கொண்டு அவள் தன் அறையில் காத்திருக்கையில் நந்தலாலா வந்தான்.

அவளைப் பார்த்த பார்வையில் மித மிஞ்சிய அனுதாபம் தெரிவதாக அவளுக்குப் பிரமையேற்பட்டது. இவனுடைய உள்ளத்தின் அன்பும் காருண்யமும் இவனுடைய கண்களில் மோங்கியாவின் கண்களைப் போலப் பிரதிபலிக்கின்றன என்று அவள் நெகிழ்ந்து எழுந்து அவனை அணைத்துக் கொண்டாள்.

“கிளம்பும் நேரம் வந்து விட்டது, மகனே!” என்றாள் தழுதழுத்த குரலில், பிறகு மெல்லப் புன்னகை செய்தாள்.

“சொன்னால் நீ ஆச்சரியப்படுவாய், நந்தலாலா, நாற்பது வருஷமாக வாழ்ந்த இந்தச் சிறையை விட்டு வெளியே போக இப்பொழுது துக்கமாக, திடீரென்று தயக்கமாக இருக்கிறது. நான் வாழ்ந்த வாழ்க்கையைக் கற்பனையில்கூடக் கௌரவமானதாக நினைக்க முடியாது. சராசரிப் பெண்ணைப் போல் என்னால் வாழ முடியவில்லை என்கிற துக்கத்தை நாற்பது வருஷமாகச் சுமந்திருக்கிறேன். பத்து வருஷங்களாக அதன் கேவலத்தை நினைத்து அவமானப்பட்டு வருகிறேன். இருந்தும் இப்பொழுது வெளியுலகத்தைச் சந்திக்கத் திடீரென்று பயமாயிருக்கிறது. நந்தலாலா! இந்த மொஹல்லாவில் நாங்கள் எல்லோரும் பாவப்பட்ட ஜன்மங்கள் என்கிற பந்தம் எங்களைப் பிணைக்கிறது. பரஸ்பர அன்பையும் அனுதாபத்தையும் வளர்க்கிறது. இந்தப் பிணைப்பே எனக்குப் பாதுகாப்பாய் இருந்து வருகிறது...”

நந்தலாலா அவளுனடய கரங்களை மென்மையாகப் பற்றினான்.

“இப்பொழுது வேறு விதமான பந்தம் ஏற்படப் போகிறது, ஸாஹிபா. அதற்கு நீங்கள் உங்களைப் பழக்கப்படுத்திக் கொள்ள வேண்டும்.”

அவள் மெல்லச் சிரித்தாள்.

“முயற்சி செய்கிறேன். வேடிக்கை, நந்தலாலா. என்னுடைய வாழ்க்கைப் பயணம் முழுதையும் கண்ணைக் கட்டிய

நிலையிலேயே செய்து வருகிறேன். விதி ஆடும் சொக்கட்டான் ஆட்டத்தில் நான் ஒரு பகடை. அந்த ஆட்டத்துக்குப் பணிந்து எனக்கு வழக்கமாகிவிட்டது. ஆனால், இப்பொழுது வயதாகிப் போனதில் ஒரு வித்தியாசம். கட்டத்துக்கு வெளியே நின்று என்னையே நான் மூன்றாம் மனுஷியைப் போல் பார்க்கிறேன். ஆடுபவளையும் ஆட்டுவிப்பவனையும் ஆராய்வது மிக சுவாரஸ்யமான பொழுதுபோக்காகப் போய்விட்டது இப்பொழுது!"

நந்தலாலா சற்று நேரம் யோசனையில் இருந்தான். பிறகு மெல்லிய குரலில் சொன்னான்.

"உங்களுக்கு எப்போதேனும் மனக் கஷ்டம் ஏற்பட்டால் விதியின் விளையாட்டு என்று இனியும் பேசாமல் இருக்காதீர்கள், ஸாஹிபா, உங்கள் வயிற்றில் பிறக்காவிட்டாலும் நான் உங்கள் மகன் என்பதை நீங்கள் மறக்கக் கூடாது. உடனே எனக்கு நீங்கள் தெரியப்படுத்த வேண்டும். என்னுடைய அலுவலக விலாசத்திற்கு நீங்கள் எழுதுங்கள்." என்று தன் விலாசச் சீட்டை அவளிடம் கொடுத்தான்.

அவன் இன்னமும் தயங்கி நின்றான்.

"ஒரு விஷயம், ஸாஹிபா, பண விஷயத்தில் நீங்கள் கண்டிப்பாக இருக்க வேண்டும். உங்கள் பிள்ளைகளோ ஆனாலும், அவர்கள் நீட்டும் பத்திரங்களில் கையெழுத்துப் போட்டு விடாதீர்கள்!"

அவள் சடக்கென்று அவனை நிமிர்ந்து பார்த்தாள். சற்று நேர மௌனத்திற்குப் பிறகு அவன் கையை அழுத்தமாகப் பற்றி, "ஞாபகம் வைத்துக் கொள்கிறேன் நந்தலாலா, நன்றி" என்றாள்.

கோபாலுடன் கிளம்பி அவன் இருக்கும் சண்டிகரை அடைந்து அழகான மருமகளையும் பொம்மைகள் போல் இருந்த பேரக் குழந்தைகளையும் அவர்கள் காட்டிய அன்பையும் பார்த்ததும் நந்தலாலாவும் அவளும் கவலைப்பட்டதற்கு ஆதாரமே இல்லை என்று ஆச்சரியமான சந்தோஷமும் நிம்மதியும் ஏற்பட்டன.

——

அத்தியாயம்

19

“அம்மாவுக்கு இன்னொரு பராட்டா போடு, ராமு” என்று வேலைக்காரனிடம் கோபால சொன்னான்.

“ஐயோ, என்னாலே இனிமே சாப்பிடவே முடியாது!” என்று சுபத்ரா கையை மறித்தாள்.

“எனக்கென்ன வயசாகல்லியா? எத்தனை சாப்பிட முடியும்?”

அவளையே தீர்க்கமாகப் பார்த்தபடி சுஷ்மா சொன்னாள்.

“நீங்கள் தான் சொல்லிக் கொள்கிறீர்கள், வயதாகிவிட்டதாக. உங்களைப் பார்த்தால் முப்பத்தைந்து வயசுக்கு மேல் சொல்ல முடியாது. என் சிநேகிதிகள் எல்லாம் ஆச்சரியப்படுகிறார்கள்; என் மாமியார் என்று சொன்னால் நம்ப மாட்டேன் என்கிறார்கள்.”

கோபால் இதில் பங்கு கொள்ளாமல் கை கழுவும் சாக்கில் எழுந்து போனான்.

“எப்படி இப்படி இளமையாக இருக்கிறீர்கள்?” என்றாள் சுஷ்மாவிடாமல்.

“எனக்குத் தெரியாது!” என்று சுபத்ரா லேசாகச் சிரித்தாள்.

“சுஷ்மா! எனக்கு ஆபீஸுக்கு நாழியாகிவிட்டது. நான் கிளம்பறேன்!” என்று கோபால் குரல் கொடுக்கவும், சுஷ்மா எழுந்திருந்து சென்றாள்.

"என்ன அசட்டுப்பிசட்டுன்னு கேள்வி கேட்டுண்டு உட்கார்ந்திருக்கே?" என்று அவன் முணுமுணுப்பது சுபத்ராவுக்குக் கேட்டது.

"உங்கம்மாவைப் பாராட்டறேன், அது தப்பா?"

"என்ன பெரிய பாராட்டு? அழகாகவும் இளமையாகவும் இருப்பது என்ன பெரிய குணங்களா?"

"நல்ல நாட்டுப்புறம் நீங்க! நான் அழகாயிருந்தா உங்களுக்குப் பெருமையில்லையா?"

"பெருமை என்ன வேண்டிக் கிடக்கு? நீ இருக்கிற அளவு போதும், இதுக்கும் மேலே இருந்தா ஆபத்து!"

சுஷ்மா கலகலவென்று சிரித்தாள், "ஆனாலும் ரொம்பப் பொறாமை உங்களுக்கு, எங்கம்மா இப்படி அழகாயிருந்திருந்தா நான் ரொம்பச் சந்தோஷப்பட்டிருப்பேன்."

"சுஷ்மா. ப்ளீஸ், உன் உளறலைக் கொஞ்சம் நிறுத்து!" வரவேற்பறையை ஒட்டினாற்போல் இருந்த பால்கனியில் நின்றபடி தோட்டத்தைப் பார்த்துக் கொண்டிருந்த சுபத்ராவுக்கு அவர்களது பேச்சை வேடிக்கையாக எடுத்துக் கொள்வதா வினையாக எடுத்துக் கொள்வதா என்ற குழப்பம் ஏற்பட்டது. நந்தலாலாவைப் போல் திறந்த மனசு கோபாலுக்கு நிச்சயம் இல்லை என்கிற நெருடல் அடி மனத்தை லேசாக சிரித்த வண்ணம் இருந்தது. சுஷ்மாவின் வெகுளித்தனத்தைப் பார்க்கும்போது சந்தேகம் ஏற்பட்டது. அவளுக்கு எந்த அளவுக்கு நம்மைப் பற்றித் தெரியும்?

அழைப்பு மணியை யாரோ அடித்தார்கள். வேலையாள் ராமு போய்க் கதவைத் திறந்ததும், கோபாலின் அலுவலக நண்பன் சுரேஷ் உள்ளே நுழைந்தான்.

நுழையும் போதே, "கோபால்! ரெடியா?" என்று பலக்கக் கேட்டான்.

சுஷ்மா உற்சாகமாக வெளியில் வந்தாள். சுரேஷைக் கண்டதும் அதீதமான ஒரு பிரகாசம் அவள் முகத்தில் தெரிவது போல் சுபத்ராவுக்குத் தோன்றிற்று. பட்டணத்துப் பெண்களுக்கு வெகுளித்தனம் அதிகமா, தைரியம் அதிகமா என்று வியப்பு ஏற்பட்டது.

சுபத்ரா அறைக்குள் செல்லாமல் பால்கனியிலேயே நின்றாள். சுரேஷ், சுஷ்மாவைப் பார்த்து, மெலிதாக விசில் அடிப்பது கேட்டது.

“எப்படி இரண்டு குழந்தைகள் பெத்தப்புறமும் காலேஜ் பெண் மாதிரி இருக்கே?”

“போ, உனக்கு வேற வேலையில்லே, என் மாமியாரை நீ பார்க்கணும்!”

“உன் மாமியார்கிட்டே எனக்கு இன்டரெஸ்ட் இல்லே, உங்கிட்டேதான் இன்டரெஸ்ட்!”

“சும்மா இரு, சுரேஷ். ஏற்கெனவே கோபாலுக்கு இன்னிக்கு ‘மூட்’ சரியில்லே”

“அதைச் சரி பண்ணிடலாம். ராத்திரி மக்கன்லால் வீட்டு டின்னருக்கு வருகிறீர்களா இல்லையா?”

“கண்டிப்பா! இப்ப என் மாமியார் இருக்கறதினாலே குழந்தைகளைப் பத்திக் கவலைப்பட வேண்டியதில்லே”

“எதைப் பத்திக் கவலைப்பட வேண்டியதில்லே!” என்றபடி கோபால் வந்தான்.

“இன்னிக்கு மக்கன்லால் வீட்டு டின்னருக்குப் போகணும். குழந்தைகளைப் பார்த்துக்க அம்மா இருக்கா, கவலையில்லேன்னேன்!”

“இல்லாட்டாலும் நீ கவலைப்பட்டதாகத் தெரியல்லே எனக்கு?”

“நான் சொல்லலே, இன்னிக்கு இவருக்கு மூட் அவுட்!”

"சரி பண்ணிடலாம்" என்று அவளைப் பார்த்துக் கண்ணடித்து விட்டுச் சுரேஷ் கோபாலின் தோளைப் பற்றியபடி நடந்தான். பிறகு திடீரென்று நினைவு வந்தவனாய், "ரஞ்சனாவுக்குப் பாட்டு சொல்லிக் கொடுக்க இன்னிலேந்து அந்த உஸ்தாத் வருவார். சொல்லியிருக்கேன்" என்றான்.

கோபால் சுழன்று திரும்பினான். கோபத்துடன் சுஷ்மாவைப் பார்த்தான். "பாட்டா? யாரைக் கேட்டுண்டு இந்த ஏற்பாடு, அந்த உஸ்தாத் இந்த வீட்டிற்குள்ளே நுழைஞ்சால் காலை வெட்டிடுவேன்."

அவன் குரலிலிருந்த ஆக்ரோஷம் ரத்த நாளங்களை உறைய வைத்தது.

"சரியான ஔரங்கசீப் நீங்க" என்று உரத்த குரலில் சுஷ்மா ஆரம்பிக்கையில், "இப்ப வேண்டாம் இந்த விவாதம், எனக்கு ஆபீஸுக்கு நேரமாகிவிட்டது." என்று கடுகடுப்புடன் சொல்லிவிட்டுக் கோபால் வெளியில் விரைந்தான். வண்டியில் ஏறுவதற்கு முன் நினைவு வந்தவனைப் போல் பால்கனியின் பக்கம் பார்த்துச் சுபத்ராவிடம், 'போய் விட்டு வருகிறேன்' என்று கையைக் காட்டினான், சுரேஷும் அவளுக்கு ஒரு பெரிய நமஸ்தே காட்டிவிட்டு அவனுடன் உட்கார்ந்தான்.

சுபத்ராவுக்குச் சற்று நேரம் திகைப்பாக இருந்தது. இந்தத் திறந்த வானமும் சுத்தமான சண்டிகரின் விஸ்தாரமான வீதிகளும் பூங்காக்களும் எத்தனை அந்நியமாக அவளுக்குப் பட்டனவோ அத்தனை அந்நியமாக இந்த உலகத்து வாழ்க்கை முறையும் பேச்சும் அந்நியமாகப் பட்டன. குழப்பத்தைத் தந்தன. என்றைக்காவது இந்த உலகத்தைத் தன்னால் புரிந்து கொள்ள முடியுமா, இதனுடன் சரளமாக ஒன்ற முடியுமா என்ற பயம் ஏற்பட்டது.

கோபாலை நினைத்து அவளுக்குப் பரிதாபமாக இருந்தது. அவனுடைய இன்றைய மனநிலைக்கு, கசப்புக்குத் தானே காரணம் என்ற குற்ற உணர்வு ஏற்பட்டது. அவனுடைய

சுபாவமான ரசனை உணர்வுகள் கூடக் கொலையுண்டு போனதற்கு நானே காரணம். ஐந்து வயதிலேயே அவன் அநாயசமாகத் தபேலா வாசிப்பான். அற்புதமாகத்தும் தும்ரிகள் பாடுவான். அவளுடனேயே இருந்திருந்தால் மிகப் பெரிய கலைஞனாகப் போயிருப்பான். அந்தக் காற்றே இரண்டு பிள்ளைகள் மேலும் படக்கூடாது என்று அவர்களைப் பிரித்ததில் இப்பொழுது அவளைவிட அதிக மன உளைச்சலில் இருப்பது கோபால்தான் என்று பரிதாபம் ஏற்பட்டது.

அவள் சற்று நேரம் நீலவானை வெறித்துப் பார்த்தபடி, இவர்களுடைய பிரச்னைகளில் தான் தலையிடுவது சரியா என்று யோசித்தாள். வந்து ஒரு மாதம் ஆகியும் இன்னும் அந்நியமாகவே பட்டது. ஒட்டுதல் ஏற்படவில்லை. குழந்தைகள் ரஞ்சனாவும் ராக்கேவும், விளையாட்டும், படிப்பும், டி.வியும் போக வெகு சொற்ப நேரமே அவர்களுக்கு அவளுடன் பேசக் கிடைத்தது.

வரவேற்பறையிலிருந்து விசும்பும் ஒலி கேட்டு அவள் திடுக்கிட்டு உள்ளே சென்றாள்.

சோபாவின் கைப்பிடியில் முகத்தைப் புதைத்து சுஷ்மா அழுது கொண்டிருந்தாள். அவள் அருகில் அமர்ந்து சுபத்ரா அவள் முதுகை வருடியபடி மிருதுவாகச் சொன்னாள்:

"அழாதே சுஷ்மா! அவன் ரசனை இல்லாதவள் இல்லே!"

"உங்களுக்குத் தெரியாது அவரை, நாட்டியம் பாட்டுன்னாலே அவருக்கு வெறுப்பு இவருக்குப் பிடிக்கல்லேன்னா தன் எண்ணத்தை எல்லார் மேலேயும் திணிக்கணுமா? ரஞ்சனாவுக்கு நல்ல குரல் இருக்கு. ஆசையிருக்கு. கத்து வெச்சால் என்ன? அவளுக்கு டான்ஸ்கூட இயல்பா வரது. என் ஃப்ரெண்ட்ஸ் பெண்களுக்கு ஒரு சிரத்தையும் இல்லை. ஆனால், பெருமைக்காக எல்லாவற்றையும் கற்றுக் கொடுக்கிறார்கள். கோபால் சரியான பத்தாம் பசலி. நீங்கள் வளர்த்திருந்தா இப்படி ஆகியிருக்காது. அவர்களுடைய அப்பா வளர்த்ததுதான் இப்படி. அவருக்குச் சங்கீதம் பிடிக்காதோ?"

இதற்கு என்ன பதில் சொல்வது என்று புரியாமல் சுபத்ரா திகைத்தாள். கோபால் அப்படியானால் உண்மை விவரங்களை இவளிடம் சொல்லவில்லை என்கிற பிரக்ஞை விவரிக்க முடியாத ஓர் ஏமாற்றத்தை ஏற்படுத்திற்று.

தன்னைச் சமாளித்துக் கொண்டு அவள் மெல்லப் புன்னகை செய்தாள்.

“கோபால் என்ன சொல்லியிருக்கிறான், என்னைப் பத்தியும் அவன் அப்பாவைப் பத்தியும்?”

“விவரமாக எதையும் சொன்னதில்லை. அப்பாவும் அம்மாவும் சேர்ந்து வாழல்லே, அம்மா மாமா வீட்டிலே இருக்கிறாள். அப்பாதான் எங்களை வளர்த்தார். அதுவும் எங்களை ஹாஸ்டலில் வைத்துத்தான் என்று சொல்லியிருக்கிறார். அப்பா இரண்டாம் கல்யாணம் செய்து கொண்டுவிட்டதால் எங்களுக்கும் அங்கேயும் விட்டுப் போயிற்று என்றார். அப்பா எங்கள் கல்யாணத்திற்குக்கூட வரவில்லை. என் வீட்டவர்களுக்கெல்லாம் கொஞ்சம் விசனந்தான். ஆனால், மாப்பிள்ளை நன்றாகப் படித்தவர், நல்ல வேலையில் இருக்கிறார் என்று பேசாமல் ஒப்புக் கொண்டார்கள். என் பிடிவாதத்தினால் – நானும் கோபாலும் ஒரே காலேஜில் படித்தோம்.”

சுபத்ரா எதுவும் பேசாமல் உள்ளுக்குள் தீவிரச் சிந்தனையும் வெளியில் மென்மையான புன்னகையுமாய் அமர்ந்திருந்தாள்.

மெல்லிய வியப்புடன் சுஷ்மா தொடர்ந்தாள்:

“உங்களைப் பற்றி நான் என்னவெல்லாமோ கற்பனை செய்து கொண்டிருந்தேன், அம்மா! நேரில் பார்த்ததும் ரொம்ப ஆச்சரியமாகப் போயிட்டது. உங்களை எப்படி அப்பாவுக்குப் பிடிக்காமல் போயிற்று? யோசித்துப் பார்க்கும்போது கோபால் மாதிரி அவர் கோபக்காரராய் இருந்திருப்பார் என்றே தோன்றுகிறது. அழகான மனைவியைக் கண்டால் சில பேருக்கு அநியாயச் சந்தேகமாயிருக்கும்.”

தனது உணர்ச்சிகளைக் கட்டுப்படுத்திக் கொண்டு சுபத்ரா மெல்லச் சிரித்தாள்.

"அதெல்லாம் காரணம் இல்லை, சுஷ்மா! எனக்கு அதிர்ஷ்டம் இல்லை. விதி என்று ஒன்றிருக்கிறதல்லவா? இதையெல்லாம் நானே மறந்துவிட்டேன். கோபாலைக் கொஞ்சம் விட்டுப்பிடி, தன்னால் சரியாகிவிடுவான்."

"எனக்குத் தோணவில்லை. இவர் ஆனாலும் முசுடு, அந்தச் சுரேஷும் இருக்கிறான் பாருங்கள், எத்தனை ஜாலி டைப் ரொம்ப ரசனையுள்ளவன்!"

"கல்யாணமாகியிருக்கா?"

"இல்லே!"

"ஆ, அதனாலேதான்! பொறுப்பிருந்தா கதை வேற மாதிரி இருக்கும்!"

"அவனுடைய சுபாவம் என்னிக்கும் மாறாது."

சுபத்ரா மௌனமானாள். சுரேஷுடைய பால்யம் குழப்பமில்லாததாக இருந்திருக்கும். அம்மாவைப் பற்றின அவமானமும் அப்பாவைப் பற்றின கேள்விக் குறியும் மனத்தை வாட்டாமல் பாதுகாப்பான சூழலில் கழிந்திருக்க வேண்டும்.

'ஜாலி டைப்'

சற்று அதிகப்படியாகவே ஜாலியாக இருப்பதாகப் பட்டது சுபத்ராவுக்கு – நண்பனின் மனைவியிடம் எல்லை மீறிச் சல்லாபிக்கும் அளவுக்கு. சுஷ்மாவுக்கும் எல்லாம் வேண்டியிருக்கிறது!

அவள் சட்டென்று சுயநினைவுக்கு வந்தாள்.

பின் இந்த நாகரிக உலகத்தைப் பற்றி எனக்கு ஒன்றும் தெரியாத நிலையில் இவர்களைப் பற்றி விமர்சனம் செய்ய எனக்கு எந்த அருகதையும் இல்லை என்று அவள் தனக்குள் சொல்லிக் கொண்டாள். ஆணும் பெண்ணும் சகஜமாகப் பழகுவது இந்தச் சமுகத்துக்கு நடைமுறைப் பழக்கமாக இருக்கலாம்.

அவளுக்குத் திடீரென்று சம்பாவுடன் கன்யாகுமரியில் பார்த்த தமிழ்ச் சினிமா நினைவுக்கு வந்தது. அந்த மாதிரி ஓர் ஆபாசத்தை இந்தச் சமூகம் வாயை மூடிக் கொண்டு ஜீரணித்துக் கொள்ள வேண்டுமென்றால் வரையறையின் எல்லைக் கோடுகளின் பரிமாணங்கள் அகன்று போயிருக்க வேண்டும் - விகல்பமும் அநாகரிகமும் அதற்குள் புகுந்த சுவடு தெரியாத அளவுக்கு! மனித மன வக்ரத்தின் பரிமாணங்கள் அகன்றிருக்கின்றன - மனித நேயத்தின் பரிமாணங்கள் அகலவில்லை. அகன்றிருந்தால் சம்பாவுக்கும் எனக்கும் மதுரையில் அப்படி ஒரு சவுக்கடி கிடைத்திருக்காது.

காலையில் கணவனுடன் ஏற்பட்ட மனஸ்தாபத்தைச் சுஷ்மா விரைவில் மறந்து போனாள். இரவு டின்னருக்கு எந்தப் புடவையைக் கட்டிக் கொள்வது என்று மதியம் முழுவதும் யோசித்தாள்.

ரஞ்சனாவும், ராக்கேஷும் எதிலும் நாம் பட்டுக் கொள்ளாமல் தங்கள் ஹோம்வர்க்கிலும், காமிக்ஸிலும், டி.வி. நிகழ்ச்சிகளிலும் ஆழ்ந்து போனார்கள்.

விருந்துக்குச் சுஷ்மா செய்து கொண்டிருந்த அலங்காரம் சுபத்ராவுக்குச் சற்று மிகையாகத் தோன்றிற்று.

'ஓ, நமக்கேன் வம்பு!' என்று அவள் தன்னைக் கட்டுப்படுத்திக் கொண்டாள்.

"நாங்கள் வர நாழியாகும். வெளியிலிருந்து பூட்டிக் கொண்டு போகிறோம். நீங்கள் எங்களுக்காகக் காத்திருக்க வேண்டாம்" என்று கோபால் அவளிடம் சொல்லிவிட்டுப் போனான்.

அவளும் குழந்தைகளுடன் உட்கார்ந்து டி.வி. நிகழ்ச்சியைப் பார்த்தாள். 'சித்ரஹார்' நிகழ்ச்சியைக் கண்டு அதிர்ச்சி ஏற்பட்டது. வைத்த கண் வாங்காமல் அந்த ஆபாசத்தை ரஞ்சனாவும் ராக்கேஷும் பார்ப்பதைக் கண்டு கலவரம் ஏற்பட்டது. இவர்களைத் தடுக்க தனக்கு ஏதும் உரிமையில்லை என்கிற கையாலாகத்தன ஆயாசம் அவளை ஆட்கொண்டது.

நல்ல வேளையாக அது முடிந்து சற்று நேரத்திற்கெல்லாம் பர்வீன் சுல்தானாவின் சங்கீதம் ஆரம்பித்தது.

"ஓ ஷிட்!" என்றபடி ராக்கேஷ் எழுந்தான்.

"இந்த வார்த்தையை அடிக்கடி உபயோகிக்கிறியே, இதுக்கு என்ன அர்த்தம்?" என்றாள் அவள் சிரித்துக் கொண்டே, ராக்கேஷும் ரஞ்சனாவும் ஒருவரை ஒருவர் பார்த்துச் சிரித்துக் கொண்டார்கள்.

"அதுக்கெல்லாம் அர்த்தம் கிடையாது!"

"அர்த்தமில்லேன்னா ஏன் உபயோகிக்கிறே?"

"எரிச்சல் வந்தா உபயோகிப்பேன். ஏன்னா அது கெட்ட வார்த்தை!"

சுபத்ரா சங்கடத்துடன் மௌனமானாள். இந்த வார்த்தையை இவன் பெரியவர்கள் முன்னிலையிலும் கூச்சம் இல்லாமல் உபயோகிப்பதை அவள் கவனித்திருக்கிறாள். உஸ்தாத் உள்ளே நுழைந்தால் காலை உடைப்பேன் என்கிற கோபால் கூட இதைக் கண்டும் காணாத மாதிரி இருக்கிறான். இந்தச் சமூகத்தில் எத்தனை முரண்பாடுகள்!

பர்வீன் சுல்தானா மால்கோஷ் ராகத்தை அநாயசமாக உதிர்த்துக் கொண்டிருந்தாள். மேல் ஸ்தாயிக்குச் செல்லும்போது ஸ்வரம் நழுவிற்று.

தன்னைக் கட்டுப்படுத்திக் கொள்ள இயலாமல் அவளது நாபியிலிருந்து ஸ்வரங்கள் எழுந்து வெளிப்பட்டன. பர்வீன் சுல்தானாவின் கற்பனை எட்டாத பிரதேசங்களை ஆக்ரமித்தன, ரஞ்சனா அவளிடம் வேகமாக ஓடி வந்தாள்.

"பாட்டி, உங்களுக்குப் பாடத் தெரியுமா?" என்று கேட்டுக் கண்களை அகல விரித்தாள்.

"ஏதோ கொஞ்சம்" என்று சுபத்ரா புன்னகை செய்தாள்.

"ப்ளீஸ் பாடுங்கள் எனக்கு ரொம்ப ஆசை!"

அந்த அகன்ற அழகிய கண்களில் தெரிந்த ஏக்கம் மனதைக் கஷ்டப்படுத்தியது.

"வேண்டாம்மா" என்றாள் அவள் மெல்ல.

"அப்புறம் ராக்கேஷ் அந்தக் கெட்ட வார்த்தையைச் சொல்வான்."

"மாட்டான், மாட்டான் நீங்கள் பாடுங்கள்."

"மாட்டேன்!" என்று புன்னகை செய்தபடி ராக்கேஷ் அருகில் உட்கார்ந்து கொண்டான்.

"எனக்குச் சினிமா பாட்டு வராது. என்ன பாடட்டும்?"

"மீரா பஜன், இல்லை ஏதாவது கஜல்."

இந்தப் பெண்ணுக்கு எத்தனை ஆர்வம் என்கிற மெல்லிய பரிதாபத்துடன் சுபத்ரா பாட ஆரம்பித்தாள்.

"பஸோ மொரெ நய்னனமே நந்தலாலா..."

வார்த்தைகளின் லயிப்பில் நந்தலாலாவின் நினைப்பில் அவள் உருகிப் போனாள். ஒரு மாதமாகப் பாடாத தாபமெல்லாம் 'கல்யாணி' மெருகு கொடுப்பதில் வெளிப்பட்டது.

பாட்டு முடிந்ததும் ரஞ்சனா அவளை அணைத்துக் கொண்டாள். "நீங்க எத்தன நன்னாப் பாடறீங்க பாட்டி! நீங்க பாடுவீங்கன்னு அப்பா சொன்னதேயில்லே!"

"ஏன்னா அப்பாவுக்குப் பாட்டுப் பிடிக்காது!" என்றான் ராக்கேஷ்.

"என் பாட்டு எப்படியிருந்தது? 'ஷிட்' டா?"

ராக்கேஷ் கூச்சத்துடன் சிரித்தான்.

"இல்லே, ஃபிட் ஏக்தம்!"

"அப்படீன்னா?"

"ஃபஸ்ட் க்ளாஸ்!"

அவள் சபைக்கு வந்தனம் தெரிவிக்கும் பாணியில் விரல்களால் தன் நெற்றியைத் தொட்டு, "ஷுக்ரியா ஹஜூர்" என்று சிரித்தாள்.

குழந்தைகளுக்குக் குஷி பிய்த்துக் கொண்டு போயிற்று. இன்னொரு பாட்டு, இன்னொரு பாட்டு என்று டி.வியை அணைத்து விட்டு அவள் எதிரில் கட்டுண்டவர்கள் போல் உட்கார்ந்திருந்தார்கள்.

ஒரு வழியாக, அவர்களைக் கட்டாயப்படுத்திப் படுக்க வைத்துத் தானும் படுத்துக் கொண்டபோது மனசு இன்னும் உள்ளுக்குள் ராகங்களை இழுத்துக் கொண்டிருந்தது. பிரத்யட்சத்துக்கு முதல்முறையாக விழித்துக் கொண்டார் போல் பரபரத்தது. பாடாமல் என்னால் இருக்க முடியுமா? பயந்துகொண்டே பாடுவது சாத்தியமா? பாட்டே விபசாரம் என்ற மனநோய் பிடித்திருப்பவனை எப்படிச் சமாதானப்படுத்த முடியும்?

நந்தலாலாவுக்கும் இவனுக்கும் எத்தனை வித்தியாசம் கோபாலிடம் தனக்கு இன்னும் ஒட்டுதலே வரவில்லை என்று அவள் ஒரு குற்ற உணர்வுடன் நினைத்துக் கொண்டாள். அவனுடைய ஒவ்வொரு பேச்சும் அவளை மறைமுகமாகத் தாக்கி விலகி வைத்த மாதிரிப் பிரமை ஏற்பட்டது. இங்கு இருப்பது ஏதோ நாதன உணர்வாக, ஒரு விருந்தாளியாகத் தோன்றியதற்கு மேலாக எந்த நெருக்கமும் ஏற்படவில்லை.

தூக்கம் வராமல் அவள் புரளுகையில் வாசல் பூட்டுத் திறக்கும் ஓசை கேட்டது. அவள் படுத்திருந்த அறையைத் தாண்டிச் செல்லும்போது கோபாலைத் தாங்கிக் கொண்டு சுஷ்மா நடந்தாற் போல் பட்டது. அவர்களுடைய அறைக்குள் நுழைந்து விளக்கைப் போட்டதும் நிசப்தமான இரவில் குரல்கள் தெளிவாகக் கேட்டன.

"என் ஷுவை நானே அவிழ்த்துப்பேன். நீ ஒண்ணும் எனக்கு எதுவும் செய்ய வேண்டாம். நான் போதையிலே இல்லே பெரிய பதிவிரதை இவ!"

"உங்களுக்குப் போதை மட்டுமில்லே, மூளைக் கோளாறு! அதான் உங்களுக்கு இப்படி என்னைப் பார்த்துப் பேசத் தோணுகிறது."

“அந்தச் சுரேஷ் எதிரே அப்படியென்ன ஆட்டமும் பாட்டமும், மார்புச் சேலை நழுவறது தெரியாமே நீ என்ன குடும்ப ஸ்த்ரீயா வேற யாராவதா?”

“கோபால் ப்ளீஸ், இப்பொழுது எதையும் பேச வேண்டாம். தூங்குங்கள். காலையிலே எல்லாம் தெளிஞ்சு போகும். அம்மாவுக்குத் தூக்கம் கலைஞ்சு போகும்.”

“போகட்டுமே! போகட்டுமேங்கறேன் இந்த அம்மாவினாலே நான் பால்யம் முழுக்கத் தூங்கல்லேன்னு தெரியுமா? நான் பால்யத்தையே அனுபவிக்கல்லேன்னு தெரியுமா?”

“இப்பத் தூங்குங்க, கோபால். அம்மா ரொம்ப மிருதுவானவர். அவர்கிட்ட நீங்க வளர்ந்திருந்தீங்கன்னா நன்றாயிருந்திருக்கும்!”

“ஆகா, நன்றாயிருந்திருக்கும்! நான் அப்பொழுது ஒரு தபேலாக்காரனாகவோ, சாரங்கி வாசிப்பவனாகவோ இருந்திருப்பேன். அம்மாவுக்கு வருகிற வாடிக்கைக்காரர்களுக்குப் பான் பீடா கொடுத்திருப்பேன். குலாபி ஸாஹிபாவின் மொஹல்லாவில் இருந்திருந்தால்...”

“கோபால், என்ன சொல்கிறீர்கள்? பைத்தியம் பிடித்து விட்டதா? இல்லை, இன்னிக்கு உள்ளே போன விஸ்கி மூளைக்கு ஏறிடுத்தா?”

“மூளைக்கு இன்னிக்கு ஏறின விஷயமில்லை இது. பத்து வயசிலேயே ஏறின விஷயம். தில்லியிலே ஜி.பி. ரோட்னு கேள்விப்பட்டிருக்கியா? அங்கே போய்க் குலாபி ஸாஹிபாவைப் பற்றி விசாரி. மீசை முளைச்ச எல்லா ஆணுக்கும் தெரியும்.”

“ஓ மை காட்! பின்னே எதுக்கு இங்கே அழைத்துக் கொண்டுவந்தீர்கள்? எந்தத் தைரியத்தில்?”

கோபாலிடமிருந்து பதில் வரவில்லை.

——

அத்தியாயம் 20

கூ.... கூ....!

சுபத்ரா திடுக்கிட்டுக் கண்ணை விழித்தாள். சூரிய வெளிச்சம் ஜன்னல் மறைத்த கனமான திரைச்சீலைகளை மீறி உள்ளே நுழைந்திருந்தது.

கூகூவின் தொடர்ச்சி, நூறாயிரம் குயில்கள் சேர்ந்து கூவுகிற மாதிரிப் பிரமையேற்படுத்திற்று. அவளுக்குச் சில விநாடிகள் ஏதோ வனப் பிரதேசத்தில் திசை தெரியாமல் நிற்கிறாற்போல் தோன்றிற்று. குயிலின் குரலே நம்பிக்கையின் ஒளியாய், அமானுஷ்யமாய், எங்கோ தொலைவில் இருக்கும் தெளிவான பாதைக்குக் கட்டியம் கூறுவதாய்... ஆனால், இப்போதைக்குப் பாதை தெரியவில்லை.

வெகுநாட்கள் கழித்துக் குலாபியின் கண்களில் நீர் திரையிட்டது. பிந்தைய இரவில் கேட்ட சம்பாஷணையின் வார்த்தைகள் புதிய உத்வேகத்துடன் நினைவைத் தாக்கின. கோபாலின் பேச்சில் இருந்த வெறுப்புக்குப் பின்னால் மறைந்திருந்த சோகம் மனசை உலுக்கிற்று...

எத்தனை இரவுகள் அவன் தூங்காமல் கழித்திருப்பான்? தந்தையின் அரவணைப்பை நாடும் பிராயத்தில் அவன் மனசில் எப்படிப்பட்ட குழப்பங்கள் இருந்திருக்கும்? விதியின் கைப்பொம்மையாக நான் வாழ்வு முழுவதும்

ஆட்டுவிக்கப்பட்டவள். ஒரு சராசரிப் பெண்ணுக்குக் கிடைக்கக் கூடிய மகிழ்ச்சிகள், சுதந்திரங்கள் கிடைக்கப் பெறாதவள் என்கிற உண்மையெல்லாம் புரிந்து கொள்ள முடியாத பருவத்தில், மனசில் சந்தேகமும் கோபமும் பதிந்து போன பிறகு...

அவன் எந்த நவயுகத்தைச் சேர்ந்தவனாக இருந்தாலும் எண்ணங்கள் எப்படி மாறும்.

நந்தலாலாவின் நிலைமை வேறு. அவனுடைய தாய்படும் துயரத்தைக் கண்டு தந்தையின் மேல் கோபம் பாராட்டிக் கொண்டிருந்தவன். அந்தக் கோபத்தில் பாதி தந்தையின் வைப்பாட்டி என்று பட்டம் வாங்கியிருந்த குலாபி ஸாஹிபாவிடம் இருந்தது. தந்தையின் போக்கு ஓர் அவமானகரமான விஷயம் என்பது முக்கிய காரணமில்லை. அம்மாவுக்குத் துக்கம் ஏற்பட்டதுதான் முக்கிய காரணம்.

என்னுடன் நெருங்கிய தொடர்பு ஏற்பட்டதும் அவன் எத்தனை விரைவில் தந்தையை மன்னித்து விட்டான்! அவனே என் வயிற்றில் பிறந்தவனாக இருந்திருந்தால் அதே வேகத்தோடு என்னை மன்னித்துப் பிரியம் காட்டியிருப்பானா?

அவளுக்குச் சந்தேகமாக இருந்தது. கற்பு நிலை என்பது ஆணுக்கும் பெண்ணுக்கும் வித்தியாசமான அளவுகோல் கொண்டது என்கிற நினைப்புடனேயே பல ஜன்மங்களாய்ச் செயல்பட்டு வரும் சமூகம் இது. பெண்களைப் போகப் பொருளாக அது உபயோகித்துக் கொள்ளும் - திமிருடன் ஒதுக்கி வைக்கும்.

போகத்தை அனுபவித்தவனுக்கு எந்தக் களங்கமும் ஒட்டாது - ஏனென்றால் அவன் ஆளும் வர்க்கத்தைச் சேர்ந்தவன். நான் ஒதுக்கப்பட்ட வர்க்கத்தைச் சேர்ந்தவள். பகிரங்கமாக உலகத்துக்கு என் தொழிலைப் பறை சாற்றியவள்.

குழந்தைகளைப் பெற்றது வம்ச விருத்திக்காக இல்லை. அது ஒரு வேண்டாத விபத்து என்று என் குழந்தைகளுக்கு மறைமுகமாக உணர்த்தியவள். குடும்பம் என்கிற நிழல் இல்லாத

ஒரு நாடோடிக்கு எந்த வழிப் போக்கனுடைய சேர்க்கையினாலோ எதேச்சையாக ஜனித்த, வேண்டாத குழந்தைகள் நாம் என்று என் பிள்ளைகள் எங்கோ ஹாஸ்டலில் ஆதார சுருதியைத் தேடிக் குழம்பியிருக்க வேண்டும் - தூங்காமல் பிள்ளைப் பிராயத்தைக் கழித்திருக்க வேண்டும்.

அந்தப் பிள்ளைகளுக்கு இன்று என் மீது பாசத்திற்குப் பதில் வெறுப்பு இருந்தால் அது இயல்பானது.

இளைய தலைமுறையைச் சேர்ந்த முற்போக்குச் சிந்தனையுள்ளவனுக்குக்கூட ஏற்படக்கூடியது.

ஆணின் நடத்தையைப் பற்றி அதிகம் கவலைப்படாத சமூகம் ஏன் பெண்ணிடம் இத்தனை பட்சபாதமாக இருக்கிறது? சுஷ்மா சுரேஷிடம் காட்டும் சௌஜன்யம் எனக்கு ஏன் விகற்பமாகப் படுகிறது?

சுபத்ரா படுக்கை கொள்ளாமல் எழுந்து ஜன்னல் அருகே சென்று நின்றாள்.

நீல வானமும் தோட்டத்து மலர்களும் தூய்மையாகத் தெரிந்தன. மனசில் இது நாள்வரை மண்டிக் கிடந்த சுய பச்சாதாபமெல்லாம் கரைந்து தன்னையே ஒரு மூன்றாம் மனுஷி போல் தான் நின்று கவனிப்பது போல் அவளுள் ஒரு வெளிச்சம் ஏற்பட்டது. மெல்ல மெல்ல ஒரு விஷயம் புலப்பட்டது.

போகப் பொருளாய்ப் பெண்ணை ஆள ஆண் நினைத்தால் அதற்குப் பெண்ணே காரணம். அவள் தன்னை உபயோகப்படுத்த அனுமதித்ததே காரணம்.

கண்டவனிடம் கற்பை விற்றது எனது முக்கிய அவமானம் இல்லை. என்னையே, என் இனத்தையே நான் கேவலப்படுத்தியதுதான் அவமானம். இந்த உடம்பின் கவர்ச்சியால் ஆணை ஏமாற்றுவதாக நினைத்து என்னையே ஏமாற்றிக் கொண்டவள், வலையில் மாட்டிக் கொண்டவள்; ஒதுக்கப்பட்டவள். தெரிந்தோ தெரியாமலோ அப்படிப்பட்ட ஒரு பாரம்பரியத்தை உருவாக்கியவள்.

உடலை விற்றுப் பிழைத்தவள் என்கிற விஷயம் எந்த நிர்ப்பந்தத்தால் ஏற்பட்டிருந்தாலும் ஓர் உண்மையை மறைக்க முடியாது.

பண வீக்கமுள்ள திமிர் பிடித்த ஆணுக்கு என்னைக் கேவலமாக்கிக் கொண்டது, வியாபாரப் பொருளாக்கிக் கொண்டது - இந்த வியாபாரத்தை நாகரிகக் கலையாக, சமூக சேவையாக ஒரு பாவனையை ரோஷனாரா என்னுள் வளர விட்டிருந்தாள். அவள் ஒரு தேர்ந்த நடிகை.

மோங்கியா ஸாஹிபிடம் இருந்த என்னுடைய அன்பு கூட ஒரு பிரமையாக இருக்க வேண்டும். ஏனென்றால், அந்தச் சுருதிக்கு ஆதாரமே இன்று இல்லை. அவர் தான் உங்கள் அப்பா என்று சொன்னால் என் குழந்தைகளே நம்பப் போவதில்லை. அவருடைய தொடர்பில்லாமல் போன பிறகு கிட்டத்தட்ட சந்நியாச வாழ்க்கை வாழ்ந்து வருகிறேன் என்றால் நிச்சயமாகச் சிரிப்பார்கள்.

என் பாவ வாழ்வின் கூலிகள் இவை. இவற்றிலிருந்து தப்புவது சாத்தியமில்லை.

இதுவரை கோபால் வெளிப்படையாக எதுவும் சொல்லவில்லை. இனிமேலும் அவன் வாயைத் திறக்காவிட்டாலும் சுஷ்மா தெரிவிப்பாள்.

"எந்தத் தைரியத்தில் இங்கு அழைத்து வந்தீர்கள்?" என்று கேட்டதிலிருந்து அவளுடைய மனநிலை புரிந்தது.

அதற்குப் பிறகு அவர்கள் பேசியது காதில் விழவில்லை. அவளுக்குக் கேட்க வேண்டும் என்று தோன்றவும் இல்லை.

அவளுக்குச் சிரிப்பு வந்தது. வாழ்வு முழுவதையும் பிரமையிலேயே கழித்திருக்கிறேன்! வேர்களைப் பற்றிய நினைப்பும், ஈனத் தொழிலுக்குக் கலைப் போர்வை போர்த்தியதும், திருமணமாகிக் குழந்தைகள் உடைய ஒருவன், தன் பண வீக்கத்தின் மிதப்பில் சமாதானமாக முடியாத

கொழுப்புணர்வுக்குத் தீனி தேட வந்தவன். சற்று அதிகமாக அவளையும் அவளது சங்கீதத்தையும் புகழ்ந்ததால் ஏற்பட்ட மயக்கத்தை அமரத்துவமானதாக நினைத்துக் கரைந்ததும் - பிள்ளைகளிடமிருந்து கடிதம் வந்ததுமே அது அவர்களுடைய அன்பின், காருண்யத்தின் பிரதிபலிப்பு என்று நம்பியதும்.

அவள் நிஜம் என்று நம்பியதெல்லாம் வெறும் சாயையாய், நிழலாய், மாயையாய் நேற்றைய ஒருவனது குடி போதையில் நிதர்சனமாய் வெளிப்பட்டு விட்டது.

தில்லியை விட்டு கிளம்புகிற அன்று நந்தலாலாவின் முகத்தில் தயங்கி நின்ற சங்கடத்துக்கு இதுதான் காரணம்.

அவளுக்கு மோங்கியா எழுதி வைத்திருக்கும் சொத்தின் விவரங்களை இவர்களுக்கு வேண்டுமென்றே அவன் எழுதியிருக்கிறான்; பணத்துக்காகவாவது பிள்ளைகள் அவளைக் கவனித்துக் கொள்வார்கள் என்று. அவனுக்கு ஏன் இந்தக் கவலை தன்னால் கவனித்துக் கொள்ள முடியாது என்கிற குற்ற உணர்வா?

அவளுக்குத் திடீரென்று தன்னை நினைத்தே கோபம் வந்தது. இத்தனை நாட்கள் விதி என்னை ஆட்டுவித்தது. சுய சிந்தனை வளர்ந்திராததால் அதற்குப் பணிந்திருந்தேன். இப்பவும் நான் ஏன் ஆட்டு விக்கப்பட வேண்டும்? மதுரைக் கோவிலில் நின்ற போது மனசு எத்தனை உயரத்துக்குப் பறந்தது. தூங்கிவிட்ட ஆன்மா சிலிர்த்தெழுந்தாற்போல!

என் பிள்ளைகள் மேல் எந்த உரிமையும் கொண்டாட எனக்கு உரிமையில்லை. அவர்களுடைய ஜனனத்துக்கு உபயோகப்படுத்தப்பட்ட கருவி மட்டுமே நான். இரண்டு அநாதைகளைப் படிக்க வைத்தது போல் அவர்களைப் படிக்க வைத்தேன். நான் அதைச் செய்யாவிட்டால் வேறு யாரேனும் செய்திருப்பார்கள்.

மனத்தில் தீவிர வெறுப்பை வைத்துக் கொண்டு உதட்டளவில் என்னை என் பணத்துக்காக உபசரிப்பானானால் கோபால் என்னை ஏமாற்றவில்லை. தன்னையும் ஏமாற்றிக் கொள்கிறான்.

அவள் பல் துலக்கி முகம் கழுவித் தோட்டத்தில் உலாவச் சென்றாள். மனசு வெகு தீவிரச் சிந்தனையில் இலயித்திருந்தது. இதுவரை நினைத்திராத விஷயங்கள், பிரச்னைகள், அதன் காரணகாரியங்கள் எல்லாம் எழும்பின. கேள்விகளும் விளக்கங்களும் எட்டிப் பார்த்தன. திடீரென்று புதிய ஜனனம் எடுத்தது போல, கர்ப்பு இருளிலிருந்து வெளிச்சத்துக்கு வந்தது போலப் புரியாத விஷயங்கள் எல்லாம் அந்தராத்மாவுக்குள் பளிச்சிட்டன. ராக சஞ்சாரங்களிலேயே லயித்திருந்த கற்பனா சக்தி வாழ்வையும் இறப்பையும் நிஜத்தையும் போலியையும் ஆராய முனைந்தது. சுய பச்சாதாபத்தில் துவண்டிருந்த பெண்மை தன் சக்தியையும் பலவீனத்தையும் உணர்ந்தது போல் சிலிர்த்து நின்றது.

'என்னை இனிமேலும் யாரும் பகடையாக உருட்ட நான் அனுமதிக்க மாட்டேன்!' என்று அவள் தனக்குள் சொல்லிக் கொண்டாள்.

"நமஸ்தே மாதாஜி சாய் சாப்பிடுங்கள்!" என்ற உற்சாகக் குரலைக் கேட்டு அவள் சுபாவமான புன்னகையுடன் திரும்பினாள். ராமு தேநீர்க் கோப்பையுடன் நின்றிருந்தான்.

"நமஸ்தே, ராமு!" என்று அவள் தேநீரை வாங்கிக் கொண்டாள்.

"எனக்காகச் சாய் போட்டியா? மற்றவர்கள் எழுந்த பிறகு போட்டிருக்கலாமே?" என்றாள் மென்மையாக.

"இன்னிக்கு ஞாயிற்றுக் கிழமையில்லையா? லேட்டாகத்தான் எழுந்திருப்பார்கள். அதுவரை நீங்களும் நானும் காத்திருக்க முடியுமா?"

தேநீரைப் பருகியபடி அவள், "நன்றி ராமு!" என்றாள். அவன் ஒரு புதிய பிரகாசத்துடன் இன்று அவளைப் பார்த்தான்.

"மாதாஜி! நீங்கள் எவ்வளவு நன்றாய்ப் பாடுகிறீர்கள். நேற்று இரவு தூக்கத்திலெல்லாம் உங்கள் பாட்டு தொடர்ந்து கேட்டது!"

எதிர்பாராமல் வந்த பாராட்டில் மனசு லேசாகக் குளிர்ந்தது. கூடவே 'ஓ, இந்தப் பாராட்டினால் எனக்குக் கிடைக்கப் போவது ஒன்றுமில்லை' என்று சொல்லிக் கொண்டது.

"நீ பாடுவியா, ராமு?" என்றாள் மெல்ல.

"பாட்டை ரசிப்பேன், மாதாஜி, லக்னௌகாரர்கள் எல்லாரும் ரசிகர்கள். நீங்களும் லக்னௌகாரரா? உங்களை எங்கோ பார்த்த மாதிரி இருக்கிறது."

"இல்லை. நான் தில்லியைத் தவிர வேறு எங்கும் இருந்ததில்லை."

"நான் தில்லியையே பார்த்ததில்லை, மாதாஜி. இத்தனைக்கும் லக்னௌ போகும் போது அது வழியாகத்தான் போகிறேன். இன்றைக்கு ஊருக்குக் கிளம்புகிறேன். மறுபடி தில்லி வழியாக. ஸாப் எழுந்திருப்பதற்குள் ஸ்டேஷனுக்குச் சென்று டிக்கெட் வாங்க வேண்டும்."

"நீ போவதைப் பற்றி எனக்குத் தெரியாதே!" என்றாள் அவள் வியப்புடன்.

"மேம் பாபுக்குத் தெரியும். என் மனைவி எனக்குப் பதிலாக இந்த மாதம் செய்வாள். நான் ஒரு மாதத்தில் திரும்பி விடுவேன். நீங்கள் இங்கு இருப்பீர்கள் அல்லவா?"

அவள் சட்டென்று அவனை நிமிர்ந்து பார்த்தாள். திடீரென்று ஏற்பட்ட தீர்மானத்துடன்.

"இல்லை, ராமு. எனக்கு உண்மையில் அவசரமாகத் தில்லிக்கும் போக வேண்டும். எனக்கும் இன்றைக்கு ஒரு டிக்கெட் வாங்கிவிடும். கோபாலை இப்பொழுது தொந்தரவு செய்ய எனக்கு இஷ்டமில்லை."

அவன் குழப்பத்துடன் அவளைப் பார்க்கையில் அவள் உள்ளே சென்று பணத்தை எடுத்து வந்து அவனிடம் கொடுத்தாள்.

"ஸாரிடம் சொல்லிவிட்டீர்களா?" என்றான் அவன் மறுபடி.

“சொல்லிக் கொள்கிறேன், நீ கவலைப்படாதே!” என்றாள் அவள் புன்னகையுடன், “என் பெயரை எழுதியிருக்கிறேன் இந்தச் சீட்டில்.”

அவன் சென்றதும் அவள் நிதானமாகத் தன் அறைக்குச் சென்று துணிமணிகளைப் பெட்டியில் எடுத்து வைத்துக் கொண்டாள். திடீரென்று மனசு நிர்மலமாகப் போய் விட்டாற் போல் லேசாக இருந்தது. ஆசாபாச உணர்வுகள் எல்லாம் விலகித் துறவறம் பெற்றுவிட்டது போல் ஞானமௌனத்தில் இருந்தது.

நான் எப்படிப்பட்ட ஒரு பைத்தியக்கார அஞ்ஞானத்தில் இங்கு வரத் துணிந்தேன் என்று திகைப்பேற்பட்டது. சுஷ்மா, ‘எந்தத் தைரியத்தில் இங்கு அழைத்து வந்தீர்கள்?’ என்று கோபாலைக் கேட்டாள்.

உண்மையில் எந்தத் தைரியத்தில் நான் இங்கு வந்தேன்?

இந்த ஜன்மத்தில் எனக்கும் குடும்பமும் பாசமும் உண்டு என்கிற பிரமை என்னுள் மகா பலவீனமான போதில் ஏற்பட்டிருக்க வேண்டும். இத்தகைய பந்தத்துக்காகப் பிறந்தவள் நான் இல்லை என்பதனால்தான் பத்து வயதில் விதி என் வாழ்வில் புகுந்து வழியில் மறித்தது.

அந்தத் திருவிழாவில் தான் கோவிந்த் மாமாவின் கண்களில் பட்டிருக்காவிட்டால் எந்த சந்நியாசியின் கண்ணிலாவது பட்டிருப்பேன். யோகத்தில் ஆழ்ந்திருப்பேன். ஒரு நூலிழை வித்தியாசத்தில், ஓர் அட்சரப் பிசகில் வாழ்வே வித்தியாசமாகிப் போயிற்று.

அவளுக்கு நினைக்க நினைக்க ஆச்சரியமாக இருந்தது.

ஏதோ ஓர் அமானுஷ்ய நூலிழை நிஜத்தையும் காரணங்களையும் பிணைத்து நின்றிருந்தது. அந்த நூலிழையில் உலகமும், மனித வாழ்வும் கோர்க்கப்பட்ட மணிச் சரங்களாய் நகர்ந்தன. முடிவற்ற மணிச் சரங்கள் நிற்காமல் நகர்ந்து கொண்டேயிருந்தன. இது

ஒரு முடிவில்லாத பிரயாணம் என்று புரியாமல், எந்த ஆதார சுருதியினால் கட்டுண்டு நிற்கிறோம் என்று உணராமல், தானே நூலிழை என்று மணிச் சரம் நினைக்க ஆரம்பித்ததானால் அது நூலிழையின் குற்றம் இல்லை.

நான் விதியையோ, மனிதர்களையோ நொந்து பயன் இல்லை என்று அவள் தனக்குள் தீர்மானித்துக் கொண்டாள். இறந்த காலத்தில் நான் வாழ்ந்ததெல்லாம் நேற்று இரவோடு போயிற்று.

அவள் குளித்துத் தயாரானாள், குழந்தைகள் எழுந்து பால் குடித்த கையோடு டி.வி. நிகழ்ச்சிகளைப் பார்க்கத் துவங்கின. ராமு டிக்கெட்டுகளை வாங்கி வந்து விட்டான்.

சுஷ்மா எழுந்து வரவேயில்லை, கோபால் பதினோரு மணிக்கு எழுந்து ராமுவைத் தேநீர் தயாரிக்கச் சொல்லிவிட்டு மறுபடியும் படுக்கையறைக்குப் போய்விட்டான்.

ராமு தேநீரை எடுத்துக் கொண்டு போகும் போது, கோபாலைத்தான் பார்க்க விரும்புவதாகச் சுபத்ரா சொல்லி அனுப்பினாள்.

கோபால் எதிரில் வந்து நின்ற போது முகம் இன்னும் பயங்கரமாக இருந்தது. முந்தைய இரவின் போதை நன்றாகத் தெளியவில்லை என்று தோன்றிற்று.

அவளுடைய பிரயாண முஸ்தீபைக் கேள்விக்குறியுடன் பார்த்தான்.

"நான் கிளம்பறேன், கோபால்" என்றாள் அவள் மிருதுவாக.

"ஏன்?"

அவன் முகத்தில் லேசாகப் பரிகாசப் புன்னகை தெரிந்தது. "அமைதியான, கௌரவ வாழ்க்கை அலுத்துப்போய் விட்டதா?"

அவள் பதறாமல் சொன்னாள்.

"இந்த ஜன்மத்தில் எனக்கு அமைதியும் கிடையாது. கௌரவமும் கிடையாது, கோபால்!"

அவன் முகத்தில் கோபரேகை தெரிந்தது.

"அதுக்கு நீதான் காரணம்! உன்னை அந்தக் கேவலமான நிலையிலிருந்து இங்கே என் மான அவமானத்தைப் பற்றி நினைச்சுப் பார்க்காமல் அழைத்து வந்திருக்கேனே, அதைப் பத்தி நினைச்சுப் பார்த்தியா? இங்கே அலுத்துப் போய்விட்டதா?"

"அலுக்கல்லே! உலுக்கப்பட்ட மாதிரி சுயநினைவுக்கு வந்து விட்டேன்" என்றாள் அவள் மறுபடி புன்னகையுடன்.

"உனக்கு எப்பவுமே சுய நினைவுதானே அம்மாவாக - பாட்டியாக உன்னை நினைத்துப் பார்க்கவே பயம் வயசே ஆகாத நித்தியக் கன்னிப் பெண்ணாட்டம் வளைய வந்து பழக்கப்பட்டவளுக்கு அப்படிப்பட்ட நினைப்பு எப்படி வரும்?"

அவள் வெகு கஷ்டப்பட்டு அந்தக் கொடூர வார்த்தைகளைத் தாங்கிக் கொண்டாள். இதுவரை அவன் தன் வெறுப்பை அவள் எதிரில் காட்டியதேயில்லை. சுஷ்மா காலையில் ஏதாவது பிடுங்கியிருப்பாள். அந்தக் கோபம் அவனைக் கிளறியிருக்கும்.

அவன் வெறிபிடித்தவனைப் போலப் பேசிக் கொண்டே போனான்:

"என்னை நீ பிள்ளையாய் மதிச்சிருந்தியானா..."

அவன் சட்டென்று சுயநினைவு வந்தவனைப் போல் தடுமாறி நிறுத்தினான்.

"ஓ, ஸாரி மன்னித்துக் கொள். சின்ன வயசிலிருந்து என்னுள் இருக்கும் ஏக்கங்கள் சில சமயம் வெடித்துக் கொண்டு வருகின்றன. இத்தனை வருஷம் கழித்து உறவை ஒட்ட வைப்பது கஷ்டந்தான். ஆனால், நானும் ஜயந்தும் உன் வயிற்றில் பிறந்த பிள்ளைகள் என்கிற காரணத்தால், உன்னைக் கவனித்துக் கொள்வதும் உன் சொத்து விஷயங்கனளப் பராமரிப்பதும் எங்கள் பொறுப்பு என்று நினைத்து, மாற்றி மாற்றி உன்னை வைத்துக் கொள்வதாக முடிவு செய்தோம்!"

அவள் லேசாகச் சிரித்தாள். அவனைப் பார்க்க உண்மையில் பரிதாபமாக இருந்தது.

"உங்கள் மனைவிகளுக்கு என்னைப் பத்தின உண்மையை மறைத்து...!"

அவன் தலையைக் குனிந்து கொண்டான்.

"சொல்ல வேண்டிய அவசியமில்லை!"

"ஒரு மாதத்துக்கு மேல் அந்தப் பொய்யை உன்னால் மறைக்க முடியாது, கோபால் அந்தப் பொய்யை நம்பி உருவாகும் உறவுக்குப் பலம் எப்படியிருக்கும் உன்னுடைய தாம்பத்ய உறவே அதனால் பிசுபிசுத்துப் போகும். என்னால் ஏன் அப்படிப்பட்ட நிலைமை ஏற்பட வேண்டும்? நான் ஏன் இப்படியெல்லாம் வாழ நேர்ந்தது என்று எனக்கே புரியாத புதிராயிருக்கு. எனக்குச் சுய பச்சாதாபமில்லை. எனக்கு யாருடைய அனுதாபமும் தேவையில்லை. இனிமேல் நான் என்ன செய்ய வேண்டும் என்று நேற்று இரவு தீர்மானம் ஏற்பட்டுவிட்டது. என்னைப் போக விடு"

"எங்கே?"

"நான் உனக்குப் பிறகு கடிதம் போடுகிறேன்."

அவன் அவளைக் கூர்மையாகப் பார்த்தான்.

"உன் பண விவகாரங்களை நீயே கவனித்துக் கொள்வாயா? நீ இருக்கும் உலகத்தில் எல்லாரும் ஏமாற்றுக்காரர்கள்."

அவள் மென்மையாகச் சிரித்தாள்.

"நீ இருக்கும் உலகத்தில் இல்லையா? எத்தனை தினுசான ஏமாற்றுக்கள் கௌரவப் போர்வையின் அடியில் என்னைப் பற்றின உண்மையைச் சுஷ்மாவுக்கு நீ சொல்லவில்லை. ஏன்? அது அவமானகரமான விஷயம் என்று நீ நினைக்கிறாய். உன் நினைப்பு நியாயமானதுதான், உன் மனைவியிடமிருந்தே மறைக்கும் அளவுக்கு ஓர் அந்தரங்க அவமானம் அது.

அப்படிப்பட்ட ஓர் உணர்வை நீ மறைச்சிண்டு வளைய வரது உனக்கு எப்படிப்பட்ட கஷ்டம், பாரம்னு நான் இந்த ஒரு மாசமா பார்த்துக் கொண்டு வருகிறேன். நியாயமான வழியிலே வராத என் சொத்தைப் பராமரிக்கிற பாரத்தை நான் உங்க ரெண்டு பேர்கிட்டவும் கொடுக்கப் போறதில்லே. உங்களைப் பெற்றதினாலே மட்டும் எப்படி உங்க மேல எனக்கு உரிமையில்லையோ அந்த மாதிரி உங்களுக்கும் அந்தப் பணத்து மேல உரிமை இல்லே."

அவன் சட்டென்று நிமிர்ந்து பார்த்தான். அவன் வாயைத் திறப்பதற்கு முன் அவள் தொடர்ந்தாள்.

"எனக்கும் உரிமையில்லே, நான் அதை ஆளப் போவதா நினைக்காதே."

"என்ன செய்யப் போறே? அந்த நந்தலாலாவுக்கு திருப்பிடப் போறியா?"

"நான் இன்னும் அதைப் பற்றித் தீர்மானிக்கல்லே."

"நான் எதிர்பார்த்தேன்" என்றான் அவன் குரோதத்துடன், "எங்க மேலே உனக்கு ஒட்டுதல் இல்லே! பாதுகாப்பான பால்யம்தான் இல்லே. இப்பவாவது அதற்கு ஈடு செய்ய ஏதேனும் செய்வேன்னு நினைச்சேன்."

அவள் துயரத்துடன் எழுந்தாள் - விடை கொடுப்பது போல.

"மன்னித்துக்கொள், மகனே. என் வாழ்வு முழுதும் ஒரு நதிப் பிரவாகத்தின் வேகத்துக்குக் கட்டுப்பட்ட சருகு மாதிரி ஓடியிருக்கிறது. எதற்கும் சொந்தம் கொண்டாட எனக்குப் பாத்யதை இல்லை. இது உன்னைச் சேர்ந்தது என்று கரையில் நிற்பவர்கள் எதையாவது நீட்டினால் சுமந்து செல்ல, எனக்கு உரிமையில்லை. அர்த்தமும் இல்லை. பாவப்பட்ட ஜென்மம் தான். என் பாவ மூட்டைகளை நீங்கள் ஏன் சுமக்க வேண்டும்?"

"உனக்குத் திமிர் என்ன வேணுமானாலும் செய்து கொள்!" என்று அவன் எழுந்தான். ஆத்திரத்துடன். அந்த நந்தலாலா

உன்னைக் காப்பாற்றுவான் என்று நினைக்கிறாய்! ஒருநாள் வைத்துக் கொள்ள மாட்டான் எழுதித்தரேன்!"

அவன் பிறகு வெகு ஆத்திரத்துடன் ஏதோ ஆங்கில வார்த்தையைப் பல்லைக் கடித்துக் கொண்டு சொல்லியபடி அகன்றான்.

சுஷ்மா வெளியில் வரவேயில்லை. குழந்தைகள்கூட எங்கோ பதுங்கிக் கொண்டன.

இதை அவள் எதிர்பார்த்திருந்ததால் தன்னைச் சமாளித்துக் கொண்டு ராமுவுடன் கிளம்பினாள். ஒரு புரிந்து கொண்ட மௌனத்துடன் ராமு கூடப் பயணித்தது அடி மனதில் ஒரு வேதனையைத் தந்தது. தில்லியை அடைந்ததும், அவன் லக்னௌவுக்குப் பயணத்தை தொடர, அவள் அன்றைய இரவு ஸ்டேஷனில் தங்கி மறுநாள் விடியற்காலை தமிழ்நாடு எக்ஸ்பிரஸில் பயணமானாள்.

'அமைதி இல்லத்தின் அலுவலக அறையில் வேலையாயிருந்த சம்பா சட்டென்று நிமிர்ந்தாள்.'

"சுபத்ரா அம்மா" என்று பெரிய ஆர்வத்துடன் கூவி விரைந்து வந்து அணைத்துக் கொண்டாள்.

சம்பா இப்பொழுது பார்க்க மிக ஆரோக்கியமாக, உற்சாகமாகத் தெரிந்தாள்.

"எங்கே இங்கே வந்தீங்க? லெட்டர் போட்டிருந்தா நான் ஸ்டேஷனுக்கு வந்திருப்பேன் இல்லே?" என்றாள்.

சுபத்ரா மென்மையாகச் சிரித்தாள். "என்னை உன் தலைவியிடம் அழைத்துப் போ. நானும் இங்கே சேர வந்திருக்கேன். பிறகு விவரமாகப் பேசுவோம்." என்றாள்.

சம்பா சந்தோஷத்துடன் அவளை மறுபடி அணைத்துக் கொண்டாள். அணைத்தபடியே தலைவியிடம் சென்ற போது சுபத்ரா தன் விருப்பத்தைச் சொன்னாள்:

“இதோ, என்னுடைய சொத்துக்கான பத்திரங்கள், எல்லாவற்றையும் இந்த நிலையத்துக்கு எழுதி வைக்க இஷ்டப்படுகிறேன். இங்கே என்னை ஒரு சேவகியாய் இருக்க அனுமதியுங்கள்.”

இங்கு வந்து சேர்ந்து ஆறு மாதங்கள் ஆகிவிட்டன. சம்பாவின் முகத்திலும் உடலிலும் ஏற்பட்டிருக்கும் மாற்றம் அவளிடம் ஏற்பட்டுவிட்டது.

நந்தலாலா மட்டும் அவளுக்கு அடிக்கடி கடிதம் போடுகிறான்.

“நீங்கள் சந்தோஷமாக இருக்கிறீர்கள் என்றால் எனக்கும் சந்தோஷந்தான். நான் சென்னைக்கு வரப் போகிறேன். இனிமேலாவது உங்கள் கதையை எழுத அனுமதிப்பீர்களா?”

என்று சமீபத்தியக் கடிதத்தில் கேட்டிருக்கிறான்.

உண்மையில் என்னுடைய வாழ்க்கை ஒரு கதைதான். நம்ப முடியாத கதை, தெற்கிலிருந்து வடக்கு வரையில் பயணம் செய்து மீண்டும் தெற்கில் சங்கமித்த அபூர்வக் கதை. இதன் சூத்ரதாரியின் நோக்கம் என்ன? பொன்னுரங்கம் பிள்ளையின் செல்லப் பெண்ணாய் - செருக்குச் சீமாட்டியாய்த் தங்கியிருந்தேனானால் மனசும் அறிவும் இன்றைய நிலைக்கு விழித்துக் கொண்டிருக்குமா? இங்கே கண்ணீருடன் வந்து நிற்கும் பெண்களின் துயரத்தை ஆத்மார்த்தமாக உணர்ந்து கொண்டிருக்க முடியுமா? உற்றமும் சுற்றமும் இல்லை என்று ஏங்கினவளிடம் உயிரையே வைத்திருக்கும் பெறாத குழந்தையான சம்பாவை அடைந்திருக்க முடியுமா?

“வணக்கம், சுபத்ரா அம்மா” அவள் மகிழ்ச்சியுடன் திரும்பினாள். அன்பு நிறைந்த பார்வை பார்த்துக் கொண்டு

நிற்கும் நந்தலாலாவைப் பார்த்து, "வா, நந்து மகனே!" என்று அழைத்து அணைத்துக் கொண்டாள்.

அவன் அவளை நீண்ட நேரம் ஆராய்ந்தான், மன நிறைவுடன்.

"ஒரு முழு வட்டம் அடித்தாற் போல் பூரணமாய் இப்போது தெரிகிறீர்கள், ஸாஹிபா! உங்கள் கதையைச் சொல்ல வேண்டிய தருணம் வந்துவிட்டது, எழுத அனுமதிப்பீர்களா?"

"எத்தனை பேருக்கு என் கதை ரசிக்கும் என்று எனக்குத் தெரியவில்லை, நந்தலாலா! ஆனால் எழுது, என் பலவீனங்களை எடுத்துச் சொல்லு, கதையைப் படிக்கும் பெண்கள் தங்கள் பலத்தைப் புரிந்து கொள்ளட்டும்."

"உங்கள் பலம்தான் எனக்குத் தெரிகிறது, ஸாஹிபா!"

"அது உன் பலவீனம், மகனே!" என்று அவள் சிரித்தாள்.

"எங்கிருந்து ஆரம்பிக்கட்டும்?"

"மனிதன் ஜனித்த நாளிலிருந்து என் கதை துவங்கிவிட்டது. நந்தலாலா! பொறுமையாகக் கேள்..."

— முற்றும் —

www.ingramcontent.com/pod-product-compliance
Lightning Source LLC
LaVergne TN
LVHW090315051026
849518LV00005B/1793
9789356955059